स्मार्ट लीडरशिप

भारतीय नेतृत्वाचा जागतिक चेहरा

गीता पिरामल
जेनिफर नेतरवाला

अनुवाद
माधुरी शानभाग

मेहता पब्लिशिंग हाऊस

All rights reserved along with e-books & layout. No part of this publication may be reproduced, stored in a retrieval system or transmitted, in any form or by any means, without the prior written consent of the Publisher and the licence holder. Please contact us at **Mehta Publishing House,** 1941, Madiwale Colony, Sadashiv Peth, Pune 411030.
© +91 020-24476924 / 24460313
Email : info@mehtapublishinghouse.com
production@mehtapublishinghouse.com
sales@mehtapublishinghouse.com
Website : www.mehtapublishinghouse.com

♦ या पुस्तकातील लेखकाची मते, घटना, वर्णने ही त्या लेखकाची असून त्याच्याशी प्रकाशक सहमत असतीलच असे नाही.

SMART LEADERSHIP: Insights for CEOs
by GITA PIRAMAL, JENNIFER NETARWALA
First Published in Portofolio by Penguin Books India
© Gita Piramal 2005
Translated in Marathi Language by Madhuri Shanbhag

स्मार्ट लीडरशिप / व्यक्तिचरित्रे

अनुवाद : माधुरी शानभाग
७९४, खानापूर रोड, टिळक वाडी,
बेळगाव ५९०००६. © (०८३१) २४४०५४०.

मराठी अनुवादाचे व प्रकाशनाचे हक्क मेहता पब्लिशिंग हाऊस, पुणे - ३०.

प्रकाशक : सुनील अनिल मेहता, मेहता पब्लिशिंग हाऊस,
१९४१, सदाशिव पेठ, माडीवाले कॉलनी, पुणे - ४११०३०.

मुखपृष्ठ : फाल्गुन ग्राफिक्स

प्रथमावृत्ती : ऑगस्ट, २०११ / पुनर्मुद्रण : डिसेंबर, २०१२

ISBN 978-81-8498-274-9

माझी आई, पुष्पा हिच्या स्मरणार्थ....
माझे कुटुंबीय, सोहनलाल केजरीवाल, मुकेश आणि रुची
नितीन नोहारिया आणि माणिक दावर
यांच्याशिवाय 'द स्मार्ट मॅनेजर'
हे नियतकालिक अस्तित्वात येऊ शकले नसते.

अनुक्रमणिका

१ क्रायसिस ऑफ लीडरशिप / १

२ सीईओच्या खुर्चीत / २१
   – कुमारमंगलम् बिर्ला

३ जागतिकीकरण / ३३
   – अश्विन दाणी

४ मानवी भांडवल / ४५
   – दीपक पारेख

५ परिवर्तन / ५३
   – रघुनाथ माशेलकर

६ विकास / ६९
   – के. व्ही. कामत

७ व्यवस्थापन बदला! / ८५
   – राहुल बजाज

८ सुयोग्य सुरुवात / ९५
   – शिखा शर्मा

९ निर्णय घेणे / १११
   – सुभाष चंद्रा

१० उद्योग महान बनताना... / ११९
    – एस. रामादुराई

११ कामात सतत सुधारणा... / १३७
    – एन. आर. नारायण मूर्ती

१२ विलीनीकरण, कंपनी ताब्यात घेणे / १४५
    – अजय पिरामल

१३ सहकारी संस्था चालवताना... / १५५
    – ज्योती नाईक

१४ वेचक – वेधक / १६५

१

क्रायसिस ऑफ लीडरशिप

नव्या वाटांचा शोध

दोन प्रश्न मला नेहमी अस्वस्थ करत असतात. पहिला – नेत्याकडे असे कोणते विशेष गुण असतात? आणि दुसरा – जागतिक दर्जाच्या कंपन्या भारतात संख्येने इतक्या कमी का आहेत?

पहिल्या प्रश्नातून नेतृत्वगुणांचे स्वरूप अपेक्षित आहे अन् दुसऱ्यातून भारताच्या बदलत्या उद्योगक्षेत्राचा संबंध आहे. भारतीय उद्योगांना आत्मपरीक्षण करून आपण कुठे कमी पडतो आहोत, याचा शोध घ्यायला जागतिकीकरणाचा रेटा भाग पाडत आहे. या उद्योगातील व्यवस्थापक वर्गावर ''आपण 'वर्ल्डक्लास' स्तराचे असायला हवे, तरच टिकून राहू.'' असे अप्रत्यक्ष दडपण येते आहे.

या दोन प्रश्नांची उत्तरे शोधण्याचा प्रयत्न म्हणून, या छोट्या बारा लेखांच्या संग्रहाकडे माझी वाटचाल झाली. त्यामध्ये सर्व उत्तरे आहेत, असा माझा मुळीच दावा नाही; पण काही महत्त्वाच्या बाबींवर प्रकाश टाकायचा प्रयत्न नक्कीच आहे.

पहिली गोष्ट म्हणजे, हे दोन्ही प्रश्न एकमेकांत गुंतलेले आहेत. आपल्या देशांतील 'वर्ल्डक्लास' म्हणजे जागतिक दर्जाचे उद्योग हाताच्या बोटांवर मोजावेत इतकेच आहेत. त्याचे कारण उद्योगाचे व्यवस्थापन करणारे त्या तोडीचे नेतृत्व करू शकतील असे कुशल लोक कमी आहेत. किंबहुना, अशा वकुबाच्या लोकांची चणचण भासते आहे. आज सुदैवाने इतिहासात कधीही नव्हत्या इतक्या काही चांगल्या गोष्टी आपल्या देशांत उपलब्ध आहेत. आपल्याकडे हवे ते तंत्रज्ञान मिळू शकते, माहिती आहे, साधने आहेत. गुणवान, उत्साही तरुणांची संख्या अफाट

आहे आणि परदेशी कंपन्या चढाओढीने त्यांना आपल्याकडे खेचून घेत आहेत. इतके असूनही भारतातील उच्च पदावरचा व्यवस्थापनवर्ग या सर्व उपलब्धींचा योग्य प्रकारे वापर करून घेत नाही. किंबहुना, या संसाधनांचा सुयोग्य वापर करून जागतिक पातळीचे उत्पादन, सेवा, प्रक्रिया किंवा संपत्ती निर्माण करण्यात ते पुरेसे यशस्वी ठरलेले नाहीत, असे म्हटले तर चुकीचे होणार नाही.

फेब्रुवारी २००२ मध्ये मी 'द स्मार्ट मॅनेजर' हे व्यवस्थापनशास्त्राला वाहिलेले मासिक सुरू केले. त्या वेळी मी 'चीफ एक्झिक्युटिव्ह ऑफिसर' ऊर्फ 'सीईओ' म्हणजे उद्योगातील सर्वोच्च व्यवस्थापन अधिकारीवर्गाची एक पाहणी केली. त्यातून लक्षात आले की, जागतिक उद्योगांशी तुलना करता येईल, असे अगदी थोडे उद्योग देशांत आहेत अन् अशा उद्योगांचे नेतृत्व करू शकतील, असे सीईओही थोडेच आहेत. दर वर्षी भारतात १,८३,००० विद्यार्थी व्यवस्थापनशास्त्राचे शिक्षण देणाऱ्या (एम.बी.ए.) संस्थांतून प्रवेश घेतात. देशांत एकूण पाच लाख व्यक्ती 'मॅनेजर' म्हणजे व्यवस्थापकपदावर आहेत. पण उद्योगक्षेत्रात आपला प्रभाव पाडू शकतील, त्याला दिशा देऊ शकतील, असे फक्त ८,००० सीईओ आहेत. आपल्याला अधिक संख्येने उद्योग हवे आहेत. ते जागतिक स्पर्धेत टिकून राहतील, त्यांचे नेतृत्व करू शकतील, अशा योग्यतेची माणसे त्याहून अधिक संख्येने हवी आहेत. आमच्या पाहणीचा उद्देश अशा व्यक्तींचा शोध घेऊन त्यांची योग्यता, त्यांचे गुण इतरांपर्यंत पोहचवणे, हाच आहे. या पुस्तकात इतरांना आदर्शवत वाटेल, अनुकरणीय वाटेल, असे जागतिक पातळीवरचे नेतृत्वगुण असलेल्या व्यक्तींचे अनुभव शब्दबद्ध केलेले आहेत. ही बिकट वाट त्यांनी धरलेल्या नेतृत्वाच्या मशालीमुळे उजळून जाईल अन् इतरांना पुढे जायला मार्गदर्शन करेल.

व्यावहारिक पैलू

हार्वर्ड बिझिनेस स्कूलचे प्रोफेसर नितीन नोहरिया म्हणतात, ''एखादी संस्था जागतिक पातळीची आहे, असे बिरुद मिळवते; याचा अर्थ तिचे उत्पादन वा सेवा यांना जगाच्या कानाकोपऱ्यांत मागणी आहे. ही कंपनी कुठे स्थापन झाली आहे, याला मग महत्त्व उरत नाही. तिचे उत्पादन वा सेवा, गुणवत्ता आणि किंमत याबाबतीत जागतिक स्तरावर तुलना करावी इतकी उजवी आहे, एवढेच महत्त्वाचे ठरते.'' या उद्‌गाराचा व्यवहारातील अर्थ काय आहे? उद्योग वा कंपनी या पातळीवर पोचण्यासाठी अन् तिथे टिकून राहण्यासाठी तिचे व्यवस्थापन, प्रशासन, कार्य, धोरण कशा पद्धतीचे असायला हवे?

या प्रश्नांवर विचार करताना माझ्या मनात अनेक कंपन्यांची नावे, त्यांची कामगिरी येते. त्यांनी जागतिक स्तरावर वाखाणली जावीत अशी उत्पादने आणि

सेवा भारतात निर्माण केल्या आहेत. टाटा मोटर्सने 'इंडिका' ही गाडी संपूर्ण स्वदेशी तंत्रज्ञान वापरून बनवली अन् आज ती इंग्लंडमध्ये, आफ्रिकेत विकली जाते. मुंबईस्थित महिंद्र अँड महिंद्र ही ट्रॅक्टरनिर्मिती करणारी कंपनी जगातील काही मोजक्या मोठ्या कंपन्यांत गणली जाते. त्यांनी ट्रॅक्टरबांधणीचे केंद्र अमेरिकेत उभे केले असून, चीनमधील बाजारपेठ काबीज करण्याचे त्यांचे प्रयत्न यशस्वी होत आहेत. या कंपनीने गुणवत्ता नियोजनासाठी जगात सर्वोच्च मानला जाणारा 'डेमिंग' पुरस्कारही पटकावला आहे. हा सन्मान मिळवणारी ती जगातील पहिली ट्रॅक्टरनिर्मिती कंपनी आहे.

काही सीईओंनी आपल्या कर्तृत्वाने भारतीय ग्राहकांना वर्ल्डक्लास सेवा उपलब्ध करून दिली आहे. भारतीय बँक उद्योगात क्रांती घडवणारे श्री. के. व्ही. कामत हे त्यापैकी एक आहेत. ते आपल्या लेखात म्हणतात, ''भारतीय माणूस आता उत्तम तंत्रज्ञान स्वीकृत करायला तयार झालेला आहे, म्हणून आम्ही 'एटीएम' यंत्राद्वारे पैसे काढण्याची सेवा, इंटरनेटद्वारा बँकसेवा, कॉल सेंटरसारख्या सेवा सुरू केल्या. आजचे प्रगत तंत्रज्ञान प्रथम वापरात आणून आम्ही जागतिक स्पर्धेला तोंड देत आमचा बाजारातील हिस्सा खेचून घेतला आणि टिकवला आहे.''

काही उद्योगांनी आपली मालमत्ता म्हणजे कारखान्याच्या इमारती, परिसर आदी अचल संपत्ती जागतिक गुणवत्तेला टक्कर देईल अशी उभी केली आहे. जामनगर येथील रिलायन्स उद्योगसमूहाची तेलशुद्धीकरण यंत्रणा, मुंबईतील निकोलस पिरामल कंपनीचे संशोधन विकास केंद्र अशी काही उत्तम उदाहरणे इथे देता येतात. हेक्स्ट कंपनीकडून हे केंद्र ताब्यात घेतल्यावर कंपनीने वेचून उत्तम माणसे नेमली, भरपूर पैसे गुंतवले आणि औषध उद्योगातील जागतिक पातळीवरचे संशोधन सुरू करण्यात बाजी मारली.

या यशाच्या कहाण्या तुरळक असल्या, तरी तिथे निदान प्रयत्न तरी झाले. भारतीय सीईओंकडून सर्वांत दुलक्षित राहिले, ते म्हणजे जागतिक पातळीवरच्या प्रक्रिया (प्रोसेसेस) उद्योगात आणणे.

श्री. डब्ल्यू. एडवर्ड डेमिंग हे अमेरिकेतील संख्याशास्त्रज्ञ. ते गुणवत्ता नियोजनाचे गुरू मानले जातात. दुसऱ्या महायुद्धात जपानमधील उद्योग अन् अर्थव्यवस्था कोसळल्यावर पन्नास अन् साठच्या दशकात त्यांचे पुनरुज्जीवन करण्याचे आव्हान त्यांनी यशस्वीरीत्या पेलले. त्यांच्या लक्षात आले की, उद्योगातील नव्वद टक्के समस्या या उत्पादन वा व्यवस्थापनातील अयोग्य माणसांमुळे नसतात, तर अयोग्य प्रक्रियांमुळे उद्भवतात. अर्थात, या प्रक्रिया माणसेच निर्माण करतात आणि राबवतात. भारतातील उत्तम आयटी (माहिती तंत्रज्ञान) अन् बीपीओ (परदेशातून उद्योग व्यवस्थापन करणे) कंपन्यांनी कर्मचाऱ्यांच्या गुणवत्ता तपासणाऱ्या प्रक्रिया

किंवा मनुष्यबळ प्रक्रिया ठरवल्या अन् आज त्या जागतिक स्तरावर उत्तम गणल्या जातात. हीरो होंडा, एशियन पेंट्स, हिंदुस्थान लिव्हरसारख्या कंपन्यांनी उत्पादनाच्या वितरणव्यवस्थेची प्रक्रिया जागतिक स्तरावर नावाजावी अशी निर्माण केली आहे, हे आपण अभिमानाने सांगू शकतो.

बंगलोरमधील 'इन्फोसिस टेक्नॉलॉजीस' या आयटी कंपनीने आपल्या उद्योगात भरती होणाऱ्या उमेदवारांची निवडप्रक्रिया इतक्या उत्तम गुणवत्तेची बांधली की, जगभरात ती नावाजली जात आहे. इथे काम करणे म्हणजे जगातील एका सर्वोत्तम कंपनीत काम करणे, असा लौकिक त्या कंपनीच्या व्यवस्थापनाने मिळवला आहे. २००४ मध्ये १०,००० जागांसाठी दहा लाख तरुणांनी अर्ज केले. त्यातील प्रत्येक अर्जाची छाननी झाली. कंपनीच्या मनुष्यबळ विकास विभागाने (एच.आर.डी. – ह्यूमन रिसोर्स डेव्हलपमेंट) त्यासाठी खास प्रक्रिया विकसित केली. संगणकाच्या साह्याने ही प्रक्रिया वेगवान अन् अचूक केली आणि त्याच तडफेने राबवूनही दाखवली. कंपनीचे सर्वोच्च संचालक श्री. एन. आर. नारायण मूर्ती म्हणतात, 'आम्ही तपशील अचूक असण्यावर भर दिला अन् हे साध्य करून दाखवले. उमेदवारांचे गुणांकन त्यामुळे सापेक्ष पद्धतीने होऊ शकले अन् उत्तम ते निवडणे सोपे झाले.

नव्वदच्या दशकात 'बजाज ऑटो' हा दुचाकी निर्माण करणारा उद्योग अडचणीत आला. नवे मॉडेल बाजारात न आणल्याने ही अवस्था उद्‌भवली होती. ''स्पर्धा करत पुढे जाणे, हाच आजच्या उद्योगाचा युगधर्म आहे. टिकून राहण्यासाठी ते आवश्यक आहे,'' असे उद्‌गार या कंपनीचे प्रमुख श्री. राहुल बजाज काढतात.

आज जगात कोणत्याही देशातील माल कुठेही उपलब्ध होऊ शकतो. भारताने आयात मालासाठी आपली दारे सताड उघडलेली आहेत. ग्राहकांना नव्या उत्पादनात, नवनव्या सेवांमध्ये इथले उद्योग समूह निवडीसाठी अनेक पर्याय उपलब्ध करून देत आहेत. त्यामुळे ग्राहकही जागतिक स्तरावरच्या गुणवत्तेची सवय करून घेतो आहे. काही वेळा तशा गुणवत्तेची मागणी करत आहे. खुल्या स्पर्धेमुळे गुणवत्ता टिकवून ठेवताना किंमतही वाजवी ठेवावी लागते. भारतीय उद्योगाला आता कमी किमतीत उत्तम उत्पादन विकणे अपरिहार्य बनलेले आहे. स्पर्धेत टिकून राहण्यासाठी त्यांना कधी नव्हे इतक्या वेगाने काम करून गुणवत्ताही टिकवावी लागत आहे.

व्यवस्थापनासमोरची ही आव्हाने एवढ्यावरच थांबत नाहीत; तर आपल्या देशांतील इतर अनेक गोष्टी ही आव्हाने आणखी गुंतागुंतीची करतात. आपल्या पैशाचा योग्य मोबदला मिळावा, ही ग्राहकांची मागणी आहे. त्याची क्रयशक्ती दुर्बल आहे. देशाचा भौगोलिक विस्तार प्रचंड आहे आणि लोकसंख्या अफाट आहे. श्री. सुनील मित्तल यांची 'भारती टेलिकॉम' ही दूरसंचार कंपनी अशा अनेकपदरी

आव्हानांचा यशस्वी मुकाबला करताना आपल्याला दिसून येते. या दिल्लीस्थित कंपनीने आंतरराष्ट्रीय स्पर्धेत अनेकदा यश मिळवून दाखवले आहे. वेगवेगळ्या ठिकाणी असलेल्या लोकांना दूरसंचार यंत्रणा वापरून परिषदा भरवायची, बैठका घ्यायची सुविधा त्यांनी उपलब्ध करून दिली आहे. अत्याधुनिक गणल्या गेलेल्या ब्लॅकबेरी टेक्नॉलॉजी, एमएमएस, जीपीआरएस आणि वाय-फाय म्हणजे वायर फ्री अथवा तारा न वापरता इंटरनेट सुविधा भारतात त्यांनी सुरू केल्या आहेत. संपर्कयंत्रामध्ये अत्याधुनिक तंत्रज्ञान आणताना त्यांनी मोबाईल सेवेत 'रिंग बॅक' म्हणजे फोन सुरू असताना दुसरा फोन आल्याची सूचना देणारा आवाज देणारी यंत्रणा वापरली. आज जगभरात सर्व उद्योगांनी त्याचे अनुकरण केले.

जागतिक गुणवत्ता असणे म्हणजे फक्त उत्तम विकसन सेवा वा प्रक्रिया उभी करणे इतके पुरेसे होत नाही; तर तुमच्या वैशिष्ट्याचा जागतिक स्तरावर स्वतंत्र ठसा उमटेल, असे कामही करून दाखवावे लागते. इतरांनी अनुकरण करावे, असे काहीतरी नवे जगाला द्यावे लागते. इथे 'सिप्ला' या औषधव्यवसायातील भारतीय कंपनीचे उदाहरण देणे योग्य ठरेल. या कंपनीनं २००१ मध्ये आपला उत्पादनखर्च अगदी कमी केला आणि एड्सवरील औषधे इतर आंतरराष्ट्रीय कंपन्यांच्या तुलनेत फक्त चार टक्के किमतीत देऊ केली. वर्ल्ड ट्रेड ऑर्गनायझेशन ही किमती निर्धारित करणारी संस्था या बदलांना आनंदाने कबूल झाली आणि त्यांनी परवानगी दिली. जगभरातील स्पर्धक औषध कंपन्यांमध्ये औषधांच्या किमतीबद्दल खळबळ उडाली. त्यांना आपले धोरण बदलावे लागले आणि एड्सवरील औषधाच्या किमती खूपच खाली आणाव्या लागल्या. जागतिक स्तरावरील उत्तम 'खेळाडू' हे खेळाचे नियम असे बदलू शकतात, हे सिप्लाने नि:संशयपणे सिद्ध करून दाखवले.

भारतीय कंपन्यांची अशी काही चांगली उदाहरणे निश्चित आहेत. पण हेच पूर्ण चित्र नव्हे. अशा नावे घेण्याजोग्या अगदी तुरळक कंपन्या आहेत. कंपनीचे धोरण ठरवणे, संख्यात्मक बांधणी करणे, कामकाजाची रीत आणि मनुष्यबळ या तिन्ही क्षेत्रांत नेतृत्वाची उणीव भासत आहे. तसे नेतृत्व विकसित होणे, ही भारताची आजची गरज आहे. आत्मसंतुष्टता सोडून जे नेतृत्व कंपनीत मूल्याधारित व्यवहार रुजवेल, तसे सर्जनशील मार्ग चोखाळेल आणि साहसी द्रष्टेपणाने पुढच्या वाटचालीकडे पाहील; तेच देशाला पुढे घेऊन जाईल.

प्रयोगशीलता

'सातत्याचा अभाव असणाऱ्या युगात आपण सर्व वावरत आहोत,' असे व्यवस्थापनक्षेत्राचे जनक मानले गेलेले अमेरिकन गुरू पीटर ड्रकर म्हणतात. यातील 'सातत्याचा अभाव' हा शब्द फक्त बदलाचा वाढता वेग दर्शवत नाही, तर भविष्यात नेमके काय घडेल याचा अंदाज न येणे, हेही दाखवतो. इथेच नेतृत्वाची

कसोटी लागते. उद्योगामध्ये नवे मार्ग शोधण्याचे आव्हान स्वीकारावे लागते. उत्पादनप्रक्रिया, अर्थकारण, सेवा, वितरण आदी सर्व घटकांमध्ये सुधारणा करत नावीन्य आणावे लागते. असे नवे आणून यशस्वी करून दाखवणे, हेच उत्तम नेतृत्वाचे वैशिष्ट्य आहे. असे करताना धोका पत्करणे वा प्रयोग-संशोधन-विकसन करून पाहणे प्रचंड मोठ्या कंपन्यांना परवडते. जाहिराती, प्रसारमाध्यमे आदी मार्गांनी आपले प्रयोग जनतेच्या गळी उतरवता येतात. कागदावरील आकर्षक कल्पना प्रत्यक्ष यशस्वीरीत्या राबविता येतात. त्याच वेळी प्रचंड मोठ्या व स्थिर कंपन्यांचे नेतृत्व उद्याही बराचसा आजच्यासारखाच असेल; असे मानून विकासावर, मोठे होण्यावर भर देतात. नावीन्य आणण्यापेक्षा विस्तार करणे महत्त्वाचे मानतात. कारण नावीन्य आणण्यात अधिक धोका आहे. पण आता काळ असा आहे, की नावीन्य न आणणे त्यापेक्षा धोकादायक ठरू शकते.

इतिहास सांगतो की, आपल्या देशाने अनेक क्षेत्रांत नावीन्यपूर्ण शोध लावले आहेत. शून्याची संकल्पना ही आजच्या सर्व नव्या तंत्रज्ञानाच्या मुळाशी आहे, ती भारताने जगाला दिलेली सर्वांत मोठी देणगी आहे. आपणा सर्वांना त्याचा अभिमान आहे. पण सॅम पित्रोदा विषादाने म्हणतात की, ‘‘गेल्या पन्नास वर्षांत जगात आणलेली प्रत्येक नवी गोष्ट अमेरिकेने आणलेली आहे, हे लक्षात घेतले पाहिजे.’’ एकही महत्त्वाची म्हणावी अशी नवी संकल्पना इतर कोणत्याही देशातून आलेली नाही. जपानची अर्थव्यवस्था बळकट आहे, पण एकही नवे संशोधन त्यांच्या नावावर नाही. युरोपमध्येही एकही नवे संशोधन नाही. लेसर, उपग्रह, संगणक, सॉफ्टवेअर, फायबर ऑप्टिक्स, संपर्कसाधने, डिजिटल तंत्रज्ञान – जे नाव घ्याल, ते सर्व अमेरिकेत शोधले गेले आहे.

‘आम्ही नवनिर्मिती का नाही?’ हा कळीचा प्रश्न आहे. आपल्या शिक्षणपद्धतीत प्रयोगशीलतेला वाव नाही, हे कारण आहे. आपल्या नेतृत्वाला धोका पत्करणे परवडत नाही. नव्या, सुधारित मालाच्या मागण्यांचा, नव्या सेवांचा दबाव ग्राहक आणत नाहीत. आहे त्यात समाधान मानायची आपली वृत्ती आहे. ही सर्व कारणे काही प्रमाणात खरी आहेत. सॅम पित्रोदा आणि मायकेल पोर्टर म्हणतात, ‘सतत नावीन्य हवे’, ही मागणी पूर्ण होण्यासाठी तसे उत्साही, पूरक वातावरण गरजेचे असते. पित्रोदा त्यासाठी ‘सकारात्मक पर्यावरण’ असा शब्द वापरतात. ‘द कॉंपिटेटिव्ह ॲडव्हांटेज ऑफ नेशन’ या पुस्तकाचे लेखक पोर्टर म्हणतात, १९९३ मध्ये भारतात औद्योगिक स्थितीवर अहवाल लिहिला गेला; त्यामध्येही म्हटले गेले होते की, ‘माहितीची संकुले उभी राहायला हवीत आणि ती प्रवाही माहिती हवी तिथे मिळू शकेल, अशी केंद्रेही हवीत.’

सॅम पित्रोदांच्या म्हणण्याप्रमाणे नवनिर्माणाची वृत्ती आता अस्तित्वासाठी

आवश्यक बनलेली आहे. नावीन्याच्या व्याख्येनुसार नेतृत्वासाठी भिन्न विचारांच्या व्यक्तींची गरज असते. अशा लोकांना नवे विचार राबवताना अपयशाची भीती वाटत नाही. स्वतःभोवती चौकट आखून सीमित असे साचेबद्ध विचार करणारे नियमावर, बंधनांवर बोट ठेवून व्यवहार करणारे असतील, अशा ठिकाणी नावीन्याला फार कमी वाव आहे. चौकटीच्या बाहेर पडून विचार केला, तरच नवे येऊ शकते; किंबहुना, चौकटीच्या बाहेर राहणाऱ्याच्या हातूनच असे नवनवे घडत आलेले आहे. अमेरिकेत असे नावीन्य उसळत आहे. सर्व क्षेत्रांत का येत आहे, तर तिथे तसे वातावरण जाणीवपूर्वक निर्माण केलेले आहे. विद्यापीठे, उद्योग, सामाजिक संस्था या सर्वांनी मिळून प्रयोगशीलतेला स्वातंत्र्य देणारे पर्यावरण तिथे उभे केलेले आहे. प्रयोग करायला मिळावेत म्हणून जगभरातील उत्कृष्ट बुद्धिवंत त्यामुळेच तिथे आकर्षित होतात. कारण संपूर्ण देशच मोठी प्रयोगशाळा आहे. कडक नियमांचे पालन करायचे नसते. तिथे कायदे नव्याच्या आड येत नाहीत.

या संदर्भात १९८० मध्ये भारतातील उद्योगात अत्यंत नावीन्यपूर्ण बदल घडले. जागतिक दर्जाच्या व्यवस्थापनात सर्वांत आधुनिक सॉफ्टवेअर उद्योगात 'ऑफशोअर डेव्हलपमेंट सेंटर' (ओटीसी) सुरू करून नवे पाऊल उचलले गेले. त्यामुळे टाटा कन्सल्टन्सी सर्व्हिसेस (टीसीएस) या उद्योगाचा इतक्या झपाट्याने विस्तार झाला की, जगातील आयटी कंपन्यांत ती उत्पन्नाच्या संदर्भात चौदावी, सर्वाधिक फायदा मिळवणारी पाचवी अन् कर्मचारी संख्येमध्ये नववी ठरली.

मग चीन, आयर्लंडसारखे देश पुढे सरसावले. कोणत्याही कंपनीसाठी लागणारे सॉफ्टवेअर कुठेही विकसित करता येते, ही संकल्पना मूळ धरू लागली अन् इंग्रजी भाषाप्रभुत्व नसतानाही त्यांनी भारताचे अनुकरण करायला सुरुवात केली. आता भारतीय उद्योगाकडून अशा पद्धतीने काहीतरी नवे आणायची गरज आहे. आयटी क्षेत्रातील नेतृत्वाशी प्राथमिक चर्चा करून अंदाज घेतला, तेव्हा त्यांच्या मनात तसे काही नाही, हे लक्षात आले. सतत नावीन्याच्या शोधात राहण्याची जिद्दही इथे दिसत नाही.

एशियन पेंट्सचे श्री. अश्विन दाणी यांनी आपल्या कंपनीत इतर भारतीय कंपन्यांच्या पुढे जाऊन काही नवी पावले उचललेली आढळतात. उद्योगाच्या तीन महत्त्वाच्या बाजू त्यांनी एकत्र आणल्या. उद्योगाच्या वेगवेगळ्या विभागांतील, उपकंपन्यांतील आणि कार्यसंस्कृतीतील (वर्क कल्चर) सुसंवाद राखणे; कामाचा वेग वाढवण्यासाठी सर्वांनी प्रयत्न करणे आणि त्यासाठी हवे ते बदल अमलात आणणे; व्यवस्थापनाने नव्या प्रयोगशील कल्पनांचे स्वागत करून त्या राबवण्यासाठी पैसे उपलब्ध करून देणे – या तीन गोष्टींसाठी श्री. दाणी यांनी उद्योगामध्ये 'लीड टेक्नॉलॉजी सेंटर' अन् 'स्थानिक टेक्नॉलॉजी सेंटर' अशा केंद्रांची स्थापना केली.

प्रत्येक केंद्र त्या-त्या भागातून योग्य असे तंत्रज्ञान, स्थानिक संसाधन, उत्पादन करणाऱ्या यंत्रणा यांचा वेध घेऊन होणारे बदल तत्काळ होतील, याकडे लक्ष देत असते.

एशियन पेंट्समध्ये प्रशासनाची गरज म्हणून नावीन्याचा प्रवेश झाला. प्रत्येक नवीन योजना अन् बदल उपयोगी पडेल, यशस्वी ठरेल आणि अमलात आणता येईल यावर कटाक्ष ठेवण्यात आला. त्यात ग्राहकाला केंद्रस्थानी ठेवून त्यांच्या सूचनांवरून केलेले बदल सर्वोत्तम अन् फलदायी ठरले. सॅम पित्रोदांच्या कल्पनेवरून कोपऱ्याकोपऱ्यावर सुरू झालेल्या पीसीओमध्येही ग्राहकाला केंद्रस्थानी ठेवले होते. या छोट्या बदलामुळे राबवणारी यंत्रणा सरकारी असूनही भारतीय दूरभाषक्षेत्रात क्रांती झाली. देशातील कोणत्याही कोपऱ्यातून एकमेकांशी संपर्क साधून बोलण्याची सोय अल्पखर्चात होऊ शकली. आजवर दुर्लक्षित, उपेक्षित राहिलेल्या समाजातील कित्येक गरिबांना, अपंगांना रोजगारही मिळाला.

झी नेटवर्कचे सुभाष चंद्रा यांनी मनोरंजनक्षेत्रात असेच नावीन्य आणले. करोडो भारतीयांप्रमाणे त्यांनाही हिंदी सिनेमा आणि पॉप म्युझिकची आवड होती. १९९२ मध्ये झी नेटवर्कची सुरुवात झाली, तेव्हा दर्शकांना व्यत्यय न येता हिंदी नाचगाणी पाहता आली. झीचा व्यापही तेव्हा मर्यादित होता. पण त्यामुळे एका झटक्यात त्यांनी भारतातील सत्तर लाख घरात मुसंडी मारली आणि त्यांच्या मनोरंजनाचा ताबा घेतला. जनतेला फार काळापासून हवेहवेसे वाटणारे हिंदी चित्रपटसृष्टीचे दर्शन त्यांनी मग त्यांच्या दिवाणखान्यात चोवीस तास उपलब्ध करून दिले. राष्ट्रीय दूरदर्शनला पर्याय उपलब्ध करताना छोट्याशा डेव्हिडने अवाढव्य गोलियथशी टक्कर घ्यावी, तसे झाले. नंतर मनोरंजन उद्योगाचे नियम सुभाष चंद्रांनी निर्णायकरीत्या ठरवून जणू नव्याने लिहून काढले.

अलीकडचे उदाहरण द्यायचे झाले, तर किरकोळ विक्रीच्या दुकानांची साखळी करून यश मिळवायचा नवा प्रयोग करणाऱ्या 'पँटलून्स' या तयार कपड्याच्या विक्रीत नाव मिळवलेल्या कंपनीचे देता येईल. कंपनीचे प्रमुख श्री. किशोर बियाणी यांनी २००४ मध्ये 'बिझिनेस वर्ल्ड' मासिकाला दिलेल्या मुलाखतीत म्हटले की, "विकसन-विस्तार करताना इथले उद्योग पाश्चात्त्य उदाहरणे डोळ्यांसमोर ठेवतात. मला भारतीय मानस डोळ्यांसमोर ठेवून उद्योग विस्तारायचा आहे." लोकांनी त्यांच्या या प्रयत्नांवर अनेक तऱ्हेने नकारात्मक टिप्पण्या केल्या. त्यामुळे विचलित न होता बियाणींनी 'बिग बझार' आणि 'फूड बझार'च्या साखळ्या शहराशहरांतून उभ्या केल्या. अल्पावधीत म्हणण्यापेक्षा 'एका रात्रीत' म्हणावे इतक्या झपाट्याने त्यांनी आश्चर्यकारक वाटावे असे यश मिळवले. भारतीय जनतेला रोजच्या वापरातल्या वस्तू घेताना थोड्या जरी स्वस्तात मिळाल्या तरी हव्या असतात, ही मानसिकता

त्यांनी अचूक पकडली. अनेक वस्तू एका जागी मिळत असल्याने लोकांची पायपीट वाचली अन् प्रचंड मोठ्या उलाढालीमुळे फायद्याची टक्केवारी कमी ठेवूनही मालक-ग्राहक दोघांनाही 'बिग बझार' फायद्यात पडला. ''इथल्यापेक्षा कमी किमतीत तीच वस्तू इतर ठिकाणी मिळाली, तर पैसे परत मिळतील'', ही जाहिरातीतील त्यांची हमी सर्वसामान्यांचे प्रचंड आकर्षण ठरली. सर्व शहरांत बिग बझार, फूड बझार लोकांनी ओसंडून वाहताना दिसतात.

कोलकातास्थित योगी देवेश्वर यांनी भारतातील उद्योगाच्या विस्तृत पायापर्यंत पोचायचे ठरवून ई-चौपाल हा ग्रामीण कार्यक्रम हाती घेतला. ग्रामीण शेतकरी उत्पादक आणि ग्राहक यांची थेट गाठ घालून देऊन दोघांनाही फायद्याचा होईल, असा हा उपक्रम आहे. सहा राज्यांतील ३५,००० खेड्यांतील पस्तीस लाख शेतकऱ्यांपर्यंत पोचायची किमया त्यांनी साध्य केली. आज शेतमाल निर्यात करणारी त्यांची 'आयटीसी' कंपनी देशांत दुसऱ्या क्रमांकावर आहे. देवेश्वर आता आणखी पुढे जायची योजना आखत आहेत. ई-चौपाल कार्यक्रमामुळे खेड्यांतील तरुणांना रोजगार मिळत आहे. या नव्या योजनेत खेड्याखेड्यांत चौपाल-सागर हे ग्रामीण बाजार (मॉल्स) उभे राहणार आहेत. तिथे शेतकरी केशतेलापासून खतापर्यंत सर्व काही विकत घेऊ शकतील. म्हणजे तिथे आपला माल विकायला आलेला शेतकरी परत जाताना रिकामा न जाता त्याला हव्या असलेल्या वस्तू शेजारच्या दुकानातून येऊन घरी जाईल.

सुदैवाने गेल्या पाच वर्षांत आम्हाला भेटलेला जवळजवळ प्रत्येक 'सीईओ' नव्या कल्पना शोधण्यासाठी झगडत होता. एस. रामादुराई यांनी या आव्हानाचा स्वीकार करून मार्गही काढला. त्यासाठी त्यांनी 'स्मार्ट नेतृत्व' ही संकल्पना पुढे आणली आहे. त्यामध्ये उद्योगाचा विकास होत असताना नावीन्य व उद्योजक संस्कृती दोन्हीही गमावता कामा नये. हे सूत्र केंद्रस्थानी असते. हे समीकरण अनेक मार्गांनी साध्य करता येते. कल्पनांच्या संदर्भातले नावीन्य हे मुक्त संवाद आणि व्यवस्थेमध्ये एकसूत्रीपणाची भावना निर्माण करून होते. त्यामध्ये कामाच्या जागी नव्या कल्पनांना उत्तेजन देणे अन् त्याच वेळी उद्योजक वृत्तीच्या लोकांना अन् व्यवस्थापन सांभाळणाऱ्या नेतृत्वाला एकत्र सांभाळणे, ही कसरत करायची गरज आहे, असे ते म्हणतात. सर्व स्तरांवर एकत्र मेळ घालणे, एकमेकांशी सुसंवाद साधून हे शक्य होईल, असा त्यांना विश्वास वाटतो.

ह्या सर्व जमेच्या बाजू असताना सॅम पित्रोदांच्या बोलण्याकडे दुर्लक्ष करता येत नाही. ज्या वेळी ते म्हणतात, अशा आशेवर समाधानी राहू नका की, एक भाग अपवादात्मक उत्तम कामगिरी करतो आहे ना, मग बाकी सगळीकडे गोंधळ असला तरी चालेल. सर्व बाबतींत एकत्र प्रगती व्हायला हवी. आपल्याकडे सर्वोच्च दर्जाचे

कार्य झाले असले, तरी सर्वसाधारण राष्ट्रीय स्तरावर आढावा घेतला तर परिस्थिती वेगळी आहे. विशेषत: कामगार कायदे, आर्थिक अवस्था, व्यवस्थापन सामर्थ्य आणि तांत्रिक ज्ञान ह्याबाबतीत नावीन्याचा अभाव आहे.

दूरदृष्टी

एक गमतीची गोष्ट म्हणजे, एकविसाव्या शतकात प्रवेश केल्यावर आपला देश जसा दिसतो आहे, तसाच तो विसाव्या आणि कदाचित एकोणिसाव्या शतकात दिसत होता. जागतिकीकरणाची प्रक्रिया तेव्हाही आजच्याइतकी समर्थ होती. तेव्हा ब्रिटिशांचे अनुकरण चालले होते; आज अमेरिकेचे चालले आहे. संपर्कसाधनांत तेव्हाही क्रांतीच्या खुणा दिसत होत्या. तारायंत्र शोधले गेले, त्याचा परिणाम जग जवळ येण्यात झाला. त्याचा संपर्कावर, उद्योगावर, समाजावर, अर्थकारणांवर झालेला परिणाम इतका तीव्र होता की, त्याची तुलना आजच्या इंटरनेटशी करता येईल. अमेरिकेत १९९३च्या सुमारास अमेरिकेत प्रचंड आर्थिक मंदी आली आणि हे 'ग्रेट डिप्रेशन'चे लोण जगभर पसरले. त्याचप्रमाणे ११सप्टेंबरला पेंटॅगॉनचे जुळे मनोरे, यांवर दहशतवादी हल्ला झाला अन् जगभरातील शेअर बाजार, तेलांच्या किमती यांवर परिणाम झाला. त्या वेळी काय अन् आता काय; विज्ञान आणि तंत्रज्ञान आपले प्रश्न सोडवेल, असा सर्वसामान्यांना विश्वास वाटतो. अशी अनेक साम्यस्थळे गेल्या अन् या शतकात आढळतात. पण या दोन शतकांत ठळकपणे आढळणारा महत्त्वाचा विरोधाभास म्हणजे द्रष्ट्या नेतृत्वाची कमतरता या शतकात दिसते आहे.

आज आपल्याला गरज आहे ती अर्थकारणाच्या बाजारापलीकडे पाहणाऱ्या नेतृत्वाची, दूरगामी दृष्टीने पावले उचलणाऱ्या उत्तुंग माणसांची, विशाल नजर आणि विचारांचा आवाका असलेल्या विशालहृदयी समाज अन् उद्योगधुरिणांची. गेल्या शतकात अशी उत्तुंग माणसे होती. गोवर्धनदास बिर्ला (१८९४-१९८३), वालचंद हिराचंद (१८८२-१९५३), कस्तुरभाई लालभाई (१८९४-१९८०), जेआरडी टाटा (१९०४-१९९३) अशा उद्योगधुरिणांनी निबिड जंगलांतून रस्ते खोदले. खेड्यापाड्यांत उद्योग, कारखाने उभे केले. ओसाड जमिनीचे लाभदायक संपत्तीत रूपांतर केले. हजारो नोकऱ्या निर्माण केल्या आणि लाखो शेतकऱ्यांना गरिबीच्या विळख्यातून सोडवले. मोठमोठी उद्योग संकुले निर्माण करून भारतीय उद्योगाचा मजबूत पाया रचला. बिर्ला समूहाचा रेणुकोट येथील ॲल्युमिनियमचा कारखाना, लालभाईंचा अहमदाबादजवळचा अतुल केमिकल्स हा रासायनिक उद्योग, टाटांचा पुण्यातील टेल्को आणि त्यांचे जमशेदपूर येथील विस्ताररूप टाटा स्टील, वालचंद उद्योगाचे विशाखापट्टणमचे बोटी बांधायचे भव्य संकुल अन् मुंबईचा

प्रिमियर ऑटोमोबाइल्स हा वाहन उद्योग वगैरे त्यांच्या दूरदृष्टीचे अन् जिद्दी उद्यमशीलतेचे प्रतीक आहेत. त्या-त्या उद्योगात त्यांनी देशाला दमदार पायाभरणीची सुरुवात करून दिली.

बऱ्याच नेतृत्वांबाबत असे म्हणता येईल की ज्या उद्योगात ते काम करत होते, तिथेच त्यांनी उद्योगाची मुहूर्तमेढ रोवली, त्यांची मक्तेदार म्हणून इतिहासात नोंद झालेली असली (विशेषत जी. डी. बिर्ला) तरी त्यांनी अनेकांच्या नव्या विचारांना चालना दिली, वाव दिला अन् त्यांच्या नव्या प्रयोगांमागे ते ठाम उभे राहिले असे इतिहास सांगतो.

श्री. जी. डी. बिर्ला यांनी एकदा म्हटले होते, ''ज्या उद्योगात भरभराटीचे दिवस असतील त्यात कुणीही मूर्ख पडून यशस्वी होऊ शकतो; पण जेव्हा कठीण, नैराश्याचे दिवस येतात तेव्हाच एखाद्याच्या कुवतीचा, कर्तृत्वाचा कस लागतो. म्हणून मी उद्योगपतींना विनंती करतो की, अपयशाने खचू नका, धोका पत्करायला शिका.'' हे त्यांचे नुसते पोकळ शब्द नाहीत, तर अनुभवावर आधारित बोल आहेत.

बिर्लांनी आपल्यासमवेत तागाच्या व्यवसायात उतरायची अनेक भारतीय उद्योजकांना विनंती केली. ब्रिटिश बोटबांधणीच्या गळेकापू धोरणामुळे नामशेष झालेल्या भारतीय छोट्या उद्योजकांना वालचंद हिराचंद यांनी मुक्त केले. लालभाईंनी अहमदाबादच्या अनेक कापड गिरणी उद्योजकांना आपला व्यवसाय सुधारण्यासाठी, कापडाची गुणवत्ता वाढवण्यासाठी मदत केली. टाटांनी जमशेदपूरच्या टिस्को कारखान्याभोवती छोट्या-छोट्या पूरक उद्योगांना सोईचे व्हावे, म्हणून उपग्रहाप्रमाणे संकुले उभी करण्याचे यशस्वी प्रयत्न केले. या द्रष्ट्या उद्योगपतींनी नव्याने त्याच व्यवसायात येणाऱ्यांनाही ते स्वत:साठी पुढे प्रतिस्पर्धी बनतील, स्पर्धा निर्माण होईल, हा धोका असूनही रुजायला व वाढायला सर्व तऱ्हेने मदत केली.

त्या काळात जर भारताने अद्वितीय गुणवत्तेचे नेतृत्व निर्माण केले, तर आज तसे का होत नाही? भारतातील एका झपाट्याने विस्तारणाऱ्या उद्योगाच्या प्रमुख नेत्याने काढलेले उद्गार आता त्या नेतृत्वाने स्वत:वर घातलेल्या मर्यादा व्यक्त करतात – जे इथे मुद्दाम उद्धृत करावेत, असे आहेत. १९९७ मध्ये रणबक्षी लॅबोरेटरीज या आघाडीच्या औषधउद्योगाचे प्रमुख श्री. परविंदसिंग (१९४२-१९९९) यांनी म्हटले की, ''रणबक्षी संपूर्ण भारताला बदलू शकत नाही. त्याऐवजी ते फक्त स्वत:चा विकास करत परिपूर्ण बनू शकते. उत्कृष्टतेचा ध्यास असलेले बेट असावे, तसेच ते या देशामध्ये राहावे.''

अनेक जण असा 'स्वत:पुरता विकास' या कल्पनेच्या विरोधात आहेत. सीएसआयआर (कौन्सिल ऑफ सायंटिफिक अँड इंडस्ट्रियल रिसर्च) या संस्थेच्या

सर्वोच्चपदी असलेले 'डायरेक्टर जनरल' डॉ. रघुनाथ माशेलकर यांनी १९९५ मध्ये आपला पदभार स्वीकारताना आपले भव्यदिव्य स्वप्न देशापुढे उभे केले. त्यात जनतेच्या सहभागाने संशोधन, विकासाची कल्पना होती. देशभरात राष्ट्रीय पातळीवर नावीन्याची, प्रयोगशीलतेची, बदलाची चळवळ उभी करून; देशांत जी उच्च पातळीची बौद्धिक संपत्ती आहे, तिची ताकद देशविकासाच्या कामी यावी, त्याला सरकारी संशोधन-विकास संस्थांनी हातभार लावावा, या शब्दांत त्यांनी आपली विशाल दृष्टी जनतेसमोर मांडली आणि नुसते शब्द उच्चारून ते थांबले नाहीत, तर सीएसआयआरच्या आधिपत्याखाली काम करणाऱ्या प्रयोगशाळांतील चाळीस हजार संशोधकांची फौज त्यांनी विज्ञान-तंत्रज्ञान अन् उद्योग यांना जोडणारे पूल असावेत म्हणून उपलब्ध केली. त्यासाठी संस्थांमध्ये आवश्यक असे बदलही घडवले. 'स्मार्ट लीडरशिप' या लेखात ते म्हणतात की, "आपल्याला यापुढे गरीब राहणे परवडणार नाही. संपत्ती निर्माण करणे, ही आपली जबाबदारी आहे आणि त्यासाठी ज्ञानाचे रूपांतर संपत्तीत करणे ही गरज आहे. फक्त प्रशिक्षण, परीक्षण असल्या दुय्यम दर्जाच्या कामातून डॉलर्स मिळवणे, हे उद्दिष्ट पुरेसे नाही; तर उच्चस्तरावरील सर्जनशील संकल्पना विकून आपण दसपट डॉलर्स कमावू शकतो."

आजवर कुणा भारतीयाने सर्व देशांना सामावून घेईल असा उद्योग उभा करण्याचा प्रयत्न केलेला नाही. त्यासाठी 'जागतिक उद्योग' (ट्रान्सनॅशनल) ही संकल्पना आधी नीट समजून घ्यायला हवी, मग त्यासंदर्भात पावले उचलता येतील. १९८९मध्ये 'मॅनेजिंग अॅक्रॉस बॉर्डर्स : द ट्रान्सनॅशनल सोल्यूशन' या पुस्तकात सुमंत्र घोषाल आणि ख्रिस्तोफर बार्लेट म्हणतात की, असे अनेक देशांना कवेत घेणारे उद्योग तीन प्रकारांत विभागता येतात.

१) बहुराष्ट्रीय वा आंतरदेशीय बहुप्रांतीय उद्योग : यांची यशस्विता स्थानिक प्रतिसादावर अवलंबून असते. उदा. युनिलिव्हर वा फिलिप्स. यामध्ये छोट्या स्थानिक उद्योगांचे जाळे उभे करून विकेंद्रित पद्धतीने चालवत त्यावर मध्यवर्ती नियंत्रण ठेवणे. अत्यंत महत्त्वाच्या, मोक्याच्या जागी मूळ पालक कंपनी ज्या देशाची आहे, तेथील संचालक मंडळ आपली माणसे नेमून हे नियंत्रण आपल्या हातात ठेवते.

२) आंतरराष्ट्रीय उद्योग : जे त्या-त्या विभागाला अनुकूल असे ज्ञान आणि तंत्रज्ञान कमी विकसित देशांत नेऊन तिथे उद्योग उभे करतात. म्हणजे प्रत्यक्ष उत्पादन, खरेदी, वितरण त्या-त्या जागी होते; पण कार्यक्षम व्यवस्थापन आणि सर्व प्रक्रिया यावर मूळ कंपनीने संपूर्ण नियंत्रण असते. मूळ कंपनीची भूमिका उच्च ज्ञान, अनुभव असलेल्या वडिलधाऱ्यासारखी असते आणि आर्थिकबाबीत पूर्ण नियंत्रण त्यांचे असते.

३) खऱ्या अर्थाने जागतिक उद्योग : उदा. फोर्ड वा मात्सुशिता. किंमत आणि गुणवत्ता यांच्याशी अजिबात तडजोड न करता ते मूळ देशात एका जागी उत्पादन करतात अन् इतर सर्व देशांत ते वितरित करतात. सतत नव्या मार्केटच्या शोधात राहून त्या-त्या विभागाच्या मागणीनुसार उत्पादनात बदल करतात. उद्योगाचे अर्थकारण, धोरण यावर मूळ संचालकांची घट्ट पकड असते.

घोषाल आणि बार्लेट पुढे जाऊन या तीनही प्रकारच्या बहुराष्ट्रीय कंपन्यांची चांगली वैशिष्ट्ये एकत्र करून चौथ्या प्रकारच्या उद्योगांची संकल्पना स्पष्ट करतात. जागतिक स्पर्धेत टिकायचे, तर हे चौथे मॉडेल स्वीकृत करायला हवे, असा दबाव अनेक बहुराष्ट्रीय कंपन्यांवर येतो आहे. त्यासाठी मल्टिनॅशनलऐवजी 'ट्रान्सनॅशनल' असा शब्द ते वापरतात. या मॉडेलनुसार स्थानिक प्रतिसादानुसार उद्योग उभा करावा अन् जागतिक स्तराच्या कार्यक्षमतेने तो चालवावा. तंत्रज्ञान अन् व्यवस्थापनातील बदल वेगाने, स्वस्तात आणि अधिक चांगल्या पद्धतीने त्यात राबवले जावेत; अशी कंपनी एकाच वेळी छोटी आणि मोठी असेल, स्थानिक अन् आंतरराष्ट्रीय असेल, विकेंद्रित असूनही त्यावर मध्यवर्ती नियंत्रण असेल. हे ट्रान्सनॅशनल उद्योग गरजेनुसार विशेष उत्पादन करणारे उद्योग किंवा सर्वसाधारण उत्पादन करणारी केंद्रे यांचे एकत्रित जाळे असेल. उच्च दर्जाच्या व्यवस्थापनाने ते विणले, चालवले जाईल. मध्यवर्ती कंपनीचे नियंत्रण असल्याने त्यांना प्रयोगशीलता आणि नावीन्य आणण्यातले धोके पत्करणे सुलभ होईल. नुसते आणखी एक विस्तारित केंद्र असे स्वरूप न राहता, तो एक स्वयंपूर्ण उद्योग असेल. उत्पादन-तंत्रज्ञान-विकसन जिथे शक्य होईल तिथे केले जाईल अन् स्थानिक ज्ञानाचा, कौशल्यांचा आंतरराष्ट्रीय पातळीवर फायदा करून घेता येईल. मर्यादित वाव असलेल्या कौशल्याला अन् ज्ञानाला जगभर संधी मिळेल.

अमेरिका, चीनसारख्या देशांत आपल्या कंपन्या स्थापन करायच्या प्रयत्नात आज अनेक भारतीय सीईओ आहेत. काही जण आपल्या कंपन्या खऱ्या अर्थाने जागतिक स्तरावर नेण्याचे प्रयत्न करत आहेत. थोडक्यात सांगायचे तर, माझ्या मते, आपल्याकडे मोठ्या संख्येने उत्तुंग स्वप्ने पाहणारे सीईओ आहेत; पण त्यातील फार थोड्यांना विशाल, भविष्याचा दूरवर वेध घेणारी दृष्टी आहे.

नीतिमूल्ये

स्पर्धा आणि सावकाश होणारा विकास या समस्यांना तोंड देताना अनेक सीईओ भविष्यात पाहायचा प्रयत्न करतात. महत्त्वाकांक्षी उद्दिष्ट समोर ठेवून उद्योगाला अधिकाधिक ताणण्याचा प्रयत्न करतात. वेगवेगळ्या विभागांत सुसूत्रता आणून एकत्रित प्रयत्नांनी ही उद्दिष्टे गाठायचे ठरवतात. मी आणि सुमंत्र घोषाल

यांनी एकत्रित लिहिलेल्या 'मॅनेजिंग रॅडिकल चेंज' या पुस्तकात त्यावर चर्चा केली आहे. लोकांची वागणूक बदलण्यासाठी, आपला हेतू साध्य करण्यासाठी त्यांच्यासमोर फक्त महत्त्वाकांक्षी उद्दिष्ट ठेवणे पुरेसे होत नाही. कंपनीला जे हवे आहे, ते फक्त त्यांच्यापर्यंत पोचविण्याने ते साध्य होईल, असे नाही. त्यासाठी कंपनीची संस्कृती, धोरणे, नीतिमूल्ये कोणती आहेत; त्यावरची निष्ठा ढळू न देता उद्दिष्टे कशी साध्य करता येतील, हे सर्व त्यांच्यापर्यंत पोचायला हवे. इतरांपासून कंपनीची ओळख कशी वेगळी आहे, हेही त्यांना समजायला हवे.

भारतीय उद्योगांच्या संदर्भात अशी नीतिमूल्ये प्रस्थापित करणे अधिक गरजेचे आहे. कारण अनेक उद्योगांनी स्पर्धेत टिकण्यासाठी पूर्वी वाटेल त्या तडजोडी केलेल्या आहेत. आपली अकार्यक्षमता, भोवतीचे भ्रष्टाचारी वातावरण अन् व्यवस्था लपवण्यासाठी सोपे रस्ते पकडत नीतिमूल्ये गुंडाळून ठेवायची संस्कृती अनेक उद्योगांत मूळ धरून आहे. जे बाहेर असते, तेच कालांतराने आत झिरपते; या न्यायाने हळूहळू तीच नीती व्यवस्थापनात उतरलेली आहे. उद्धटपणा, दुसऱ्यांच्या स्वाभिमानाबद्दल अनादर, संधिसाधूपणा हे अन् असे अवगुण ग्राहकांबरोबर तसेच नोकरवर्गाच्या संबंधात एकदा का स्थिर झाले की, मग त्याचे उच्चाटन करणे कठीण होऊन बसते. बहुतांश सीईओंना कंपनीत रुजलेल्या या वाईट सवयी बदलणे कठीण जाते आहे, असे ते प्रांजळपणे कबूल करतात. अशा कंपन्यांची भरभराट होणे तर सोडाच; भविष्यात त्यांना टिकून राहणेही कठीण होत जाणार आहे. जागतिकीकरणाला अनुकूल बदल अशा कंपन्यांमध्ये घडवले गेले, तरच त्या तगून राहतील. कंपनीत नवी चांगली नीतिमूल्ये निर्धारपूर्वक रुजवणे, हा एकच उपाय त्यांना त्यांच्या ऱ्हासापासून वाचवू शकतो.

नीतिमूल्ये, उच्च संस्कृतीबद्दल संभ्रम असलेल्या सीईओंना झी नेटवर्कचे सुभाष चंद्रा यांचा अनुभव एच.डी.एफ.सी.च्या दीपक पारेख यांच्या अगदी विरुद्ध असलेला दिसून येईल. १९९९ मध्ये चंद्रांना वैयक्तिक संपत्तीमध्ये तीनशे कोटी रुपयांचा तोटा सहन करावा लागला. झी नेटवर्कच्या प्रत्येक पातळीवरील कर्मचाऱ्यांना अधिक पैशांची हाव सुटली आणि कंपनीचे नुकसान वाढत गेले.

याउलट, एच.डी.एफ.सी.च्या दीपक पारेखांचा अनुभव आहे. मोठ्या प्रमाणावर आर्थिक व्यवहार करणाऱ्या या कंपनीचा 'पैसे' हाच कच्चा माल आहे. त्यामुळे कर्मचाऱ्यांना रोजच्या रोज समोर पैशांचा ढीग दिसत असतो. प्रामाणिकपणा, चारित्र्य या गुणांशिवाय ही कंपनी एक दिवसही चालवता येणार नाही. देशभरात त्यांच्या १३० कचेऱ्या पसरल्या आहेत अन् कुठेही, काहीही घडू शकते. त्यात आपला देश गरीब असल्याने पैशाचा लोभ सर्वत्र आहे. "मी जर कर्ज मंजूर करणाऱ्याला थोडे पैसे दिले, तर मला भरपूर कर्ज अन् तेही चटकन मिळेल", ही

वृत्ती भ्रष्टाचाराला पोषक आहे आणि सर्वत्र आढळणारी आहे. भ्रष्टाचार हा आपल्या रोजच्या जीवनाचा एक भागच बनला आहे.

एच.डी.एफ.सी. (हाउसिंग डेव्हलपमेंट फायनान्स कॉर्पोरेशन) ही घरासाठी कर्ज देणारी, सामान्य जनतेने सामान्य भारतीय जनतेसाठी चालवलेली असामान्य कंपनी आहे. भारतातील मध्यमवर्ग तिचा ग्राहक आहे. कंपनीत भरती करताना पारदर्शकता बाळगून उत्तम उमेदवार निवडले जातात, म्हणून आज शेअर बाजारात ती तारांकित कंपनी म्हणून ओळखली जाते. इतकी स्पर्धा असून 'एचडीएफसी'त कर्मचाऱ्यांची उत्पादनक्षमता देशभरातील आर्थिक पुरवठा करणाऱ्या कंपन्यांच्या तुलनेत सर्वोच्च आहे. त्यांचा आस्थापनाखर्च, व्याजदर कमीत कमी असून उलाढाल बरीच मोठी आहे –

एच.डी.एफ.सीची कार्यसंस्कृती काही निर्धारित मूल्यांवर मजबूत ठेवण्यावर व्यवस्थापन काटेकोर आहे.

- प्रामाणिकपणा, चारित्र्य अन् समर्पित सेवाभाव हे गुण संस्थेचा अविभाज्य भाग आहेत.
- इथे व्यवसाय फक्त नफ्यासाठीच केला जात नाही. समाजाला आपण आवश्यक, मौल्यवान सेवा द्यायला हवी, हे मूल्य महत्त्वाचे मानले जाते.
- 'ग्राहकसेवा' हे सर्वांत महत्त्वाचे कार्य आहे. कामात तत्परता असणे, ग्राहकांकडे बघण्याच्या वृत्तीत आस्था, ग्राहकांच्या गरजा ओळखणे, सकारात्मक अन् वैयक्तिक स्पर्श असलेली सेवा देणे, इथे महत्त्वाचे मानले जाते.
- काम करता-करता शिकणे, हे तत्त्वज्ञान इथे आचरणात आणले जाते. सर्व स्तरांवर निर्णय घेण्यासाठी कर्मचाऱ्यांना कार्यपद्धतीचे प्रशिक्षण मिळते. काम करताना कर्मचारी शिकत असल्याने वरिष्ठांना त्याचे नीट मूल्यमापन करता येते. त्याच्या कामातून मूल्यमापन मिळते अन् काम सुधारण्यासाठी त्याला सूचनाही देता येतात.
- मनुष्यबळ ही सर्वांत महत्त्वाची साधनसंपत्ती आहे. त्यांचा सतत विकास, हे कंपनीचे उद्दिष्ट आहे.
- इथे वैयक्तिक संबंध निरोगी अन् पारदर्शक ठेवण्याला महत्त्व दिले जाते. मदतीसाठी पूरक नेतृत्व आणि जोमदार संघभावना हे प्रत्येक विभागात जोपासून मिळून प्रगती साधली जाते.
- सर्व स्तरांवरील कर्मचाऱ्यांमध्ये उत्तम संवाद, संपर्क असणे, माहितीची देवघेव वेगवान अन् अचूक होणे, हे इथे विकासासाठी उपयुक्त ठरले

आहे. कुणीही कर्मचारी वरिष्ठांना भेटून केव्हाही आपल्या मागण्या, तक्रारी, गाऱ्हाणी, उपयुक्त सूचना, सर्जनशील कल्पना सांगू शकतो. या 'ओपन डोअर' संस्कृतीचा परिपाक म्हणजे संभाषणात्मक, अनौपचारिक संस्कृती रुजते.

- शिस्तीकडे पाहण्याचा दृष्टिकोन इथे शिक्षा करायचा नसून सुधारणा करण्याचा आहे. वेळोवेळी तयार केलेले नियम, कायदेकानून नोकरवर्गाने स्वयंशिस्तीने पाळावेत.

या सर्व मूल्याधिष्ठित व्यवहारातून एच.डी.एफ.सी आपल्या सर्व कर्मचाऱ्यांमध्ये मजबूत असे दीर्घकालीन, परस्परपूरक अनुबंध जोडू पाहत आहे. त्यात नोकरवर्ग, गुंतवणूकदार, ठेवीदार, कर्जदार अन् व्यवस्थापन या साऱ्यांचा समावेश केला; तर अशी निरोगी नाती दीर्घकाळ टिकतील, असा त्यांना विश्वास वाटतो.

अनेक कंपन्या अलीकडे अशी नीतिमूल्ये आपल्या माहिती पुस्तिकांत, वार्षिक अहवालात छापतात. कर्मचाऱ्यांसाठी कार्यशाळा घेऊन त्यात या नीतिमूल्यांचा पाठ घोकून घेतात. पण त्यांचा उपयोग होतोच असे नाही; किंबहुना, होतच नाही. नीतिमूल्ये फक्त शब्दाने रुजत नाहीत. त्यांना शब्दांत बांधणे सोपे असते, पण आचरणात आणणे कठीण असते.

आपली मूल्ये अन् आदर्श उद्दिष्टे यांतील फरक आधी जाणून घ्यायला हवा. आदर्श व्यवस्थेत कंपनी आपली मूल्ये राखून उद्दिष्टे गाठू शकते; पण प्रत्यक्षात ते शक्य होत नाही. एच.डी.एफ.सीच्या अहवालात एका ठिकाणी स्पष्ट म्हटले आहे की, 'नीतिमूल्ये म्हणजे उद्दिष्टे नव्हेत. नीतिमूल्ये म्हणजे कंपनीने व्यवहारात दिलेली वचने असतात आणि कितीही अडथळे आले तरी परिणामांचा विचार न करता ती पाळायची असतात.' आपल्या स्थापनेच्या दिवसापासून सर्व व्यवहाराच्या केंद्रस्थानी आपण निश्चित केलेली नीतिमूल्ये असतील याची एच.डी.एफ.सीने काळजी घेतलेली आहे. दया, न्यायबुद्धी, समता, कार्यक्षमता आणि परिणामकारकता ही ती मूल्ये आहेत.

श्री. नारायण मूर्ती म्हणतात की, इन्फोसिसची स्थापना सहा मूल्यांवर आधारित आहे.

१. तुमच्यापेक्षा समाजाचे हित अग्रस्थानी असलेले व्यवहार केले, तर अंतिम फायदा तुमचाच होतो.

२. संघभावनेने काम केले तर १ + १ = ३ होऊ शकतात. म्हणजे काम दुप्पट होण्याऐवजी तिपटीने होते.

३. टीममध्ये सदस्य म्हणून यशस्वी होण्यासाठी कामामध्ये मतभेद झाले तरी चालतील, पण माणसांत कुणी अस्वीकार्य होऊ नये.

४. वेग, कल्पकता आणि सर्वोत्कृष्टता राखून केलेले काम नेहमी उत्कृष्ट होते.
५. नेत्याने स्वत:चेच चालते-बोलते उदाहरण इतरांसमोर ठेवावे.
६. तुम्ही प्रथम क्रमांकाचे गुण असलेली माणसे वेचून नेमलीत, तर तीही त्याच प्रकारची माणसे पुढे निवडतात.

पुढे ते म्हणतात की, 'एकदा नीट नियम घालून दिले की, लोक ते चटकन पाळायला शिकतात.'

नीतिमूल्ये पाळायची सवय व्यवहारात रुजवण्यासाठी आणखी एक नियम उपयुक्त ठरतो. प्रत्येक नियम सविस्तर शब्दांत नेमका अर्थ पाचवू शकेल असा लिहून द्यावा अन् त्यावरून वैयक्तिक वागणुकीबद्दल अपेक्षाही स्पष्ट कराव्यात. उदा. माणसाशी आदराने वागा म्हणजे काय? तर, आदर दर्शवणाऱ्या छोट्या कृती आहेत, त्या स्पष्ट शब्दांत सांगा. आपल्या वागणुकीतून मॅनेजर त्या हाताखालच्या लोकांपर्यंत पोचवू शकतात अन् साखळीपद्धतीने खालपर्यंत झिरपत कंपनीच्या संस्कृतीत रुजतात. वर्तन सातत्याने सुसंगत हवे. पुन:पुन्हा मूल्यमापन करणे, मूल्ये पाळली जात आहेत यावर लक्ष ठेवणे अन् ती काचत नाहीत याचा फीडबॅक घेणेही जरुरीचे आहे. नाहीतर ते फक्त वरवरचे उपचार ठरतात; कंपनीच्या संस्कृतीचा भाग बनू शकत नाहीत.

एच.डी.एफ.सीच्या मुख्य कार्यकारी अधिकाऱ्यांनी चार पावले पुढे जाऊन उपक्रमशीलता दाखवली, नवी साहसे केली, म्हणून कंपनीचा विकास झाला. एकूण ११,२०० कोटी रुपयांचे कर्जवाटप सुरुवातीलाच करण्यात आले. त्यापैकी फक्त ०.८ कोटी रुपयांची कर्जे बुडीत खाती गेली. व्यवहार करताना उद्भवणारे धोके नियंत्रणात ठेवून, तसेच अंतर्गत कठोर शिस्त पाळून हा परिणाम आम्ही मिळवू शकलो. एच.डी.एफ.सी.मधील कर्मचाऱ्यांना व्यवहार करताना, भारतातील इतर आर्थिक कंपन्यापेक्षा अधिक स्वातंत्र दिले जाते; तरुण अधिकाऱ्यांवर करियरच्या सुरुवातीलाच जोखमीच्या जबाबदाऱ्या टाकल्या जातात.

आमच्या कंपनीच्या जुन्या व्यवहारांवर नजर टाकली, तर हे सत्य ठळकपणे समोर येते. आपसातील राजकारण टाळून, आपल्याला असलेल्या माहितीची मुक्त देवाणघेवाण करून कंपनीने हे साध्य केलेले आहे. त्यामुळे सर्व प्रकारची विविधता असलेल्या आमच्या ग्राहकवर्गाकडून आम्ही जास्तीत जास्त व्यवहार मिळवू शकलो; त्यायोगे त्यांचा अन् आमचा कमाल फायदा करू शकलो.

कोणतीही कंपनी आपला नीतीधर्म न पाळता व्यवहार करू शकत नाही. प्रत्येक कंपनीची नीतीमूल्ये असतात. त्यातील काही लिखित तर काही अलिखित असतील. त्यातील काही व्यवहारात पाळणे कठीण जाईल, पण ती पाळताना

लवचिकता हवीच. प्रत्येक कंपनीत काही सकारात्मक नीतीमूल्ये समोर ठेवून व्यवहार पार पाडले जातात. तसे नसेल तर ती कंपनी यश मिळवत मोठी होत नाही. कोणतेही बदल करताना या सकारात्मक मूल्यांना ओळखून, त्यांना पायाभूत मानून कालानुरूप त्यामध्ये बदल करणे योग्य ठरते. संपूर्ण नवी नीतीमूल्ये रुजवणे तुलनेने कठीण जातेच, पण ते व्यवहार्यही ठरत नाही. नवी मूल्ये रुजविणे अन् त्यानुरूप आपली वर्तुणूक ठेवणे हे एक आव्हान असते.

श्री. कुमारमंगलम् बिर्ला नेहमी म्हणतात आणि मान्यही करतात की, मूल्यांची सचोटी इतरांना समजण्यासाठी सीईओ पदावरील व्यक्तीने आपले उदाहरण घालून द्यावे. आपली कंपनी कशासाठी खास मानली जाते, इतरांपासून ती वेगळी कशी आहे, हे वर्तुणूकीतून ग्राहकांना समजत जाते. सीईओ पद भूषवणाऱ्या व्यक्तीने नेतृत्वाची मशाल हाती धरावी लागते. कंपनीच्या नीतीमूल्यांच्या संदर्भात म्हणाल, तर त्यांचे रुजणे हे अत्त्युच्च पदावर सुरू होतो अन् तिथेच थांबते. बाकी सर्व आपोआप खाली झिरपत जाते.

कार्यातील गतिशीलता

या पुस्तकात ज्या बारा नेतृत्व करणाऱ्या लोकांच्या अनुभवाधिष्ठित कहाण्या सांगितलेल्या आहेत, त्यामध्ये परिपूर्णता आहे असे मुळीच नाही. नेतृत्वाचे मूल्यमापन हे सतत चालणारे काम आहे. आधी नमूद केल्याप्रमाणे, 'स्मार्ट मॅनेजर' या नियतकालिकाने यशस्वी उद्योगाच्या नेतृत्वाबद्दल जे संशोधन हाती घेतले आहे त्याचा, हे निबंध हा एक भाग आहे. या नियतकालिकाच्या प्रत्येक भागामध्ये एक लेख 'बदल घडवून उत्तम यश मिळवलेल्या' नेतृत्वावर आहे. आपण काम करत असताना उद्योगाच्या एकूण व्यवहारात समोर आलेल्या आव्हानांना पेलत, तोंड देत त्यावर कशी मात केली, कसे यश मिळवले यावर हे धुरीण आपापले अनुभव कथन करत चर्चा करतात. कशाचीच शाश्वती नसलेल्या, उद्योगक्षेत्राच्या या नव्या पर्वात नव्या संकल्पनांचे महत्त्व वादातीत आहे. आम्हाला विश्वास वाटतो की अनुभवी व्यवस्थापकच नव्याने व्यवस्थापन करणाऱ्यांचे उत्तम शिक्षक होऊ शकतात. म्हणून आम्हाला खात्री आहे की, या पुस्तकांद्वारे उद्योगाचे नेतृत्त्व करणारे अन् भविष्यात करू पाहणारे या सर्वांना, यातील यशस्वी नेत्यांच्या अनुभवातून नवी दृष्टी मिळेल.

२
सीईओच्या खुर्चीत

कुमारमंगलम् बिर्ला

अध्यक्ष – आदित्य बिर्ला उद्योगसमूह

बारा हजार कोटी रुपयांच्या आदित्य बिर्ला उद्योगसमूहाचे प्रमुखपद गेली दहा-एक वर्षे श्री. कुमारमंगलम् बिर्ला भूषवत आहेत. या कालावधीत या उद्योगसमूहात प्रचंड परिवर्तन घडून आले. त्यातील काही उद्योग विकले गेले, काही बंद झाले आणि काही विद्यमान उद्योगांत प्रचंड गुंतवणूक झाली. दूरदृष्टीने एवढ्या प्रचंड उद्योगसमूहाला, त्यातील नानाविध गुणी व्यक्तींना या संक्रमणाच्या कालावधीत एकत्र बांधून ठेवणे, ही नेतृत्वाची एक कसोटी होती. या आव्हानाचा मुकाबला करताना श्री. कुमारमंगलम् बिर्ला यांनी उत्तमोत्तम माणसे नेमण्यामध्ये पैसे गुंतवले, त्यांच्या कामगिरीसाठी बक्षिसे जाहीर केली आणि यश मिळवून दाखवले. त्यांच्या म्हणण्याप्रमाणे – 'आजच्या सीईओसमोर असलेली आव्हाने अधिक गुंतागुंतीची, प्रचंड व्यापक आणि आजवर कधी नव्हती एवढ्या अनिश्चित स्वरूपाची आहेत. जणू उद्योगक्षेत्र पर्यावरण प्रवाही बनले आहे. त्यामुळेच आजच्या उद्योगप्रमुखाने आपल्या कंपनीमध्ये प्रत्येक स्तरावर नेतृत्व निर्माण करणे अपरिहार्य आहे. यशस्वी नेतृत्वाने कोणकोणत्या बाबींवर लक्ष ठेवून तयारी करावी, दररोजच्या आव्हानांना तोंड देत लवचिक वृत्तीने वाट काढत पुढे कसे जावे,' याबद्दल लेखकाने आपले विचार पुढील लेखात मांडले आहेत.

"संस्थेच्या प्रत्येक स्तरावर नेतृत्व निर्माण करा."

"प्रज्ञावान माणसे नेहमी वाद निर्माण करतात. तो जाणूनबुजून करीत नाहीत, तर ते आपल्या मनातले खुलेपणाने बोलून टाकतात, आपली मते पुन:पुन्हा ठासून मांडतात म्हणून संघर्ष निर्माण होतात."

– श्री. कुमारमंगलम् बिर्ला.

नेतृत्व

आपला देश आज जागतिकीकरणाच्या पहिल्या पर्वात चाचपडतो आहे, म्हणून उद्योगाचे वातावरण स्पर्धेचे, सतत बदलणारे, प्रवाही झाले आहे. जसजसे आपण जागतिक अर्थव्यवहारात गुरफटत जाऊ तसतशी उद्योगाची मागणी विविध स्तरांवर विस्तारत जाईल. या पार्श्वभूमीवर भारतीय सीईओ (मुख्य कार्यकारी अधिकारी)ला कोणत्या आव्हानांना तोंड द्यावे लागेल, त्यासाठी त्यांना कशी तयारी करावी लागेल; हे आपल्यासमोरचे मुख्य प्रश्न आहेत.

जागतिकीकरणाच्या बदलानंतर, लगोलग झालेल्या परिणामापासून जर आपण सुरुवात केली, तर मग थेट आपण आपल्या अर्थव्यवस्थेतील त्रुटींकडे पोहचतो. कमकुवत पायाभूत सुविधा आणि अकार्यक्षमता या गोष्टी वर्षानुवर्षे आणखी ढासळत जात वाईट अवस्थेप्रत पोचलेल्या आहेत. अनुदान देऊन काही उद्योगांना पांगळे करून ठेवलेले आहे, काही गुंतवणुकी चुकीच्या ठिकाणी, तर काही

तुटपुंज्या आहेत. मनुष्यबळाकडे अक्षम्य दुर्लक्ष झालेले आहे. जीवनमानाचा स्तर बराच खाली आला आहे. उद्योगांना संशोधनाचे, प्रयोगशीलतेचे वावडे आहे. जेव्हा आपण कोशात बंदिस्त होतो, तेव्हा या सर्व त्रुटींसह जगणे सोपे होते; पण आता अर्थव्यवस्था झपाट्याने खुली होते आहे. दर्जा जागतिक स्तराचा झाला आहे. त्यामुळे आपल्या सर्व त्रुटी, दोष जगासमोर प्रकर्षाने येत आहेत. ते झाकून ठेवणे यापुढे शक्य नाही.

सतत विस्तारत जाणारी भूमिका, अनिश्चितता, प्रवाहीपणा, त्याचप्रमाणे वाढते नियोजनशून्य स्वरूप ही वरवर पाहता दिसणारी आव्हाने आज प्रामुख्याने भारतीय सीईओसमोर आहेत. खोलात जाऊन विचार केला असता, ही आव्हाने हिमनगाचे एक टोक आहे, हे लक्षात येते. इतर अनेक लहान-मोठ्या समस्याही आहेत. आपल्या उद्योगाबाहेर पाहण्यासाठी त्यांनी आपली दृष्टी प्रयत्नपूर्वक विशाल करायला हवी. उत्तम, यशस्वी कामगिरी म्हणजे कार्यक्षमतेची नेमकी व्याख्या कशी करावी याबाबत संभ्रम आहे. आपला वारस तयार करण्याची योजना आखण्याची आवश्यकता आहे. नेतृत्वाचा सर्वांगीण विकास, प्रज्ञावंत व्यक्तींचे संवर्धन, कुशल व्यक्तींचा कौशल्यपूर्ण वापर, एका ध्येयासाठी प्रेरित करून विविध व्यक्तींना एकत्र आणणे, या साऱ्यांचा चपखल वापर करून उद्योगाची निरोगी बांधणी करणे, स्वत:ची व आपल्या उद्योगजगताची नीतिमूल्ये अधोरेखित करणे व साऱ्यांचा अचूक मेळ साधणे – ह्या सर्व बाबी या हिमनगाखाली दडलेल्या आहेत.

आपल्या कार्यक्षेत्रापलीकडे पाहणारे सीईओ

यापूर्वी सर्वसाधारणपणे सर्व सीईओ आपला सत्तर टक्के वेळ उद्योग आणि उत्पादन याच्याशी संबंधित बाबींसाठी खर्च करत असत आणि उरलेला वेळ उद्योगातील मोठी गुंतवणूक केलेल्या व्यक्तींशी संवाद साधण्यात घालवत. आज या टक्केवारीची उलटापालट व्हावी इतका फरक पडलेला आहे. बहुराष्ट्रीय कंपन्या कशा चालवल्या जातात याचा वेध घेण्यासाठी, मोठ्या उद्योगसमूहाच्या सीईओंना आपल्या कार्यक्षेत्राबाहेर संवाद साधणे आवश्यक झालेले आहे.

आपला वेळ व्यवसायाच्या कार्यकक्षे पलीकडे देणे अपरिहार्य झाल्याने सीईओला आपल्या नेहमीच्या, रोजच्या जबाबदाऱ्यांसाठी कमी वेळ मिळणार; परिणामी त्याचे दुर्लक्ष होणार, हे साहजिक आहे. त्याचे कारण अगदी उघड आहे. प्रत्येकाचा दिवस चोवीस तासांचाच असतो अन् उत्तम काम करायच्या कुवतीला वेळेच्या मर्यादा पडतात. जेव्हा त्यांची कार्यक्षमता व्यवसायापलीकडची क्षितिजे शोधू पाहते, तेव्हा कमीत कमी वेळात जास्तीत जास्त अंतर्गत बाबी पार पाडण्याची जबाबदारी हाताखालच्या योग्य माणसांवर सोपवावी लागते. प्रत्येक उद्योगाला आपली निकड

व व्यक्तीची उपलब्धता लक्षात घेऊन आपली योजना आखावी लागेल. असे करणारे सीईओ कंपनीच्या गरजेसाठी हे करत असतील तर हाताखालच्या माणसाच्या हातून होणाऱ्या चुकांसाठी त्यांना कितपत जबाबदार धरायचे, याचे निकष ठरवावे लागतील व त्यातील लवचिकता जपावी लागेल.

आपले विश्वासू सहकारी निवडून, त्यांच्यावर जबाबदारी सोपवून कंपनीवर आपली मजबूत पकड ठेवणे, हा एक मार्ग आहे. त्यासाठी सीईओला आपली कौशल्ये वेगळ्या पद्धतीने विकसित करावी लागतील. केवळ प्रत्यक्षरीत्या हाताखाली काम करणाऱ्या व्यक्तींपुरते मर्यादित न राहता उद्योगसमूहातील तळापर्यंतच्या व्यक्तींचे परीक्षण करून, त्यांचे गुण-अवगुण हेरून, त्यांना संधी देऊन त्यांच्यातील नेतृत्वगुणांना वाव देऊन त्यांच्यामार्फत कंपनीवर अप्रत्यक्षरीत्या नियंत्रण ठेवणे आजच्या या ज्ञानाधिष्ठित, माहितीधिष्ठित औद्योगिक जगात सर्वांच्या निर्णयक्षमतांचा विकास करणे आणि हे करत असताना कंपनीचे हित जपणे, हे सीईओकरिता अत्यावश्यक झाले आहे.

या पार्श्वभूमीवर येणाऱ्या काळात सीईओच्या भूमिकेत लक्षणीय बदल अपेक्षित आहेत. आजवरच्या त्याच्या बहुविध भूमिकेला यशस्वितेसाठी आणखी काही मिती जोडणे गरजेचे आहे. सीईओने सरकारशी संवाद साधायला हवा, कंपनीच्या धोरणात आपले योगदान द्यायला हवे, उत्तम गुणवंत-प्रज्ञावंत लोक टिपायला हवेत. शैक्षणिक क्षेत्राशी जवळीक साधायला हवी, जगभरात उद्योगाचा वारा कोणत्या दिशेने वाहतो आहे याकडे लक्ष द्यायला हवे, त्या-त्या देशांचे नियम, कायदे व संस्कृती त्याला ठाऊक हवी आणि तंत्रज्ञानात नवे काय येऊ घातलेय, याकडेही त्याचे लक्ष हवे.

अलीकडे मोठमोठ्या कंपन्या नवे महत्त्वाकांक्षी उद्योग सुरू करताना इतर कंपन्यांशी हातमिळवणी करतात (जॉईंट व्हेंचर). आपल्या कंपनीचा अशा उद्योगात किती आणि कसा सहभाग असावा, इतर मोठ्या कंपन्यांशी हात मिळवताना त्यांच्या सीईओशी जमवून घेऊन, वाटाघाटी करताना आपल्या कंपनीचे हितसंबंध राखणे, आपल्या कंपनीचा अशा व्हेंचर्समध्ये कितपत अन् कसा सहभाग असावा याची आखणी करणे, या सर्व बाबींचा सर्वंकष विचार ही सीईओची जबाबदारी ठरते. अनेक कंपन्यांमध्ये एकत्रित उद्योगाचे प्रयत्न सुरू असताना कित्येक उद्योग चाचपडताना दिसतात. कौशल्यपूर्ण वाटाघाटींचा अभाव हे त्याचे ठळक कारण जाणवते. आत्मविश्वास, विषयावर प्रभुत्व अन् सौदा पटवायचे कौशल्य असल्याशिवाय एकत्रित उद्योग यशस्वी होत नाहीत. विशेषत: परदेशी कंपन्यांशी करार करताना अधिक काळजी घ्यावी लागते. हे सर्व सांभाळात असताना ग्राहकाने टाकलेल्या विश्वासाला तडा जाऊ न देता त्यांना आपला चेहरा तिथेही योग्य तऱ्हेने दाखवावा

लागतो. ग्राहक, कर्मचारी, उद्योगातील भागीदार, अर्थसंस्था, पैसे गुंतवणारे भागधारक, या सर्वांचे एकसंध जाळे विणले जावे लागते. त्यात सीईओची अहम् भूमिका असते. पुरेशी लवचिकता, संवेदनशीलता, दयाबुद्धी असल्याशिवाय नेत्याला ही भूमिका निभावणे अशक्य आहे. सीईओची अशी अनेकविध मिती असलेली भूमिका या बदलत्या परिस्थितीत अधिक व्यापक होणे, हे पहिले मोठे आव्हान आहे.

कार्यक्षमतेचे नवे निकष आणि त्यातील संभ्रम

तुमची कामगिरी म्हणजे परफॉर्मन्स नेमका कशावरून ठरवावा, हा दुसरा आव्हानाचा मुद्दा आहे. गेल्या काही वर्षांत परफॉर्मन्सवर व्यवस्थापनक्षेत्रात विशेष जोर दिला जात आहे. व्यवस्थापकाचे मूल्यमापन करून उत्तम परफॉर्मन्स असेल तर त्याला त्याचे बक्षीसही मिळते. फक्त फायद्याची रेषा वर चढणे म्हणजे यश नव्हे. अधिक खोलात जाऊन विचार केला, तर परफॉर्मन्स ही वरवरची संकल्पना नाही. त्याची व्याख्या करणे खरेच कठीण आहे. अनेकदा अधिक फायदा मिळाला की खराब प्रयोगशीलता लपली जाते. एखाद्या तिमाहीत कामगिरी उंचावलेली दिसली तरी पाच वर्षांत कंपनी संपेल, याच्या खुणा त्यात लपलेल्या असतात. एखाद्याने सेवेची गुणवत्ता खालावून खर्च कमी करून दाखवला, तर तो उत्तम परफॉर्मन्स मानायचा का? फक्त भागधारकांचे हित पाहणे किंवा कंपनीची कामगिरी तपासणारे विश्लेषक म्हणतात यावरून परफॉर्मन्स ठरवणे खरोखर अवघड आहे. कामगिरीचा विचार त्यापलीकडे जाऊन व्हायला हवा.

ज्या भारतीय कंपन्या परदेशांत आपले पंख पसरू पाहत आहेत, त्यांच्यासाठी तर कार्यक्षमता आणि परफॉर्मन्स आणखी व्यामिश्र आहे. प्रत्येक देशाच्या उद्योगाच्या गरजा, मागण्या वेगवेगळ्या असतात. अमेरिकेत कमीत कमी पगार आणि सर्वांना समान संधी यावर जोर दिला जातो. युरोपमध्ये पर्यावरणाचे कायदेकानून अन् कामगारांचे एकत्रित मत कदाचित जास्त महत्त्वाचे मानले जाईल. मलेशियात कमीत कमी ठरावीक संख्येने भूमिपुत्रांना सामावून घ्यावेच लागेल. चीनमध्ये कामगारांच्या हिताबद्दल तितके जागरूक राहायची गरज नाही, तर इतर लोकशाही देशांत तसे अजिबात चालणार नाही. मुंबईमध्ये तिथला स्थानिक भागीदार घेतल्याशिवाय उद्योग सुरूच करता येत नाही. भारतातील प्राधान्यता या सर्वांहून वेगळ्या असू शकतात.

असे नियम, अपेक्षा, कायदे वेगवेगळे असताना एखाद्या कंपनीच्या वा व्यक्तीच्या परफॉर्मन्सचे, यशापयशाचे मोजमाप कसे करावे? वेगवेगळ्या उद्योगांची तुलनाही इथे नेमकी करता येणे शक्य नाही. जागतिक अर्थकारण अधिक गुंतागुंतीचे, गुरफटलेले होत असताना, सीईओचा परफॉर्मन्स समतोल वृत्तीने ठरवायची गरज

आहे; कारण प्रत्येक ठिकाणच्या उद्योगाच्या मागण्या, तेथील परिस्थिती, नियम, संस्कृती, मूल्ये, व्यवहार वेगवेगळे आहेत. एक उद्योग वेगवेगळ्या देशांत वेगवेगळ्या तऱ्हेने चालवावा लागणे अपरिहार्य आहे, त्यामुळे परफॉर्मन्स ठरवताना लवचिकता अपेक्षित आहे. यशाचे श्रेय कुणाला कितपत मिळायला हवे याबद्दलही संदिग्धता आहे. सीईओने कर्तृत्व दाखवले, संचालक मंडळाने योग्य धोरण ठरवून निर्णय घेतले; व्यवस्थापकांनी ते नीट राबवले, कर्मचाऱ्यांनी उत्तम आज्ञापालन करत काम केले... या प्रत्येक घटकाची यशातील भागीदारी नेमकी कशी ठरवता येईल आणि ती ठरवल्याशिवाय उद्योगातून होणाऱ्या उत्पन्नाचे वाटप न्याय्य कसे ठरेल?

काही देशांत बहुराष्ट्रीय कंपन्या पगार देताना उजवे-डावे करतात, असा उघड दोषारोप केला जातो; त्याच्या मुळाशी हेच कारण असावे. कारण पगारातील तफावत न्याय्य असतेच, असे नाही. काही उच्चस्तरीय कार्यक्षम गणले जाणारे सीईओ सामान्य कामगाराच्या पाचशेपट पगार मिळवतात; ते खरेच न्याय्य आहे का? एकूण यशामध्ये त्याचे तेवढे श्रेय असते का? पगार देताना कंपनी श्रेयाचाच आधार घेते, असे सूचित होते; ते बरोबर आहे का? मला असे वाटते की, आपल्या देशात कंपनीच्या यशाचा परतावा देताना इथल्या मूल्यांचा, उद्योगाच्या पर्यावरणाचा विचार व्हावा अन् प्रत्येकाला यशाचे उचित श्रेय मिळावे. इथे अनेक उद्योगाच्या नेत्यांनी इतका उत्कृष्ट परफॉर्मन्स दिलेला आहे की त्यांना मिळालेला पगार, परतावा तुलनेने तितका नव्हता, हेही विसरून चालणार नाही. नेमके उद्दिष्ट समोर ठेवून त्यांनी दूरदृष्टीने घेतलेल्या निर्णयामुळे कंपनीची भरभराट होऊ शकली. पीटर ड्रकर या व्यवस्थापन गुरूने म्हटल्याप्रमाणे आणि आपणही डोळे उघडे ठेवून सभोवती पाहिले तर लक्षात येईल की, 'कामाचे समाधान आणि उदात्त हेतूने केलेले काम याची सांगड घालून परफॉर्मन्स तपासला, तर 'ना नफा-ना तोटा' या तत्त्वावर चालणाऱ्या संस्थांचा अग्रक्रम लागेल. या संस्थांच्या नेत्यांना कामाचा मिळालेला मोबदला अगदी कमी होता आणि त्यांच्यासाठी तो अगदीच दुय्यम स्थानावर होता.

नेतृत्वाचा वारसा

तिसरा महत्त्वाचा मुद्दा नेतृत्वाच्या वारसाचा आहे. अगदी अलीकडेपर्यंत नेतृत्वाची पुढील तरतूद करणे, आपला वारस तयार करणे, हे भारतात अस्तित्वात नव्हते म्हटले तरी चालेल. जेव्हा प्रत्यक्ष वेळ उद्भवेल तेव्हाच उरलेले सर्व जण मिळून निर्णय घेत असत. अलीकडे काही कंपन्या याबाबत विचार करायला लागलेल्या आहेत. एरवी हा प्रश्न भावनात्मक करून डावलण्याकडे सर्वसाधारण कल होता; जणू तो सध्याच्या प्रमुखाच्या मृत्यूचा विचार मानला जाई. मात्र, या विषयाची चर्चा करणे आता चुकीचे मानले जात नाही.

कंपनीचा भावी नेता शोधून काढणे, त्याच्या कामगिरीला संधी देऊन पाहणे हे कंपनीच्या हिताचे आहे, असा माझा ठाम विश्वास आहे. म्हणजे कोणत्याही अचानक उद्भवणाऱ्या प्रसंगात नेतृत्वाच्या उतरंडीत पोकळी निर्माण होत नाही. उच्च पदावरच्या अधिकाऱ्यावर वेगवेगळ्या जबाबदाऱ्या सोपवून, त्यांच्या विभागप्रमुखपदी बदल्या करून, त्यांना योजना आखायला लावून, त्या पार पाडायला लावून त्यांचे मूल्यमापन करता येते. विशेषत: आपल्या देशांत अनेक उद्योग हे कुटुंबाच्या सामाईक मालकीचे असतात आणि कुटुंबातील लोकच ते चालवतात. त्यातील निवडक सदस्यांची अशी परीक्षा घेता आली, तर बाहेरच्या कंपनीप्रमाणे त्यांनाही आव्हानांना तोंड द्यावे लागेल अन् त्यातील सर्वोत्कृष्ट कोण आहे, हे शोधता येईल; किंबहुना तशी आज गरज आहे.

आज पुढच्या पिढीला अधिक पर्याय उपलब्ध आहेत. सर्वच तरुणांना आपल्या कुटुंबाच्या उद्योगात रस असतो, असे नाही. शिक्षणाच्या वेगवेगळ्या संधी आणि बदलती नीतिमूल्ये यामुळे अनेक तरुण स्वत:चा रस्ता स्वत: निवडतात आणि कुटुंबाच्या मूळ उद्योगापासून अगदी वेगळी वाट चोखाळतात. अशा वेळी कुटुंबातील कुणी जर उद्योग पुढे चालवू शकत नसतील, तर भावी सीईओ बाहेरचा असण्याची शक्यता वाढते.

भावी नेतृत्व कुणी करायचे, या प्रश्नाला एक छापील उत्तर लागू पडत नाही. सध्याचा नेता नसल्यावर, कोण त्या खुर्चीत बसेल; हे कंपनीतील वरिष्ठांना आणि जगाला सांगणे तेवढे सोपे जात नाही. नंतरच्या वरिष्ठपदाकरिता एकापेक्षा अधिक जण लायक असतील, तर त्यांच्यामध्ये महत्त्वाकांक्षा जागृत होणे साहजिक आहे. आपली कुवत आणि इतरांच्या अपेक्षा यांची प्रत्येकाची कल्पना वेगळी असू शकते. त्या पदावरील सर्वांमध्ये तणावाचे संबंध निर्माण होऊ शकतात. एखादी व्यक्ती उद्योग सोडून जायचा विचार करू शकते. हे सर्व अत्यंत कुशलतेने अन् संवेदनशीलतेने हाताळावे लागते.

सर्वांची एकतानता

चौथे आव्हान आहे ते कंपनीतील सर्व संबंधितांचे विचार जुळणे व त्यांच्यात एकतानता निर्माण होणे, याची काळजी सीईओला घ्यावी लागते. सर्वांचे कामाचे उद्दिष्ट एकच असणे महत्त्वाचे आहे. जसे लहरींमध्ये एकतानता साधली, तर प्रचंड ऊर्जा निर्माण होते; त्याप्रमाणे एकाच उद्दिष्टासाठी काम करणारा गट कंपनीला प्रचंड यश मिळवून देऊ शकतो. संचालक मंडळातील सर्व जण एकाच विचाराने भारलेले आहेत, सर्वांची वेव्हलेंग्थ जुळलेली आहे; हे पाहायची जबाबदारी सीईओची आहे. कंपनीचे धोरण, बजेट, भावी योजना, त्याच्या राबवण्याच्या पद्धती आदी महत्त्वाचे

मुद्दे ठरवताना सर्वांची एकवाक्यता हवी, त्यासाठी खुला संवाद हवा, माहितीची पारदर्शक देवघेव हवी. एखाद्याला पटत नसेल, तर त्याला पटवून देण्याची हातोटी हवी आणि कंपनीच्या हिताची तळमळही हवी. संचालक मंडळामध्ये एकमताने निर्णय होणे, ही आज लोकशाही प्रक्रिया होत आहे. आजचा सीईओ मनमानी करून कंपनीवर काही लादू शकत नाही. आपलाच शब्द खरा व्हायला हवा, हे गृहीत धरू शकत नाही. कंपनीच्या एखाद्या खोलीत बसून ठरवलेले आराखडे योग्य असले, तरी संचालक मंडळातील सर्वांना ते पटतीलच, असे नाही.

इथे सर्वांची 'वेव्हलेंथ' जुळण्याची संकल्पना महत्त्वाची ठरते. सर्वांनी धोरणात्मक विचार प्रधान मानायला हवा, हे म्हणणे सोपे असले तरी जमून येणे कठीण आहे. वरिष्ठांनी आज्ञा करून नियंत्रण ठेवायचे, ही कार्यपद्धती अनेक भारतीय कंपन्यांत रुजलेली आहे. त्यामुळे फक्त उच्चतम अधिकारी निर्णय घेतात, इतर फक्त आज्ञा पाळतात; विचार करणे थांबते. हे व्यवहार्य ठरत नाही. सर्व स्तरांतील अधिकारी जेव्हा विचारपूर्वक काम करू लागतील, तेव्हा प्रत्येकाच्या कुशलतेचा कंपनीला फायदा होतो आणि त्याच्या स्तरावर उत्तर शोधणे सोपे होते. सीईओने या प्रकारच्या एकरूपतेसाठी प्रेरणा घ्यायला हवी.

गुणवत्ता सांभाळणे

अत्यंत गुणवान लोकांना सांभाळून घेणे, हे सीईओसमोरचे पुढचे म्हणजे पाचवे आव्हान आहे. माणूस जेवढ्या उच्च गुणवत्तेचा, तेवढे त्याला सांभाळणे कठीण असते. उद्योगाच्या यशस्वितेसाठी हेच लोक महत्त्वाचे असतात, याबद्दल दुमत नाही. या लोकांना सांभाळणे, टिकवून ठेवणे, त्यांचे इगो गोंजारत राहून काम करून घ्यायचे कौशल्य सीईओकडे हवे. ही बाब नीट हाताळली नाही, तर उलटा परिणाम होऊ शकतो. काही वेळा उद्योगामधील काही लोक उच्च गुणवत्तेचे काम करतात, असे त्यांना लेबल चिकटते. इतर कर्मचाऱ्यांमध्ये दुफळी माजून अस्वस्थता येते, तसेच त्या व्यक्तीत आपल्या गुणवत्तेबद्दल फाजील आत्मविश्वास निर्माण होण्याची शक्यताही उद्भवते. हे दोन्ही टाळायला हवे. त्यांची गुणवत्ता उघडपणे उच्च असली, तरी इतरांसाठी तो मत्सराचा विषय होत नाही याची काळजी सीईओने घ्यायला हवी; नाहीतर त्याच्या गुणवत्तेचा उपयोग करून घेणे, हा हेतूच बारगळतो.

प्रज्ञावान लोकांपुढे वादाचे प्रसंग अधिक प्रमाणात उद्भवतात. त्याचे कारण, ते आपली मते कशाचा मुलाहिजा न बाळगता बोलून दाखवतात. वैयक्तिकदृष्ट्या मला वाटते की, आपले मत बोलून दाखवणे चांगली गोष्ट आहे; त्याला उत्तेजन द्यायला हवे. त्यातून उद्भवणारे वाद नेत्याला नीट हाताळता यायला हवेत. हे वाद त्या-त्या बाबीपुरते मर्यादित ठेवावेत अन् तसेच त्यांच्याकडे पाहायला हवे. त्यामध्ये

वैयक्तिक रंग मिळू नयेत.

या एका बाबतीत उद्योगातील व्यक्तींना राजकारणी लोकांकडून शिकता येईल. संसदेत वा पक्षाच्या सभागृहात ते हमरीतुमरीने येऊन भांडताना दिसतात अन् एकदा का बाहेर पडले की, मित्रासारखे गळ्यात गळा घालून फिरताना दिसतात. वकीललोकही असेच असतात. कोर्टात त्यांची कितीही भांडणे झाली तरी वैयक्तिक मैत्रीमध्ये बाधा येत नाही. भारतीय उद्योगात दुर्दैवाने असे निरोगी वाद होत नाहीत. मतभेद होणे म्हणजे माणसे दुरावणेच मोठ्या प्रमाणावर होते. कर्मचाऱ्यांनी तोंड बंद करून निमूटपणे काम करावे यासाठी अधिक पैसे मोजायची उद्योगांची तयारी असते. भविष्यात हा मुद्दा कर्मचाऱ्यांच्या मूल्यमापनासाठी महत्त्वाचा ठरेल, असे मला वाटते.

मतभेद हाताळण्याच्या संदर्भात प्रज्ञावंत लोकांना उद्योगसमूहात फारसे चांगले वातावरण लाभत नाही. इतर व्यवसाय त्यांना चांगल्या प्रकारे सहन करतात; पण उद्योगामध्ये त्यांची गरज नक्कीच असते. अशा प्रज्ञावंत, कुशल लोकांकडूनच एखादी अफलातून कल्पना वा संपूर्ण नवी प्रक्रिया मिळून उद्योग भरभराटीला येतात. बुद्धिमान, स्वतंत्र, आंत्रप्रुनर वृत्तीच्या लोकांना दुसऱ्या कुणाच्या हाताखाली काम करणे सोपे जात नाही. अमेरिकेत याचा फार छान उपयोग अर्थसंस्थांनी करून घेतला. सुस्थिर उद्योगात रमू न शकणाऱ्या प्रज्ञावंतांना पकडून त्यांच्या सर्जनशील कल्पना उचलून धरल्या अन् यश मिळवले.

नीतिमूल्ये ठरवणे

सीईओसमोरचे शेवटचे आव्हान म्हणजे उद्योगाची नीतिमूल्ये ठरवून त्यांना चिकटून व्यवहार पार पाडणे. इथे त्यांची भूमिका अहम् महत्त्वाची ठरते. बाहेरच्या जगात कंपनीची प्रतिमा बव्हंशी सीईओमुळे ठरते. कंपनीची वैशिष्ट्ये कशात आहेत, इतरांपेक्षा ती कशी वेगळी आहेत, हे सीईओने पुढे होऊन ठरवायचे असते आणि इतरांपर्यंत पोहचवायचे असते. नीतिमूल्यांच्या बाबतीत कंपनीचे सर्वोच्च स्थानच अत्यंत महत्त्वाचे असते. वरवर हे साधणे सोपे वाटले तरी त्याला अनेक कंगोरे आहेत. सीईओची स्वत:ची मूल्ये आणि त्याने कंपनीला दिलेली मूल्ये यात तफावत असावी का? त्याचप्रमाणे कंपनीतील इतर उतरंडीवरील व्यक्तींसाठी कंपनीची मूल्ये अन् त्यांची वैयक्तिक मूल्ये यांत संघर्ष उत्पन्न झाला, तर त्याने श्रेष्ठ-कनिष्ठता कशी ठरवावी? एखाद्या कंपनीची 'अधिकृत' नीतिमूल्ये असा काही प्रकार असू शकतो का? नीतिमूल्ये ही ठरवून, आज्ञा देऊन पाळणे शक्य होईल का?

कधी कधी ही नीतिमूल्ये पाळायचा अट्टहास केला की, परफॉर्मन्सवर परिणाम होतो, ती अडथळा बनू शकतात. शिवाय काळाप्रमाणे आधुनिकता येते, बदल

घडतात; त्याला अनुरूप अशी नवी संस्कृती बनते, नीतिमूल्येही बदलतात. हे पचवता यायला हवे. थोडक्यात सांगायचे तर, नीतिमूल्यांची ठोस चौकट वा साचा नसतो; त्यात संदिग्धता असते, लवचिकताही असते, तरीही नीतिमूल्ये निर्धारित करणे, ही सीईओची जबाबदारी आहे. त्यापलीकडे जाऊन उत्तरे शोधणे सोपे जात नाही. मला तर वाटते की, प्रत्येक उद्योगाने आपली स्वतंत्र नीती ठरवावी अन् मूळ ढाचा तोच ठेवून इतर वरवरचे बदल काळानुरूप स्वीकारत जावे. व्यवहार पार पाडताना मूळ चौकट समोर ठेवावी अन् अलीकडे-पलीकडे जावे लागेल, तेव्हा आपली विवेकबुद्धी शाबूत ठेवावी.

माइंड जिम – आत्मपरीक्षणासाठी स्वतःला प्रश्न विचारा आणि उत्तरे शोधा.

सीईओ म्हणून स्वतःचे मूल्यमापन करा.

- उद्योगाबाहेरच्या लोकांना भेटण्यासाठी तुम्ही किती वेळ खर्च करता? आणि तुमच्या उद्योगातील मॅनेजरसोबत किती वेळ घालवता?
- तुमच्या स्पर्धकांबाबत तुम्हाला कितपत माहिती आहे? यामध्ये स्थानिक आणि आंतरराष्ट्रीय पातळीवरच्या स्पर्धकांचा समावेश आहे. त्यांची बलस्थाने आणि धोरणे तुम्हाला किती समजतात?
- तुमच्या उद्योगातील परफॉर्मन्सचे मापदंड ठरवताना तुम्ही भारतीय आणि परदेशी कंपन्यांचा संदर्भ वापरता का? उद्योगातील रोजच्या व्यवहाराचा परफॉर्मन्स कसा मोजता? वेगवेगळ्या विभागांचा परफॉर्मन्स ठरवताना वेगळा विचार होतो का?
- तुमच्या उद्योगामध्ये पुढील वारस ठरवायची प्रक्रिया सुरू आहे का? आणि ती सर्वांपर्यंत पोहचवली जाते आहे का?
- तुमच्या उद्योगात कर्मचारी सोडून जाण्याचे प्रमाण कितपत आहे? इतर उद्योगांशी तुलना करून पाहताना ते कितपत कमी-जास्त आहे? तुम्ही उद्योगविश्वातील प्रज्ञावंत व्यक्तींना आकर्षून घेऊ शकता का? अशांना आकर्षित करावे, असे तुम्हाला वाटते; की कार्यरत व्यवस्थापक पुरेसे आहेत, असे तुमचे मत आहे?
- अंतर्मुख होऊन स्वतःला प्रश्न विचारणे, त्याची प्रामाणिकपणे उत्तरे शोधणे आणि त्यानुसार स्वतःचे मूल्यमापन करणे याला विचारांचा व्यायाम अथवा 'माइंड जिम' अशी संज्ञा आहे. या पुस्तकातील प्रत्येक लेखकाने आपल्या लेखाच्या शेवटी 'माइंड जिम'साठी प्रश्न दिले आहेत.

३
जागतिकीकरण

अश्विन दाणी
कार्यकारी संचालक – एशियन पेंट्स

श्री. अश्विन दाणी यांनी एशियन पेंट्स या रंगनिर्मिती करणाऱ्या उद्योगाचे कार्यकारी संचालकपद १९९७ मध्ये स्वीकारले, तेव्हा कंपनीसमोर जागतिक स्पर्धेला तोंड देण्याचे आव्हान होते. त्यासाठी कंपनीचा विस्तार करणे जरुरीचे होते. दुसऱ्या आंतरराष्ट्रीय कंपन्या आपल्या आधिपत्याखाली आणून हा विस्तार करायचा; असे त्यांनी ठरवले, अमलात आणले आणि बहुराष्ट्रीय कंपनी म्हणून आपला पाया विस्तृत व भक्कम केला. २००३ पर्यंत एशियन पेंट्सची बावीस देशांत मिळून तेवीस उत्पादन केंद्रे होती. दुसरी कंपनी कब्जात घेणे, ही पहिली पायरी तुलनेने सोपी होती; पण नंतर आपले धोरण राबवून दाखवणे कठीण होते. पाच वर्षांत सहा कंपन्या कब्जात घेऊन श्री. दाणी यांनी यश मिळवून दाखवले. हे करताना अनेक समस्या उद्भवल्या. स्थानिक कौशल्याचा वापर करणे, कामगारांनी सोडून जाणे, माहितीची देवघेव करणे, हे त्यातील काही कठीण प्रश्न होते. जागतिक स्तरावर व्यवस्थापन हाताळायचा अनुभव नसलेल्या भारतीय कंपनीसाठी या समस्या सोडवणे सोपे नव्हते. एशियन पेंट्सने नव्या प्रक्रिया राबवून, नव्या पद्धती रूढ करून हे साध्य करून दाखवले. या लेखात श्री. अश्विन दाणी यांनी योग्य वेळी योग्य पावले उचलून एका पूर्णतया भारतीय कंपनीचे 'ग्लोबल' अथवा जागतिक स्तरावरील बहुराष्ट्रीय कंपनीमध्ये कसे परिवर्तन केले, याचा वेध घेतला आहे.

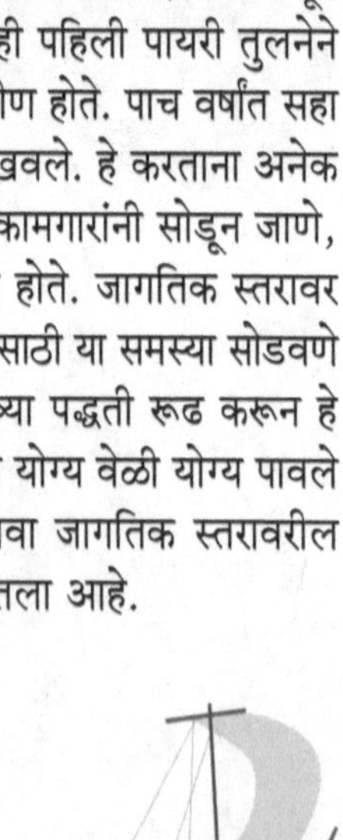

> *बहुराष्ट्रीय कंपनीप्रमाणे विचार करा अन् भारतीयांप्रमाणे*
> *व्यवस्थापन राबवा.*

"आमची एशियन पेंट्स आम्ही सर्व ठिकाणी नेऊ शकत नव्हतो वा बर्जरही सर्व जागी पोहोचवू शकत नव्हतो, हीच आमची समस्या होती."

– श्री. अश्विन दाणी

पंख पसरणे

एका विशाल प्रवासाचा भाग म्हणून मी देशविदेशांत फिरू लागलो होतो. त्याची सुरुवात अगदी ठिणगीप्रमाणे झाली. एका महत्त्वाकांक्षी स्वप्नाची प्रेरणा मिळाली आणि पुढे त्या स्वप्नाने सर्व सीमा ओलांडल्या. १९९९ ते २००३ ही वर्षे अत्यंत दगदगीची, पण रोमहर्षक होती. फक्त तीनशेपन्नास लोकांच्या मदतीने चार देशांत चाललेला आमचा उद्योग एकदम चौपट वाढत जगभरातील सुमारे १३५० लोकांच्या करिअरचा महत्त्वाचा भाग बनला. आधी आमच्या उद्योगाची देशाबाहेरील उलाढाल दीड कोटी डॉलर्स म्हणजे सुमारे ७५ कोटी रुपये इतकी नगण्य होती; पण सप्टेंबर २००२ मध्ये सिंगापूरस्थित बर्जर इंटरनॅशनल लिमिटेड (बी. आय. एल.) विकत घेतल्यावर आमची उलाढाल पाचशे कोटी रुपयांपर्यंत वाढली. भारतातील विक्रीही १६०० कोटी झाली. एका रात्रीत आम्ही रंगविक्रीमध्ये अनेक देशांत नेतृत्व करू लागलो, आमच्या उद्योगाचा विस्तार वाढला, यशाचे

प्रमाण वाढले. हे सर्व नीट हाताळणे, त्याचे व्यवस्थापन सांभाळणे गुंतागुंतीचे अन् व्यामिश्र होते.

जळमटे काढून टाकणे

नोव्हेंबर २००२ पर्यंत आम्ही बी. आय. एल.मधील ५०.१ टक्के समभाग घेतले आणि कंपनीचा ताबा मिळवला. सिंगापूरच्या शेअर बाजारात नोंद झालेली आमची पहिली भारतीय कंपनी होती. एवढेच नव्हे, तर तिथे अंशत: 'पब्लिक इश्यू' काढून भांडवल उभारणीचे दिव्य यशस्वीरीत्या करणारी पहिली भारतीय कंपनीही आमचीच होती.

ताबा घेतल्यानंतर आमचा अग्रक्रम म्हणजेच पहिला क्रमांक त्या कंपनीतील संस्कृतीशी जुळवून घेण्याला होता. तिथे काही छुपी, लपवलेली कृत्ये असली तर ती शोधून काढणे भाग होते. प्रथम हिशोब नीट लिहिणे, ते पूर्ण करणे, पहिले रिझल्ट भागधारकांना कळवणे, सर्व जुन्या नोंदी पुन:पुन्हा उकरून तपासणे; रात्र-रात्र जागून बँकेचे, वकिलाचे, हिशोब तपासणाऱ्यांचे समाधान करणे असे सव्यापसव्य सुरू झाले. आम्ही बर्जरच्या सर्व देशांतील उत्पादन केंद्रांना भेटी देऊन आवश्यक कामे उरकली. काही काळ आमच्या हिशोब तपासणाऱ्या ऑडिटर्सना नेमके काय चालले आहे, असा संभ्रम पडला. पण आमचे धोरण, नीतिमूल्ये ठरलेली होती अन् त्यानुसार जी काही साफसफाई करावी लागेल, ती वर्षभरात संपवायची, हे पक्के ठरवलेले होते. पहिल्या काही आठवड्यांत आम्ही केवळ यावरच लक्ष केंद्रित केले. आधी सर्व तांत्रिक बाबी आटोपल्या आणि मग व्यवस्थापनाकडे वळलो.

हवाई प्रवासाचे पर्व

आमच्या वाढलेल्या पसाऱ्याची आम्हाला त्यानंतरच प्रकर्षाने जाणीव झाली. आम्ही आता एक भारतीय बहुराष्ट्रीय कंपनी होतो, हे सत्य आमच्यावर येऊन धडकले. पाचही खंडांत आमचा पाय आता रोवलेला होता. जगभरातील रेखांशावर वेळेचे पट्टे ठरतात, त्या चोवीस पट्ट्यांपैकी तेरा पट्ट्यांत आमचे अस्तित्व होते. बावीस देशांत मिळून तेवीस कारखाने होते. नवी माणसे, नवे ग्राहक, नवे ब्रँड आदी सर्व आम्हाला सांभाळायचे होते आणि सर्वांत महत्त्वाचे म्हणजे, त्यात सुसूत्रता आणायची होती. कंपनीतील हे नवे लोक वेगळ्या पार्श्वभूमीचे, वेगळ्या संस्कृतीतील, वेगळ्या भाषा बोलणारे होते. त्यांचे व्यवस्थापन करणे, ही एक सतत चालणारी प्रक्रिया होती. कंपनीतील वेगवेगळ्या व्यवस्था अन् व्यवहार कार्यक्षमतेने चालवणे, हे आमचे पहिले लक्ष्य होते.

परिपूर्ण कार्यक्षमतेने सर्व व्यवहार करणे, हे एशियन पेंट्सचे वैशिष्ट्य आहे. ठरलेल्या नीतिमूल्यांना चिकटून प्रत्येक विभागाचे काम उच्च दर्जाच्या ठरावीक पद्धतीने पूर्ण केले जाते. मग ते मालाचे वितरण, उपलब्धी, विक्री, निर्मिती असो वा सेवेची गुणवत्ता असो; इथे कार्यक्षमता पहिल्या क्रमांकावर आहे. विशेषत: जमाखर्चाचे व्यवस्थापन काटेकोर असते आणि हे सर्व व्यवहार आमच्या एशियन पेंट्सच्या संस्कृतीचा एक भाग आहे. त्यामुळे ते सहजतेने पार पाडले जातात. दुसरी कंपनी ताब्यात घेतल्यावर आमच्या कामाच्या पद्धती तिथे ताबडतोब लादणे शक्य नव्हते. हे अगदी ठामपणे पण सावकाश व्हायला हवे होते. बर्जर कंपनीचा सुस्थापित ब्रँड सुरक्षित ठेवून त्यांची उत्पादन केंद्रे आणि माणसे सामावून घ्यायची होती. फायदा मिळविणे आणि भागधारकांचे हितरक्षण याला आमचा अग्रक्रम आहे, हे त्यांना आम्ही पटवू शकलो आणि नंतर आमची व्यवस्थापनपद्धती म्हणजे ऑपरेटिंग प्लॅन्स (ओपीएल) त्यांच्या कंपनीत रुजवायला सुरुवात झाली.

पहिल्या तीन महिन्यांत श्री. पी. एन. खन्ना या आमच्या एका प्रमुख निष्णात अधिकाऱ्याने बर्जरच्या सर्व केंद्रांना भेट देऊन आमचा इरादा स्पष्ट केला. श्री. खन्ना सध्या बर्जरचे सीईओ आहेत. नंतर जलज – माझा मुलगा त्या-त्या केंद्रांना भेटी देऊन आमच्या कंपनीच्या धोरणांबाबत, नीतीबाबत त्यांना सांगून आला. आपले संचालक बदलले आहेत, त्यांच्याशी आता जुळवून घेणे, संवाद साधणे त्या लोकांनाही महत्त्वाचे वाटत होतेच. जानेवारी २००३ पर्यंत आमच्या 'ओपीएल' सर्व ठिकाणी सुरू झाल्या अन् सहजपणे स्वीकृत झाल्या.

एकत्रीकरण होताना....

या काळापर्यंत आम्हाला बर्जर कंपनीची बलस्थाने आणि मर्यादा कळून चुकल्या होत्या. उदा. बर्जर कंपनी जगभरात ओळखली जाते. पण इंडोनेशियामध्ये परवान्यासाठी करार करताना त्यांचा दबदबा आमच्या लक्षात आला आणि मर्यादा म्हणाल, तर गेल्या पाच-सहा वर्षांत कंपनीचे चार सीईओ बदलले होते. बर्जरचे जगभरात नेमके किती ब्रँड्स आहेत याची अधिकृत आकडेवारी उपलब्ध नव्हती. त्यांची बौद्धिक संपदा, पेंटट्स आदी हाताळणे हे एक महत्त्वाचे कठीण काम समोर आव्हान म्हणून उभे ठाकले होते.

आम्ही प्रत्येक विभागातील ब्रँड्सची यादी करायला सुरुवात केली आणि सर्व रजिस्टर करून ब्रँडनेमचे हक्क निश्चित केले. वेगवेगळी नावे, लोगो, त्यांची आरेखने, ट्रेडमार्क आदींवर अधिकृत मालकी मिळवली आणि त्याच वेळी त्या-त्या देशांतील कंपन्या कशा चालवल्या जातात, त्यामध्ये कसे व्यवहार होतात, त्यातील कोणते आपल्याला उपयुक्त ठरतील याचा शोध घ्यायला सुरुवात केली.

उदा. 'आयएसओ' हे उत्तम दर्जाचे प्रमाणपत्र घेण्यासाठी जी कागदपत्रे करावी लागतात, ती जमैकामध्ये चांगल्या प्रकारे केली होती. मग सर्व शाखांमध्ये त्या पद्धतीने फाइल्स ठेवायच्या, हे आम्ही ठरवले. बर्जरमध्ये विक्रीच्या नोंदी ठेवण्याची प्रक्रिया आदर्श होती, हेही आमच्या लक्षात आले. तिथे प्रत्येक विभाग दर महिन्याच्या एक तारखेला आपापला विक्री रिपोर्ट सादर करत असे अन् नफातोट्याचे हिशोब आठ तारखेपर्यंत तयार होत. कंपनीला तोटा होत असला तरी ही पद्धत व्यवस्थित सुरू होती. एकत्रीकरण होताना प्रत्येकाचे चांगले ते उचलता आले.

साखरेचा चमचा

दरम्यान, आमच्या लक्षात आले की, बर्जरमध्ये मार्केटिंगच्या तंत्रात काही त्रुटी होत्या. मागणी असलेल्या मालापेक्षा इतर मालाची निर्मिती जास्त होत होती. तसेच कुठे काय विकते अन् निर्माण होते यामध्ये नेमकी एकवाक्यता नव्हती. पण नव्या कंपनीत गेल्या-गेल्या एकदम विक्रीव्यवहार बदलणे योग्य ठरले नसते. कारण उद्योग म्हणजे फक्त उत्पादन अन् निर्मिती नसते; तर त्यात ग्राहक, कर्मचारी अशी माणसेही गुंतलेली असतात. ताबा घेतल्यावर भावनात्मक बाबीही सांभाळून घेणे आम्हाला भाग होते. नवा मालक कसा असेल याची त्यांच्या मनातील धास्ती दूर करून आम्हाला उद्योग वाढवायचा आहे, ग्राहकांना चांगली सेवा द्यायची आहे आणि त्यासाठी त्यांचे सहकार्य हवे आहे, असा विश्वास त्या लोकांना देणे जरुरीचे होते.

फेब्रुवारी २००३मध्ये आम्ही तेवीस देशांतील सर्व ग्लोबल मॅनेजर्सची म्हणजे त्या-त्या ठिकाणच्या उच्च व्यवस्थापकांची, वरिष्ठ अधिकाऱ्यांची आणि उत्पादन विभागप्रमुखांची एक परिषद भरवली. जेव्हा आपण एकाच प्रकारच्या समस्यांना तोंड देतो आहोत, हे लोकांना उमजते; तेव्हा ते आपल्याला विचारांची देवघेव करतात. या परिषदेत प्रथमच भेटणाऱ्या त्या सर्वांनी आपापल्या समस्या आणि त्यावरची उत्तरे यांची चर्चा केली. आपण सर्व एकाच गटाचे भाग आहोत, वेगवेगळ्या जागी वेगळ्या पद्धती असल्या तरी टीम म्हणून आपण एक आहोत, एकत्र राहून काम करण्यातील फायदे मिळवायला हवेत; ही भावना त्या परिषदेमुळे दृढ झाली.

या परिषदेत आम्ही आमच्या कंपनीची चार प्रमुख मार्गदर्शक तत्त्वे त्यांना सांगितली. जबाबदारी, प्रयोगशीलता, विश्वास अन् सतत सुधारणा या तत्त्वांमुळे आमचा उद्योग यशस्वी ठरलेला आहे. आज तीच चार तत्त्वे आमच्या सर्व देशांतील व्यवहारांचा गाभा आहे. फक्त सध्या असलेल्या उद्योगासाठीच नव्हे; तर भविष्यात आमच्या ज्या योजना आहेत, ज्या क्षेत्रात आम्ही विस्तार करू इच्छितो; तिथेही हीच चार मूल्ये आमच्या व्यवहाराच्या केंद्रस्थानी असतील. आमची उद्योगविश्वातील प्रतिमा याच पायावर ओळखली जावी, असे आम्हाला वाटते.

या परिषदेत अधिकाऱ्यांनी एशियन पेंट्सबद्दल अनेक प्रश्न विचारले. आमची नीतिमूल्ये कोणती? आता ते सर्व एशियन पेंट्सचा भाग आहेत, तेव्हा त्यांच्याकडून आमच्या कोणत्या अपेक्षा आहेत? त्यांचे प्रश्न ऐकताना आम्हाला लख्ख उमज पडला की, या सर्वांचे करिअर आता आमच्यावर अवलंबून आहे. हे सर्व जण आता आमच्या छत्राखाली आहेत.

उच्च अधिकाऱ्यांना आमच्या साच्यात बसवणे

मी जर बर्जरमधील शंभर लोकांना काढून टाकले असते, तर सरळ दहा लाख डॉलर्स फायदा कमावला असता; पण त्यामुळे बर्जरचे व्यवहार एकदम पंगू झाले असते. कोण टिकले, कोणाला काढले, पुढचा नंबर कोणाचा; याशिवाय कंपनीतील लोकांमध्ये दुसरी कोणतीही चर्चा उरली नसती. आम्ही त्यांचे मारेकरी आहोत, अशी आमची प्रतिमा त्यांच्यासमोर उभी करण्यात आम्हाला बिलकुल रस नव्हता.

बर्जरमध्ये चांगली कार्यक्षम माणसे होती. आम्ही कंपनीला कब्जात घेतल्यावर फक्त तीस-पस्तीस जणांना जावे लागले. त्याच वेळी जरूर नसेल तर आम्ही आमची माणसे त्या कंपनीत अजिबात घुसवली नाहीत वा आमच्या माणसांसाठी खास पदे निर्माण केली नाहीत. काहीतरी अंतर्गत भांडणे होऊन चीनमधील केंद्र बंद पडले होते. ती समस्या सोडवून तिथे आमचा एक वरिष्ठ अधिकारी नेमला अन् प्रमुखपदही दुसऱ्याला द्यावे लागले. बाकी सर्व कर्मचारी स्थानिकच राहिले. सिंगापूरला आम्हाला भारतीय व्यवस्थापक पाठवावा लागला, कारण तिथे सीईओचे पद रिक्त होते. म्यानमारमध्येही हेच घडले.

रंगनिर्मितीमध्ये स्थानिक कुशल कामगार महत्त्वाची भूमिका बजावतात. माझे असे मत आहे की, कंपनी जर तोट्यात असेल तरच त्यामध्ये ढवळाढवळ करावी. कंपनीचा विकास करण्यासाठी आम्हाला मनुष्यबळ हवेच होते आणि परदेशांतील बाजारपेठेत उतरायचे तर तेथील स्थानिक भाषा, संस्कृती जाणणाऱ्या लोकांची गरज पडतेच. तेव्हा तिथल्याच लोकांना ठेवून विस्तार करणे आम्हाला सोपे झाले असते. पुढील २०-३० वर्षे त्यांनी आमची सेवा बजावली असती. त्यांना दिशा दिली तरी आम्हाला यश मिळवता येईल, हे मनाशी ठरवून आम्ही त्यामध्ये बदल केले नाहीत.

उदाहरण द्यायचे झाले, तर जलज जेव्हा सिंगापूरला गेला; तेव्हा भारतातून विक्रीप्रमुख अधिकारी पाठवा, असे त्याला सांगण्यात आले. पण आम्ही त्याला नकार दिला. सिंगापूरला चिनी भाषा बोलणारा, चिनी अन्न खाणारा अन् त्यांचेच सण साजरे करणारा विक्रीप्रमुख हवा, हे तेथील सीईओला पटवायला आम्हाला दोन महिने लागले.

प्रत्येक देशांतील उत्पादन केंद्रांत पाच ते सहा व्यक्ती स्थानिक असाव्यात आणि त्यांना भागीदारी तत्त्वावर घ्यावे, असे धोरण आम्ही ठरवले. जाहिरात, व्यवस्थापन, अर्थ व हिशोब, उत्पादन आणि पुरवठा व विक्री अशा पाच क्षेत्रांत स्थानिक व्यक्ती भागीदार घेऊन त्यांना भारतात तसेच इतर ठिकाणी नेऊन आमच्या पद्धतीने व्यवहार करणे कसे चांगले आहे, हे दाखविण्यात आले. एशियन पेंट्सची बलस्थाने त्यांनी समजावून घ्यावीत, ही इच्छा त्यामागे होती. त्यांनी वेगवेगळ्या देशांत जाऊन तिथले कामकाज पाहायची इच्छा दर्शवली, तेव्हा आम्ही त्यांना अडवले वा थांबवले नाही. एशियन पेंट्स वा बर्जरचे कोणतेही केंद्र पाहायला त्यांना मनाई नव्हती. तसेच भारतातील विशेष गुणवत्तेची रंगनिर्मिती करणाऱ्या तंत्रज्ञांनाही आंतरराष्ट्रीय बर्जर केंद्रांत पाठवून तंत्रज्ञान शिकायची संधी दिली. लोकांना असे प्रशिक्षण देणे आणि तंत्रज्ञानाची देवघेव करण्यासाठी फार मोठ्या प्रमाणावर प्रवास करावा लागला, त्यासाठी भरपूर पैसे खर्च झाले. त्यामुळे अर्थव्यवस्थेवर ताणही आला; पण माझा दृढ विश्वास होता की, लोकांना विकसित करण्यासाठी पैसे खर्च झाले तरी अंतिमतः ते फायद्याचेच ठरते. बाजारात जोरदार मुसंडी मारून, इतर जागी पैसे वाचवून आम्ही हा खर्च भरून काढला.

विभागवार विचार करा अन् कृती स्थानिक परिस्थितीनुसार करा.
उत्कृष्ट वितरणसाखळी हे एशियन पेंट्सचे सहावे बलस्थान आहे. या वितरणसाखळीचे व्यवस्थापनकौशल्य बर्जरच्या सर्व केंद्रांत आम्हाला न्यावे लागले. त्यासाठी आमचा केंद्रस्थानी ठेवलेला विचार होता – 'विभागाचा विचार करा आणि स्थानिक परिस्थितीनुसार कृती करा.'

खरेदी, कर्मचाऱ्यांची भरती, ब्रँड्स आदी सर्व जागी स्थानिक विचार महत्त्वाचे ठरतात. त्यामुळे एकूण विभागच भरभराटीला येतो.

उदा. साऊथ पॅसिफिक या छोट्या बेटाचे व्यवहार आमच्या एकूण उद्योगामध्ये नगण्य आहेत. पण बेट असले की तिथले अर्थकारण वेगळे असते, हे तिथे काम करताना आमच्या लक्षात आले. मध्य-पूर्वेत आमचे उत्पादन अरब अमिराती, ओमान, बहारिन, इजिप्त इथे होते. तेथील पाच सर्वोत्तम उद्योगांत त्यांची गणना होत होती. तिथे विकसनाच्या संधी तुलनेने अधिक होत्या. तेथील व्यवस्थापन स्थानिक होते. तिथल्या कायद्याच्या, नियमांच्यानुसार ते चालत होते; पण बहुतांश कर्मचारी भारतीय होते. आम्ही जरूर तिथे असा लवचिकपणा ठेवला होता.

संथ प्रवाह
जागतिकीकरणानंतर विस्तार आणि विकास केंद्रस्थानी ठेवल्यामुळे आम्हाला

माहिती आणि ज्ञान याची देवघेव होण्यासाठी चांगली व्यवस्था करणे जरुरीचे होते. त्यासाठी 'ट्रान्स ओशन' या संस्थेचे काम पाहून आम्ही व्यवस्था आखली. 'ट्रान्स ओशन' ही जगभरातील रंगनिर्मिती करणाऱ्या स्वतंत्र कंपन्यांची संघटना आहे. पाण्याखाली असणाऱ्या वस्तूंना आणि संरक्षण म्हणून रंगलेपन वापरणाऱ्या वस्तूंना रंग देण्याचे तंत्रज्ञान त्यांचे सदस्य एकमेकांना देत असतात.

आता आमचे हातपाय जगभर पसरलेले असल्याने आम्हीही एकेका केंद्रातील उत्कृष्ट ते तंत्रज्ञान इतर कंपन्यांत वापरायचे ठरवले होते. याचा सरळ अर्थ असा की, एशियन पेंट्समधील तज्ज्ञ बर्जरमध्ये अन् तिथले एशियन पेंट्समध्ये अशी देवघेव वेगवेगळ्या देशांतील केंद्रांत होणार होती. विशेषत: तंत्रज्ञानाची देवघेव सुरळीत व्हावी यावर लक्ष देणे आम्हाला महत्त्वाचे वाटत होते. प्रत्येक केंद्रांतील उत्तम ते इतर केंद्रांत जावे अन् एकत्रीकरणाचा सर्वांनाच फायदा व्हावा, हा हेतू त्यामागे होता. त्यासाठी नेतृत्व करू शकतील, अशा 'लीड टेक्नॉलॉजी सेंटर' आणि 'विभागीय तंत्रज्ञान केंद्र' म्हणजे 'रिजनल टेक्नॉलॉजी सेंटर' यांची स्थापना आम्ही केली. प्रत्येक केंद्रात पाच-सहा लोक असत. प्रत्येकाने स्थानिक तंत्रज्ञान, उपलब्धता, उत्पादन यंत्रसामग्री इत्यादींचा अद्ययावत तपशील ठेवायचा अन् मागणीनुसार तो इतरांना ताबडतोब उपलब्ध करून द्यायचा, अशी व्यवस्था होती. 'लीड टेक्नॉलॉजी सेंटर'मध्ये कोणतेही काम एखाद्या विशिष्ट क्षेत्रात उत्कृष्ट होत असेल, तर त्याचा फायदा इतरांना करून देण्यासाठी 'सेंटर ऑफ एक्सलन्स' पद्धतीने राबवून सर्वच केंद्रांत उत्कृष्टता आणायचा प्रयत्न केला जाणार होता. उदा. दुबईमध्ये तयार लाकडी वस्तूंवरून शेवटचा हात फिरवणे म्हणजे फिनिशिंग उत्कृष्ट होते, तर तिथे त्याचे 'लीड टेक्नॉलॉजी सेंटर' असेल अन् येथूनच जगभरातील आमच्या इतर कंपन्यांना फिनिशिंगचे तंत्रज्ञान पुरवले जाईल.

अशी देवघेव सुरळीत होण्यासाठी संपर्क यंत्रणा सुधारायची गरज होती. म्हणजे कॅरेबियन देशांतील केंद्राला जर लाकडाच्या फिनिशिंगचे तंत्रज्ञान हवे असेल, तर तसे विभागीय तंत्रज्ञान केंद्रातील व्यवस्थापकाला सांगण्यात येईल अन् तो दुबईहून ते तंत्रज्ञान ताबडतोब तिथे आणून पुरवेल. ज्ञानाची अशी देवघेव वेगाने अन् कार्यक्षमतेने होईल.

भारतीयत्वाच्या कोशापलीकडे

अंतर्गत संपर्क जसा सुधारायला हवा, तसा आपल्या ग्राहकाशी संवाद सुधारणेही गरजेचे आहे. पैशाचा पुरेपूर मोबदला देणारे स्वस्त उत्पादन हा एशियन पेंट्सचा हुकमाचा एक्का आहे, हे आमच्याबरोबर आमच्या ग्राहकांनाही ठाऊक आहे. पण जगातील इतर बाजारपेठेत तसे चालेलच, असे नाही. उदा. श्रीलंकेमध्ये मालाच्या

गुणवत्तेला, उंची दर्जाला अधिक महत्त्व देतात. त्यासाठी अधिक पैसे मोजायची ग्राहकांची तयारी असते.

एशियन पेंट्स वा बर्जर आम्ही सर्व ठिकाणी नेऊ शकत नव्हतो, ही आमची एक समस्या होती; कारण दोन्ही कंपन्या आपापल्या जागी रुजलेल्या होत्या. गरजेप्रमाणे त्या-त्या भागात ब्रँडनेम ठरवून ते प्रतिष्ठित करण्यावर आम्ही भर दिला. त्याचप्रमाणे त्या-त्या भागात बाजारपेठा विकसित करण्यावर, त्यामध्ये ग्राहकांना पसंतीसाठी अधिक पर्याय देणे, वितरणसाखळ्या उत्तम करणे याकडे लक्ष द्यायचे ठरवले. प्रत्येक जागी घाऊक अन् किरकोळ विक्रेते, वास्तुविशारद आणि महत्त्वाचा म्हणजे ग्राहक यांच्या अपेक्षा समजून घ्यायच्या होत्या. वेगवेगळ्या पर्यायांचे म्हणजे व्यापारी उपयोगासाठी, उत्कृष्टतेचा ध्यास असणाऱ्यांसाठी, पैशाचा पुरेपूर मोबदला मागणाऱ्यांसाठी, सुरुवात करताना लागणाऱ्या रंगासाठी माणसे वेगवेगळा विचार करतात, तेही पाहावे लागले. उदा. आमचा ॲप्कोलाईट हा ब्रँड मध्यमवर्गाला डोळ्यांसमोर ठेवून विकसित केलेला भारतात सर्वाधिक वापरला जाणारा ब्रँड आहे. पण असा ब्रँड परदेशांत प्रस्थापित करणे मला शक्य होईल का? सिंगापूरला विकला जाणारा ब्रँड थायलंड वा चीनमध्ये विकला जाईलच, असे नाही.

थायलंड आणि कॅरेबियन देशांतील आमचे व्यवहार पाहिले, तर ही विविधता समजू शकेल. या दोन देशांत ब्रँड्समध्ये काहीही साधर्म्य नाही. रंग ठेवण्यासाठी वापरले जाणारे डबेदेखील सारखे नाहीत. कॅरेबियनमध्ये ४०४, ३०३, ५०५ असे ब्रँडनेम आहेत; तर थायलंडमध्ये जंबो. हे फक्त बर्जरचे झाले; एशियन पेंट्सचे आणखी वेगळे होते. जागतिक स्तरावर ब्रँडनेम ठसवण्यासाठी, ती संपूर्ण प्रक्रिया समजून घेण्यासाठी आम्ही जवळजवळ अठरा महिने घेतले आणि त्याच वेळी आमची विक्री वाढवायचे प्रयत्न केले.

मार्गनिश्चिती

पहिल्या वर्षात मागे राहून आम्ही अंतर्गत व्यवस्थापनाची कार्यक्षमता आणि सुसूत्रता वाढवण्यावर भर दिला. दुसऱ्या वर्षी विकास महत्त्वाचा मानला. आता आम्ही भविष्यात कोणता मार्ग अनुसरणार याची निश्चिती केलेली आहे. तंत्रज्ञान, वितरणव्यवस्था, बाजारपेठेचा विस्तार आणि मनुष्यबळ हे आमचे लक्ष्य असेल. आर्थिक आघाडीवर भांडवल उभारणी जरुरीची आहे, पण आमच्याच उद्योगातून चांगला पैसा उभा करता येईल. मनुष्यबळाचे विकसन करण्यासाठी एक टीम नेमली आहे. कंपनीचे व्यवहार कसे करावेत, याचे निकष आणि पद्धती ठरवल्या आहेत. उत्पादनक्षमता, कार्यक्षमता याचेही मापदंड ठरवले आहेत, त्यावरून उच्च अधिकाऱ्यांचे अन् इतरांचे मूल्यमापन करता येईल. त्यासाठी नेमलेली समिती

उद्योगात कुठे, किती आणि कोणत्या दर्जाचे मनुष्यबळ लागेल, याचा अहवाल तयार करेल. उदा. व्यवस्थापन, वितरण, विक्री, अर्थव्यवहार, आयटी आदी जागी माणसांची नेमकी गरज आधी निश्चित केली की, उद्योग सुरळीत चालतात. भविष्यात आम्हाला ठोस अशा रकमेची गरज भासणार आहे, परंतु तूर्तास आमच्या उद्योगातून उभी राहणारी रक्कम पुरेशी आहे. पहिल्या वर्षात अंतर्गत कार्यक्षमता अन् सुसंवाद यशस्वी झाला. पुढील वर्षात जोमाने विकसन करायच्या योजना कार्यवाहीत येतील.

माइंड जिम – सीईओ म्हणून स्वतःचे मूल्यांकन करा.

- तुमच्या उद्योगसमूहातील कोणती धोरणे, प्रक्रिया, पद्धती भारतीय आहेत आणि कोणती आंतरराष्ट्रीय आहेत, हे तुम्ही स्पष्ट सांगू शकाल का?

- तुमच्या उद्योगातील सर्व केंद्रांत आणि विभागांत माहितीची देवघेव मोकळेपणाने होते का? ही माहिती तळापासून वर वा वरून खाली त्याच सहजतेने फिरू शकते का? काही विशिष्ट ज्ञान कोशात बंद ठेवून फक्त ठरावीक लोकांनाच उपलब्ध आहे, असे होते का?

- महत्त्वाचे काय आहे – माणसे की फायदा?

- तुमच्या सर्व उद्योगात मिळून एक 'इन्फर्मेशन टेक्नॉलॉजी' व्यासपीठ आहे का? सर्व विभागांना, सर्व ठिकाणी आर्थिक कामगिरी मोजण्याचे निकष एकच आहेत का? एकाच पद्धतीने सर्वांचे मूल्यमापन होते का?

- उद्योगातील सर्व व्यक्ती आपल्या समस्या आणि त्यावरची उत्तरे एकमेकांशी वाटून घ्यायचा आनंद उपभोगतात का? आपण सर्व एका टीमचा भाग आहोत; वेगळी कामे, वेगळ्या जागी करत असलो तरी एकत्र आहोत; एकत्र असण्याचे फायदे मिळवू, उपभोगू शकतो याची जाणीव सर्वांना आहे का?

४
मानवी भांडवल

दीपक पारेख

अध्यक्ष – एच.डी.एफ.सी.

श्री. दीपक पारेख हे गृहकर्जपुरवठा करणाऱ्या क्षेत्रामध्ये भारतातील क्रांतीचे अग्रदूत मानले जातात. त्यांचे काका श्री. जी. टी. पारेख यांनी १९७७ मध्ये एच. डी. एफ. सी.ची स्थापना केली. त्या वेळी हा उद्योग कठीण प्रसंगांना तोंड देत होता, याची श्री. दीपक पारेख यांना कल्पना होती. ते ज्या-ज्या मोठ्या वित्तसंस्थांकडे गृहकर्जपुरवठा या संकल्पनेचा प्रस्ताव घेऊन गेले, ते सर्व श्री. पारेख यांच्या उद्योगाच्या कल्पनेबाबत साशंक होते. घर घेण्यासाठी कुणीही भारतीय मोठे कर्ज घेईल का आणि मग ते फेडत बसेल का, याबद्दल त्यांना संशय होता. आज एच.डी.एफ.सी ही अत्यंत फायद्यात चालणारी कंपनी असून, ती भागधारकांना सतत वीस वर्षे चांगला परतावा देत आहे. भांडवलगळतीचे प्रमाण एक टक्क्याहून कमी असून, कंपनीची वाढ देशातील एक अग्रणी उद्योगसमूह म्हणून झालेली आहे. श्री. पारेख म्हणतात की, एच.डी.एफ.सीच्या या यशाचे मर्म कंपनीचे सतत विकसित होत जाणारे कर्मचारी आहेत. घर तारण ठेवून कर्ज देणाऱ्या कंपनीसाठी पैशाबरोबर विश्वास वाढत जाणे महत्त्वाचे आहे. म्हणून आपले कर्मचारी ही आपली सर्वांत महत्त्वाची साधनसंपत्ती आहे, असे ते म्हणतात. सामान्य माणसांची नेमणूक करून त्यांचे कुशल नेत्यात परिवर्तन करायची कला श्री. पारेख यांनी काळासोबत विकसित केली आहे. दुर्मिळ अशी लोकानुवर्ती बहुराष्ट्रीय संस्कृती कशी निर्माण केली आणि परिणाम म्हणून उद्योगाची दसपट वाढ कशी झाली, हे या लेखात ते विशद करतात.

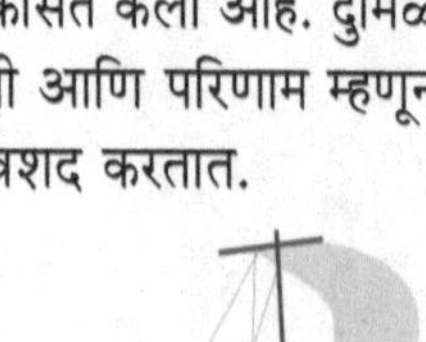

> सामान्य माणसाला तुम्ही थोडीशी मदत केलीत, तर त्याच्या
> हातून असामान्य कार्य घडते.

एखाद्या व्यक्तीची नेमणूक होण्यापूर्वी त्याची दयाळू वृत्ती समजू शकत नाही; पण जर वरिष्ठ अधिकारी दयाळू वृत्तीचा असेल, तर तो लोकांशी कसा व्यवहार करतो, संवाद साधतो, हे पाहून इतर शिकत जातात – मग ते लोक सहकारी असोत वा आम जनता...

– दीपक पारेख

काम करता-करता शिकणे....

कार्यसंस्कृतीबद्दल आपल्या सर्वांच्या मनात एक चुकीची समजूत आहे. ती म्हणजे, कार्यसंस्कृतीची नक्कल करता येते आणि सर्व उद्योगांत ती सारखीच असते. कार्यसंस्कृती निर्माण व्हायला, रुजायला, उत्क्रांत व्हायला आठवडे, महिने, वर्षे जावी लागतात. एच.डी.एफ.सी.ची स्वतःची आगळी अशी संस्कृती आहे, कारण आमच्यासमोर कुठला आदर्श नव्हता. स्वातंत्र्यानंतर कित्येक वर्षे भारतात सहकारी गृहनिर्माण संस्था, घरासाठी कर्ज देणाऱ्या बँका नव्हत्या. या क्षेत्रात पाऊल टाकणारे आम्हीच पहिले होतो, म्हणून आमची यशोगाथा काम करता-करता शिकण्यातून विकास पावली. आम्ही चुका केल्या आणि त्यातून शिकत त्या दुरुस्तही केल्या.

वातावरणनिर्मिती

कंपनीच्या स्थापनेच्या पहिल्या आठवड्यात पहिल्या दिवशी आम्ही ठरवले की, आपण नीतिमूल्ये केंद्रस्थानी ठेवून काम करायचे. न्याय, दया, कार्यक्षमता अन् परिणामकारकता यावर कंपनी उभी राहील, असाच प्रयत्न आपण करायचा. आज या क्षेत्रात प्रचंड स्पर्धा आहे.

या स्पर्धेत चारित्र्य या आमच्या महत्त्वाच्या गुणाने आम्हाला साथ दिली आहे. आम्ही पैशाचे व्यवहार करतो. रोख पैसे हा आमचा कच्चा माल आहे. देशभर पसरलेल्या १३० शाखांमध्ये कुठेही, काहीही घडू शकते. त्यात आपल्या देशांत खेळता पैसा कमी असल्याने लोभी वृत्तीशी सतत सामना करावा लागतो. इथे कर्ज घेणारे अनेक जण 'मी देणाऱ्याला काहीतरी दिले तर मला कर्ज अधिक व सत्वर मिळेल' असा विचार करतात. असा भ्रष्टाचार हा आपल्या जीवनाचा एक भाग झाला आहे.

या वातावरणात तरून जाण्यासाठी व्यवहार कसे पार पाडावेत, याचे उत्तर आहे कंपनीचे नेतृत्व अन् प्रशिक्षण. इथे मी नेता असेन, पण प्रत्येक शाखाप्रमुख नेता असावा लागेल. प्रत्येक शाखेच्या मुख्य कार्यकारी अधिकाऱ्याने हाताखालच्या लोकांना आत्मविश्वासाने प्रेरित करावे लागेल. त्यासाठी आधी त्याला आत्मविश्वास हवा. ध्यानी-मनी-स्वप्नी माझ्याप्रमाणे त्यांच्याही मनात सतत एच.डी.एफ.सीचा विचार असावा लागेल. आम्ही कंपनीत रुजवलेल्या संस्कृतीची जोपासना होण्यासाठी वरिष्ठ अधिकाऱ्यांना सतत प्रवास करावा लागेल, असे मी त्यांना सांगतो.

आनंद देण्याचे उद्दिष्ट

सामान्य माणसांना घरे घेण्यासाठी मदत करणे, हे एच.डी.एफ.सीचे उद्दिष्ट आहे. आमचे सरासरी कर्ज चार लाख रुपयांचे आहे. आमचे बहुसंख्य ग्राहक हे निम्न मध्यमवर्गीय आहेत. सामान्यत: कर्ज देणारा राजा असतो, तर घेणारा त्याच्या पायाशी असतो. मात्र, पहिल्या दिवसापासून आम्ही हे चित्र बदलून टाकले. आम्ही या क्षेत्रातले पहिले होतो, पण कर्जदारांना आम्ही आदराने वागवले. त्यांच्या समस्या समजून घेण्याचा प्रयत्न केला. त्यांना कर्जदारासारखी वागणूक न देता ग्राहक मानले.

ही संस्कृती कंपनीतील प्रत्येकापर्यंत झिरपावी, ही जबाबदारी कंपनीच्या वरिष्ठ व्यवस्थापनावर होती. कर्मचारी नेमण्यापूर्वी तो दयाळू वृत्तीचा आहे, हे समजू शकत नाही. पण वरिष्ठांची वागणूक दयाळू असेल, तर वरिष्ठांचे लोकांशी व्यवहार कसे आहेत, ते संवाद कसे साधतात, ते पाहून हाताखालचे कर्मचारी

आपोआप बोध घेतात. मग ते लोक सहकारी असोत वा आम जनता! चौकशीच्या खिडकीपाशी जर जास्त गर्दी असेल, तर मी स्वत: जाऊन काही मदत हवी का, असे विचारतो. आम्ही सर्व असे करतो, त्यामुळे आमची संस्था विशेष आगळी-वेगळी आहे.

नेतानिर्मिती

नेतृत्व आणि व्यवस्थापन यामध्ये मोठा फरक आहे. व्यवस्थापन जास्तीत जास्त अनुकूल परिणाम मिळवण्याचा प्रयत्न करते. त्यासाठी कामाच्या पद्धतीच्या प्रत्येक पैलूत सुधारणा करणे, खर्च कमी करणे व इतर उपाययोजना असते. नेते बदल घडवतात. दूरदृष्टी, कामाबद्दल समर्पित वृत्ती आणि उत्तम चारित्र्य हे नेतृत्वाचे गुण त्यांच्यात असतात.

नेत्यासाठी आणि व्यवस्थापकासाठी नियम अन् कार्यक्षमतेच्या मोजपट्ट्या वेगळ्या असतात. उदाहरण म्हणून शाखाप्रमुखाचे पाहा. हा त्या कचेरीचा नेता असतो, सर्व जण आपल्या कामाचा रिपोर्ट त्याच्याकडे देतात. त्याला बजेट बनवावे लागते. त्या विभागापुरती त्याला दृष्टी असावी लागते. त्याला फक्त कर्जदारांची संख्याच नव्हे, तर कर्जाचा स्तरही उंचवावा लागतो. वसूल न होणारे कर्ज ठरावीक टक्क्यांच्या मर्यादेबाहेर जाऊ न देणे, ही त्याची जबाबदारी असते. आपल्या विभागाचे लक्ष्य ठरवून ते गाठावे लागते. तो त्याच्या परिघाचा नेता असतो. पण कंपनीचे धोरण ठरवायला तो असमर्थ असतो, कारण त्याचा आवाका तेवढा विशाल नसतो. एच.डी.एफ.सी. ही कंपनी सामान्य माणसे चालवतात, पण ही सामान्य माणसे ठरावीक वातावरण मिळाले की असामान्य कार्य करून दाखवतात. याची परिणती एच.डी.एफ.सी.च्या यशोगाथेत झाली. आम्ही साऱ्यांनी एक टीम म्हणून कार्य केले व यश मिळवले. दहा-बारा वर्षांत आमच्या कार्याची व्यापकता केवळ एच.डी.एफ.सी. पुरती मर्यादित न राहता प्रचंड वाढली आहे.

हे सर्व करताना आम्ही नेते निर्माण केले. एच.डी.एफ.सी.चा विकास त्यामुळे चांगला झाला, तरी त्या नेत्यांच्या महत्त्वाकांक्षेला वाव देण्यासाठी आम्ही पाच नव्या कंपन्या सुरू केल्या. आमचे स्वत:चेच उच्च अधिकारी त्या चालवत आहेत. लाईफ इन्शुअरन्स कंपनी वा ॲसेट मॅनेजमेंट कंपनी पाहा – या दोन्ही मोठ्या कंपन्या चालवणाऱ्या नेत्यांना एच.डी.एफ.सी.ने घडवले आहे. आमच्याकडे वीस-पंचवीस वर्षे काम करणारे लोक तिथे वरिष्ठतम जागा भूषवत आहेत. जेव्हा श्री. दीपक सातवळेकर इन्शुअरन्समध्ये गेले, तेव्हा त्यांच्याबरोबर इतर दोघे-तिघे गेले. आज ते सर्व यशस्वी झाले आहेत. जेव्हा श्री. मिलिंद बर्वे ॲसेट मॅनेजमेंटमध्ये सीईओ या पदावर, तेव्हा सोबत अर्धा डझन लोक घेऊन गेले. आज ते सर्व जण

उत्तम काम करत आहेत.

वरिष्ठ पदासाठी आम्ही बाहेरून फार माणसे कधी घेत नाही; आम्ही इथलीच माणसे पारखून त्यांना घडवतो. या लोकांना नव्या क्षेत्रात काम करायची संधी मिळाली की ते जातात, स्वतंत्र काम करतात, यश मिळवतात; पण त्यावर एच.डी.एफ.सी.चा ठसा असतो.

नेत्यांनी नेहमी लोकांसमोर वावरायला हवं. त्यांना उशिरापर्यंत थांबून कामे निपटवावी लागतात. त्यांना रोज वीस ते चाळीस लोकांशी संपर्क साधावा लागतो. दर सहा महिन्यांनी बजेटसाठी बैठक घ्यावी लागते, तीन महिन्यांनी कामाच्या आढाव्याची बैठक असते. या व्यतिरिक्त वरिष्ठ अधिकाऱ्यांनी आपल्या विभागात फिरायला हवे. फक्त लोकांनाच नव्हे, तर कधी त्यांच्या कुटुंबीयांनाही भेटायला हवे. कामाच्या वेळेनंतर अनौपचारिक वातावरणात संवाद साधायला हवा. जगात, एच.डी.एफ.सी.त, तिच्या संलग्न कंपन्यांत काय घडते आहे, यावर चर्चा करायला हवी. आम्ही सर्व हे नियमितपणे करत असतो.

हे सर्व साधणे, वाटते तेवढे सोपे नसते. बराच काळ घरापासून दूर काढावा लागतो. शनिवार, रविवारची सुटीही त्यागावी लागते. सकाळी घरून लवकर निघून रात्री उशिरापर्यंत ऑफिसमध्ये काम केले तरी ते पुरेसे नसते. प्रत्येक नेत्यासाठी, व्यवस्थापकासाठी हा जीवनक्रमाचा भाग असतो. लोकप्रियतेची स्पर्धा ठेवली, तर नेता कधी जिंकू शकणार नाही. जेवढे यश मिळवत तुम्ही पुढे जाल, तेवढी शत्रूंची संख्या वाढत जाईल. वरिष्ठतम जागी माणूस खरेच एकाकी असतो.

माइंड जिम – सीईओ म्हणून स्वतःचे मूल्यांकन करा.

- कर्मचाऱ्यांनी नोकरी सोडून जायचे प्रमाण तुमच्या कंपनीत किती आहे? तुमच्या उद्योगाने ठरवलेल्या प्रमाणापेक्षा ही टक्केवारी जास्त वा कमी आहे का? तसे असेल तर त्याची कारणे कोणती आहेत?

- तुमच्या कंपनीच्या शाखाप्रमुखांना त्यांचे जमाखर्च ठरवायचा अधिकार दिलेला आहे का? स्थानिक नेमणुका करण्याचे आणि कामावरून कमी करण्याचे अधिकार त्यांनाच आहेत की, कंपनीच्या मुख्यालयातून त्यांना याबाबत वर्षांची लक्ष्ये ठरवून दिली जातात?

- अधिकारी वर्गात एकमेकांशी संपर्क आणि संवाद साधायच्या पद्धती कोणत्या आहेत? कंपनीतील सर्वोच्च स्तरावरील अधिकारी, मध्यम आणि कनिष्ठ स्तरावरील अधिकाऱ्यांशी कंपनीच्या महत्त्वाच्या धोरणाबाबत कितीवेळा भेटून चर्चा करतात.

- तुमच्या कंपनीतील किती व्यवस्थापकांना तुम्ही नावानिशी ओळखता? त्यांच्या पत्नींची नावे, कौटुंबिक माहिती, एकूण त्यांच्या वैयक्तिक जीवनात काय घडते आहे, याची तुम्हाला कल्पना असते का?

- गेल्या बारा महिन्यांत कंपनीतील किती लोकांना तुम्ही मदत केलेली आहे. ही मदत गाजावाजा न करता वा करायलाच हवी म्हणून न करता केलेली आहे का? तसेच किती जणांनी तुम्हाला अशी मदत केलेली आहे?

- तुमच्या कंपनीत कार्यरत आहात त्याचे कारण तुम्हाला हवे आहे म्हणून की, करायलाच हवे म्हणून टिकून आहात.

५
परिवर्तन

श्री. रघुनाथ माशेलकर
प्रमुख संचालक – सी.एस.आय.आर.
(कौन्सिल ऑफ सायंटिफिक अँड इंडस्ट्रियल रिसर्च)

डॉ. रघुनाथ माशेलकर हे सीएसआयआर संस्थेच्या आजवरच्या सर्वांत तरुण संचालकांपैकी एक आहेत. वयाच्या अवघ्या चोपन्नाव्या वर्षी त्यांनी ही जबाबदारी स्वीकारली. त्यासाठी इंग्लंडमधील शिक्षणक्षेत्रातील उज्ज्वल कारकिर्दीची संधी सोडून डॉ. माशेलकर भारतात आले. तेथील वेतनाच्या कितीतरी कमी पटीने पगार देणाऱ्या सरकारी संस्थेत त्यांनी काम केले. प्रथम नॅशनल केमिकल लॅबोरेटरी आणि त्यानंतर सीएसआयआर या नामवंत संस्थांमध्ये काम करताना, सरकारी संस्थेतील आव्हाने आणि कामाचा दर्जा सुधारण्याची आवश्यकता या दोन त्रुटींशी त्यांची ओळख झाली. लक्ष्मीकडे पोचायचा मार्ग सरस्वतीच्या उपयोगाने शोधायला हवा, असे त्यांचे सोपे-साधे तत्त्वज्ञान होते. आपली ही दृष्टी संपूर्ण विज्ञानजगतापर्यंत पोहोचविण्याचे अवघड आव्हान त्यांच्यापुढे होते. धंदा, पैसा, व्यवहार यांना आजवर या क्षेत्राने नाके मुरडली होती. संशोधनाकडे पाहायचा संपूर्ण दृष्टिकोन बदलण्यापासून त्यांना सुरुवात करायची होती. शुद्ध संशोधनापासून उपयोजित म्हणजे प्रत्यक्ष व्यवहारात वापरता येईल अशा संशोधनाकडे आपल्या बौद्धिक संपत्तीला वळवण्याची अत्यंत अवघड मोहीम त्यांनी हाती घेतली. त्यासाठी त्यांनी आधी आवश्यक अशी आशावादी वातावरणनिर्मिती केली आणि शास्त्रज्ञांना, संशोधकांना आपली उत्तुंग ध्येये प्रत्यक्षात आणता येतील, असा विश्वास दिला.

> परिवर्तन हवे असेल, तर भोवतीचे वातावरण संपूर्णतया बदलायला हवे.

नेत्यामध्ये तीन गुणांची आवश्यकता असते. मेंदूमध्ये सर्जनशीलता, हृदयामध्ये दया आणि अंतरात प्रगतीची कळकळ....

– डॉ. रघुनाथ माशेलकर

बदलाचे वारे

मानवी यशाला आणि चिकाटीला मर्यादा नाहीत, हे मला माहीत आहे. नेत्याने फक्त अनुयायांच्या ऊर्जेच्या स्रोताला योग्य वाट करून द्यायला हवी. कोणत्याही संस्थेच्या प्रगतीसाठी प्रथम पोषक वातावरण निर्माण करायला हवे आणि मग त्यातील मनुष्यबळामध्ये महत्त्वाकांक्षा जागृत करायला हवी. दोन्ही गोष्टी सारख्याच महत्त्वाच्या आहेत आणि एकमेकांना पूरक आहेत. तुमच्याकडे महत्त्वाकांक्षा असेल आणि त्या पूर्ण करण्यासाठी पोषक वातावरण नसेल, तर ता फुलणार-फळणार नाही.

मी जेव्हा एनसीएल या रसायनशास्त्रात मूलभूत संशोधन करणाऱ्या संस्थेचे प्रमुखपद स्वीकारले, तेव्हा सर्वप्रथम त्यातील संशोधकांमध्ये महत्त्वाकांक्षा जागृत करण्याचा प्रयत्न केला. त्यांचा स्वतःवरील विश्वास आणि अंतःकरणातले सामर्थ्य याची त्यांना जाणीव करून दिली. कारण माणसाचे सामर्थ्य त्याच्या प्रत्यक्ष कामामध्ये दिसणाऱ्या ऊर्जेपेक्षा नेहमीच जास्त असते आणि जेव्हा गरज भासते,

तेव्हा माणसे त्या सामर्थ्याचा प्रत्यय आणून देतात, यावर माझा विश्वास आहे.

चला उभारा उंच शिडे ती....

एक उदाहरण आधी सांगतो. लक्ष्मीकडे (पैसा) पोहचायचा मार्ग सरस्वतीच्या मार्गे (ज्ञान) जातो. म्हणूनच विज्ञानातील संशोधनाचा वापर करून संपत्ती कशी मिळवता येईल याचा मी १९९५ मध्ये प्रचार सुरू केला. त्यासाठी काश्मीरपासून कन्याकुमारीपर्यंत पसरलेल्या सीएसआयआरच्या चाळीस प्रयोगशाळांना भेटी देऊन तेथील संशोधकांशी चर्चा केल्या. काही संशोधकांच्या प्रतिक्रिया आशावादी होत्या. विशेषत: रसायनशास्त्रातील प्रयोगशाळांनी औद्योगिक क्षेत्राशी हातमिळवणी केल्यामुळे त्यांचा प्रतिसाद चांगला होता. पण जीवशास्त्रासारख्या विषयाच्या प्रयोगशाळांनी हा विचार उत्साहाने स्वीकारला नाही.

त्यापैकी मी भेट दिलेली हैदराबादमधील सेंटर फॉर मॉलिक्युलर बॉयॉलॉजी म्हणजे सीएमबी ही शुद्ध संशोधनासाठी सुप्रसिद्ध असलेली अप्रतिम प्रयोगशाळा आहे. इथे काम करणाऱ्या संशोधकांसमोर नोबेल पुरस्कार मिळवणे वा रॉयल सोसायटीचे सदस्यत्व मिळवणे, असे स्वप्न तरळत असते. या लॅबमधील संस्कृती एकमेकांना संशोधक म्हणूनच पाहावे, अशी विकसित झालेली आहे. त्यातून लॅबचे प्रमुख संचालकही सुटलेले नाहीत. त्यांना वरिष्ठ न समजता सहकारीच समजले जाते. तिथे मला डॉ. जे. गौरी या उत्कृष्ट, तरुण संशोधकाला भेटायची संधी मिळाली. माझ्या व्याख्यानाच्या वेळी ते पहिल्या रांगेत समोर बसले होते. माझ्या भाषणानंतर डॉ. गौरी संतप्त होऊन उभे राहिले आणि त्यांनी प्रत्युत्तर दिले की, "वैज्ञानिक संशोधन आणि व्यापार यांची सांगड घातली, तर आपण भ्रष्ट होऊ." त्यानंतर उपस्थित संशोधकांशी माझी खुली, मनमोकळी चर्चा झाली. त्यामध्ये व्यापारी तत्त्व किती महत्त्वाचे मानले पाहिजे, यावर मी जोर दिला.

दोन वर्षांनी मी जेव्हा सी.एम.बी.ला पुन्हा भेट दिली, तेव्हा त्याच डॉ. गौरी यांनी आपण विकसित केलेल्या नव्या प्रयोगशील तंत्राबद्दल मला सांगितले. त्यानंतर त्यांना अमेरिकेचे पेटंटही त्या कामासाठी मिळाले. या पेटंटपासून आपण भरपूर पैसा कमवू शकतो, हे त्यांना उमगले होते. या संशोधनाबद्दल रॉयल्टी कशी मिळवायची, किती मिळवायची, व्यापारी जगतात कसा प्रवेश करायचा याबाबत त्यांनी चौकशी सुरू केली. एका वर्षाने आम्ही त्या संशोधनाला टेक्नॉलॉजी ॲवॉर्ड दिले, तेव्हा त्यांना माझ्या बोलण्याची प्रचीती आली. पुढे त्यांना सीएसआयआरतर्फे देण्यात येणारा श्री. शांतिस्वरूप भटनागर पुरस्कारही मिळाला आणि त्यांच्या संशोधनाचा व्यापारी तत्त्वावर वापरही झाला. दोन महत्त्वाचे पुरस्कार मिळवणाऱ्या त्याच संशोधकाने तीन वर्षांपूर्वी माझ्या विचारांशी संपूर्ण असहमती दर्शवलेली होती.

यानंतर मात्र मी न थांबता माझ्या विचारांचा प्रचार सुरू ठेवला. मी लोकांना सतत सांगत राहिलो की, गरीब देश म्हणून राहणे यापुढे आपल्याला परवडणार नाही. आपल्या बुद्धिवैभवाच्या जोरावर संपत्ती मिळवून आपल्या देशाची गणना श्रीमंत देशांत करणे, ही आपली जबाबदारी आहे. आपल्या ज्ञानाचे संपत्तीत रूपांतर करण्यासाठी प्रयत्न केले पाहिजेत. आपले उत्तम मनुष्यबळ आपल्या देशाला श्रीमंत बनवू शकते. हळूहळू या विचाराने लोकांच्या हृदयाचा ठाव घेतला. लोकांना बदलण्यासाठी त्यांच्या मनाला आणि हृदयाला स्पर्श करतील असे विचार त्यांना ऐकवायची गरज असते. डॉ. गौरी शंकर यांच्या संशोधनातील यशामुळे आपल्या संशोधनाचे मूल्य हरवू न देता किंवा भ्रष्ट न होता पैसा कमावता येतो, हे सत्य सर्वांना कळून चुकले. आणखी एक परिणाम झाला. तो म्हणजे, सीएसआयआरमधील उच्च श्रेणीच्या संशोधकांमध्ये आपल्या ज्ञानाच्या जोरावर प्रसिद्धी आणि पैसा मिळवण्यासाठी प्रयत्न सुरू झाले. संशोधनासाठी ऐहिक संपत्तीचा त्याग करावाच लागतो, ही समजूत चुकीची आहे, हे त्या सर्वांना कळून चुकले होते. भोवतालचा समाज बदलत होता; त्याचे परिणाम संशोधनक्षेत्रावरही दिसून येऊ लागले होते. शेवटी तेही या समाजाचाच एक भाग आहेत.

क्षितिजाचा अंदाज घ्या

कोणताही बदल आधी मनाने स्वीकारायची गरज असते, त्याप्रमाणे आजवर ठरवलेली धोरणेही कधी कधी बदलावी लागतात. या आधी प्रथम संशोधन आणि मग त्याचा वापर, हे सूत्र समोर धरून काम होत असे. प्रथम ज्ञानसंपादनाच्या कक्षा रुंदावण्यासाठी संशोधन केले जाई, त्याप्रमाणे योजना आखल्या जात आणि नंतर त्या नव्या ज्ञानाचा कसा वापर करता येईल याचा शोध घेतला जाई. म्हणजे बाजाराच्या भाषेत सांगायचे, तर आधी उत्पादन करून मग ग्राहकाचा शोध सुरू होई. मी यामध्ये बदल केला. आधी ग्राहकाच्या गरजा जाणून घेऊन त्याप्रमाणे उत्पादन होते, तसे संशोधन करतानाही आधी उपयोजनाचा विचार करून मग संशोधन प्रकल्पाची आखणी व्हायला हवी, असा विचार मांडायला सुरुवात केली. त्यासाठी संशोधकांनी डोळे उघडे ठेवून बाहेरच्या जगात वावरायला हवे, हे जवळजवळ सक्तीचे केले. त्याच वेळी त्यांच्या संशोधनक्षेत्राच्या व्याप्तीत आणि वेळेच्या चौकटीमध्ये लवचिकता ठेवली. त्यांना मोकळेपणाने संशोधन करता येईल, असे वातावरण ठेवले.

एनसीएलसारख्या प्रयोगशाळा अशी पद्धत आधीपासूनच राबवत होत्या. त्याच्यासमोर मी वेगळी टार्गेट्स ठेवली. तुमच्यामध्ये 'ज्ञान' निर्यात करायची क्षमता आहे, तिचा वापर करून तुम्ही डॉलर्स कमवायला हवेत, हा विचार

त्यांच्यासमोर ठेवला. तुमच्याकडे येणारा पैसा हा फक्त परीक्षण करणे, प्रशिक्षण देणे वा तत्सम सामान्य कार्यातून येऊन पुरेसे नाही; तर उच्च दर्जाचे नवे तंत्रज्ञान विकून तुम्ही पैसा कमवायला हवा. एनसीएलसाठी असे महत्त्वाकांक्षी उद्दिष्ट मी समोर ठेवले. सीएमबीसारख्या प्रयोगशाळांनी हे विचार सावकाशीने उचलले, कारण प्रथम तिथे कार्यसंस्कृती आणि वृत्ती बदलणे आवश्यक होते. पण हळूहळू तिथेही हे विचार रुजू शकले.

सीएसआयआर संस्थेमधील प्रयोगशाळेत संशोधनाच्या फलश्रुतीबाबत नियम कडक नव्हते. काही जण सावकाश पुढे जात अन् काहींची गती चांगली असे. काही ना काही संशोधन सुरू ठेवण्याचे मात्र प्रत्येकावर बंधन होते. ही सार्वजनिक सरकारी संस्था असल्याने इथे कुणावरही कारवाई करण्याचा प्रश्नच उद्भवत नसे. संशोधन प्रकल्पासाठी अर्थसाह्य दिले जाते, ते पैसे, हे एकमेव हत्यार माझ्यापाशी होते. मी त्याचा वापर संशोधनाची गती वाढवण्यासाठी केला. मी पैसा आणि कामगिरी यांचा मेळ घातला. आम्ही ठरवलेल्या उद्दिष्टांना तुमचे संशोधन पूरक नसेल वा त्याची गती मंद असेल, तर अशा प्रकल्पांना अर्थसाह्य मंजूर होणार नाही.

वैज्ञानिक जगतात एक प्रकारचा तुलनात्मक दबाव असतो. आपापल्या संशोधनाची प्रत्येक जण इतरांशी तुलना करून पाहतो. अमक्याला भटनागर पुरस्कार मिळाला, तमक्याचे शोधनिबंध अमुक एका वैज्ञानिक मासिकात प्रकाशित झाले, तिसऱ्याच्या संशोधनाला मान्यता मिळाली; तुम्ही जर मागे पडलात तर... हा विचार प्रत्येकाला भेडसावत असतो. स्पर्धेत टिकून राहायचा प्रत्येक जण प्रयत्न करतो. ही एक प्रकारची छुपी शिक्षा आहे, हे खरेच आहे.

सर्जनशील उपक्रम

सीएसआयआर यासारखी संस्था तेथील संशोधकांचे नवे उपक्रम तसेच निर्मितीक्षमता, सर्जनशीलता यावर टिकलेली आहे. ही निर्मिती फक्त नवे शोधणे, एवढ्यापुरती सीमित नाही; तर आहे त्या पद्धतीत नावीन्य आणले तरी बदल घडून येतात. जेव्हा लोक वेगळ्या पद्धतीने एखादी प्रक्रिया करतात, त्यांचीही कदर करणे जरुरीचे आहे. त्यांना बक्षिसे देऊन त्यांच्या नव्या कृतींना उत्तेजन आणि पाठिंबा देणे गरजेचे आहे. मला असे 'संपूर्ण नावीन्य' भावते. आम्ही सीएसआयआरमध्ये वेगवेगळ्या स्तरांवर लागलेले शोध तपासून त्यांना पुरस्कार देण्याची पद्धत रूढ केलेली आहे. प्रत्येक प्रयोगशाळेत असे 'नवी कल्पना फंड' आहेत. तिथे अनेक चमत्कारिक, मजेदार अशाही कल्पना घेऊन लोक येतात. त्या कल्पना राबवण्यासाठी जोखीम पत्करायची तयारी ते दाखवू लागले, हा एक चांगला बदल घडलेला आहे. पूर्वी कुणी जोखीम पत्करून संशोधनाच्या नव्या वाटांवरून जायचे धाडस दाखवत

नसत. आज याकडे सकारात्मक दृष्टीने पाहिले जाते. कार्यसंस्कृतीत घडलेला हा एक महत्त्वाचा अन् चांगला बदल आहे, असे मला वाटते.

आम्ही वेगवेगळ्या विषयांत संशोधन करणाऱ्या लोकांना एकत्र आणण्यासाठी प्रयत्न करत आहोत. एखादी नवी कल्पना सुचते आणि ती प्रत्यक्षात आणणे शक्य नाही, असे एखाद्या विषयाच्या माणसाला वाटत नाही. दुसऱ्या विषयाच्या माणसालाही तसेच वाटत असते. एकत्र येऊन चर्चा केली की, त्यातील तथ्यातथ्य समजून घेता येते. रसायनतज्ज्ञ, भौतिकतज्ज्ञ, अभियंते, मानसोपचारतज्ज्ञ, समाजशास्त्रज्ञ अशा विविध विषयांच्या जगभरातील संशोधकांना एकत्र आणून बोलते करण्यामागे कल्पनांची वैधता तपासून पाहणे, हा आमचा हेतू आहे. म्हणून आम्ही दुसऱ्या विषयात जाऊन संशोधन करण्याला उत्तेजन देतो. त्यासाठी विशेष आर्थिक तरतूद केलेली आहे. काही महत्त्वाचे शोध अशा वेगवेगळ्या विषयांतील संशोधनातून पुढे आलेले आहेत. कारण पाटी कोरी असेल, तर विषयाकडे नव्या दृष्टीने पाहता येते. एक रसायनतज्ज्ञ डॉ. शास्त्री यांनी जीवशास्त्रातील प्रक्रिया वापरून संयुगातून सोने मिळवण्याचा प्रयत्न यशस्वी करून दाखवला.

आर्थिक साह्य आणि अंदाजपत्रकी तरतूद हे एखाद्याला उत्तेजन देण्यासाठी वा शिक्षा देण्यासाठी हत्यार म्हणून वापरता येते. काहीच काम न करणाऱ्या लोकांना कसे हाताळावे, हा मोठा प्रश्न आमच्यासमोर होता. आमच्या मुख्यालयात अशी एक व्यक्ती होती. त्यांनी काम करावे म्हणून मी व्यक्तिश: भरपूर प्रयत्न केले, पण अगदी कमीत कमी कामही करणे त्यांना जमले नाही. आपल्या प्रत्येकात एक मर्यादा असते, तशी त्यांची असू शकेल. मी त्यांची बदली केली, कारण संपूर्ण संस्थेतील वातावरण त्यांच्या नाकर्तेपणामुळे बिघडत चालले होते.

प्रवासाची दिशा बदलणे

संघर्ष हाताळणे, हा माझ्या कामाचा एक भाग आहे. भोपाळमध्ये वायुगळतीची दुर्घटना घडली, तेव्हा तंत्रविषयक चुका शोधण्यासाठी मला नियुक्त केले गेले. आयपीसीएल या संस्थेच्या नागोठणे प्रकल्पात स्फोट होऊन चौतीस माणसे दगावली, तेव्हा मी त्या चौकशी समितीत होतो. राष्ट्रीय पातळीवर वाहनाच्या इंधनाचे धोरण ठरवणाऱ्या नॅशनल ऑटो फ्युएल पॉलिसी, टिहरी धरण समिती आदी संस्थांचा मी सदस्य वा प्रमुख होतो. सध्या औषधाच्या क्षेत्रातील एक समितीचा मी अध्यक्ष आहे. अशा प्रत्येक समितीवरील लोकांमध्ये मतभेद असतात. प्रत्येकाची विचारधारा वेगळी असते आणि प्रत्येकाचा आपल्या विचारांवर विश्वास असतो. त्यांच्या दृष्टीने ते विचार आदर्श असतात. प्रत्येक जण आपल्या विचारांशी प्रामाणिक असतो.

अशा समित्यांवर काम करताना प्रत्यक्ष बैठकीत होते तेवढेच मर्यादित काम असत नाही, तर बाहेरही तेवढेच काम करावे लागते. प्रत्येकाच्या मनाचा आदर करावा लागतो, ऐकून घ्यावे लागते आणि तुमचा दृष्टिकोन त्यांना पटवून द्यावा लागतो. तुम्हाला स्वच्छ दिसलेल्या पण त्यांना न जाणवलेल्या बाबी दाखवाव्या लागतात. अशा परिस्थितीत मला नेहमी इतरांना माझे विचार पटवून देण्यात यश मिळाले आहे. त्याच वेळी मला फारशा तडजोडी करायची वेळ आलेली नाही. काही वेळा इतरांनीही मला आपले विचार पटवून दिलेत.

एखादी समस्या हाताळताना, चर्चा किंवा वाद घालताना लोकांना कधी एकाकी पाडू नये, संपूर्ण मोडीत काढू नये. मी त्यांना मृदूपणे सांगतो. कदाचित तुमचा मुद्दा बरोबर असेल, यावर आणखी असा वेगळा विचार करून पाहा, आपण उद्या पुन्हा बोलू शकतो, आपण यावर आणखी थोडे होमवर्क करू या, अशी वाक्ये वापरतो आणि ती हमखास यशस्वी ठरतात. लोक खरेच पुनर्विचार करतात. चारचौघांत कुणालाही एकाकी पडलेले, कोपऱ्यात ढकललेले, दयनीय परिस्थितीत सापडलेले आवडत नाही. मी माझ्या आयुष्यात कधी कुणाशी असा वागलो नाही. अगदी समोरच्या माणसाच्या विचारातील फोलपणा मला दिसला, तरी मी त्याला सरळ उघड विरोध दर्शवत नाही. लांबलेला काळ त्यांना विचारातील काही नवे निष्कर्ष दर्शवू शकतो वा मी त्यांना भावनात्मक आवाहन करू शकतो. लोकांना सहमतीसाठी तयार करण्याचे अनेक मार्ग आहेत. त्यामुळे अनेक कमिट्यांवर माशेलकरांना मागणी असते; मीही माझ्या या गुणांचा मुक्त हस्ते वापर करतो.

मी १९९५ मध्ये दिल्लीला आलो, तेव्हा वास्तव्य करण्यासाठी माझ्यासमोर दोन पर्याय होते. एक– डायरेक्टर जनरल या माझ्या पदासाठी असलेला राजेशाही, सुसज्ज, बागबगीचा असलेला प्रशस्त बंगला आणि दुसरा – ७८० चौ. फुटांचा छोटा फ्लॅट होता. आई आणि पत्नीसह आम्ही सहा जण त्या फ्लॅटमध्ये राहिलो. आजही मी तिथेच राहतो. तो प्रशस्त बंगला मी सीएसआयआरच्या एका संचालकाला दिला, कारण त्या वेळी ते अडचणीत होते. मला सर्व नियम ठाऊक होते, म्हणून मी त्यांना मला योग्य ते भाडे आकारावयास सांगितले. सगळे मिळून मला २५६० रुपये द्यावे लागत. त्या वेळी माझा पगार १५००० रुपये होता अन् वजावटीनंतर माझ्या हातात ११००० रुपये येत. एक पुण्याला अन् एक दिल्लीत, अशी दोन घरे त्या पैशात मला चालवायची होती. त्यात या २५६० रुपयांची भर पडली. एकदा १९९९च्या सुमारास संसदेत मला प्रश्न विचारण्यात आला की, सीएसआयआरच्या प्रमुख संचालकांनी आजवर एकूण किती भाडे भरलेले आहे, याचे सरकारने निवेदन द्यावे. श्री. मनोहर जोशी संतप्त झाले आणि म्हणाले, "ज्या गृहस्थाने सीएसआयआरला आपले आयुष्य दिले आहे, त्यांना असा प्रश्न तुम्ही

कसा विचारू शकता?'' मी म्हटले, ''राहू दे. त्यांना हा हिशोब समजू दे, साऱ्या देशाला कळू दे.'' अशा प्रसंगातूनही प्रत्येकाला केव्हा ना केव्हा जावे लागते. तुम्ही सार्वजनिक जीवनात वावरता, तेव्हा कठीण प्रश्न विचारले जाणार आणि त्या वेळी तुमच्याकडे उत्तरे तयार असायला हवीत.

काही वेळा माझ्यावर बराच दबाब टाकण्यात आला, पण मी राष्ट्रहित आणि राष्ट्रीय उद्दिष्ट यावरची नजर कधीही ढळू दिली नाही. आपण काही काळापुरते या विशाल रंगमंचावरचे रंगकर्मी आहोत. देश आपल्यापेक्षा खूप मोठा, महत्त्वाचा आहे याचे भान मी कधीही सुटू दिले नाही. लोकांसमोर तुम्ही हे विशाल चित्र उभे करा; ते तुमचे जरूर ऐकतील. त्यासाठी अखंड प्रयत्न, चिकाटी आणि सहनशीलता हवी.

सहा ऑक्टोबर २००३ रोजी पेट्रोलियममंत्री श्री. राम नाईक यांनी वाहन इंधन धोरण जाहीर केले आणि माझ्यासमोर मोठेच आव्हान उभे राहिले. सीएनजीवर चालणाऱ्या वाहनचालकांनी माझ्यावर प्रचंड दबाव आणला. ओळीने सहा दिवस टाइम्स ऑफ इंडिया या प्रमुख वर्तमानपत्राच्या पहिल्या पानावर मला खलनायक ठरवणारे वृत्त छापले गेले. रविवारी सातव्या दिवशी त्यांनी दया दाखवली अन् मला आतल्या पानावर स्थान दिले. 'आठवड्यातील सर्वांत जेरीला आणलेला माणूस' असे विशेषण त्यांनी मला चिकटवले होते.

इतकी टीका होऊनही मी मला हवे ते होईपर्यंत थांबलो; कारण मी जे करतो आहे ते बरोबर आहे, यावर माझा गाढ विश्वास होता. ग्राहकाला आपल्या निवडीप्रमाणे इंधन वापरायला मिळायला हवे, एवढाच माझा आग्रह होता. कुणाच्या दबावाखाली येऊन ग्राहकांवर आपली मते लादणे मला मंजूर नव्हते. त्यासाठी मला बारा महिने अविरत काम करावे लागले, पण शेवटी देशाला संतुलित ठेवणारी इंधन पॉलिसी मिळाली आणि राष्ट्रीय हिताला प्राधान्य मिळाले.

व्यवस्थापक आणि नेते

नेतृत्वगुण जन्मजात असतात की, नंतर विकसित होतात, असा एक प्रश्न मला नेहमी विचारण्यात येतो. या प्रश्नाचे वैज्ञानिक दृष्टीने परिपूर्ण उत्तर माझ्याकडे नाही. पण एखादी व्यक्ती जन्माला येतानाच नेतृत्वाचे गुण घेऊन येते, असे मला वाटत नाही. ती एक हळूहळू उत्क्रांत होत जाणारी प्रक्रिया आहे. निदान माझ्याबाबतीत तरी असेच झाले आहे. सार्वजनिक संस्थांमध्ये, विशेषत: माझ्या बाबतीत मी कधी नेता बनण्यासाठी प्रशिक्षण घेतले नाही वा व्यवस्थापनशास्त्राचे शिक्षण देणाऱ्या कॉलेजातून पदवी घेतली नाही. मी नेतृत्व आणि व्यवस्थापन हे दोन्ही काम करता-करता शिकत गेलो. सरकारी संस्थांमध्ये बहुतेक जणांच्या बाबतीत असेच घडलेले आहे.

नेता आणि व्यवस्थापक यांमधील फरक अधोरेखित करायचा झाला, तर मला

वाटते, उत्तम नेता आपल्या हाताखालच्या माणसांतून नेते घडवतो; फक्त आपले अनुयायी नाही. लोकांना आपल्या कल्पना स्वीकारायला लावतो, पटवून देतो. त्याच्यामध्ये उत्तम शिक्षकाचे गुण हवेत. व्यवस्थापक यंत्रे सांभाळत नाहीत, तर माणसे हाताळतात. त्यांच्याकडून काम कसे करून घ्यावे, हे त्यांना कळते. उत्तम व्यवस्थापकाला मानवी संपत्तीची, त्याच्या हृदयाची, मानसिक प्रकृतीची जाण असते. म्हणून मी नेहमी म्हणतो, माणसामध्ये तीन गुण महत्त्वाचे आहेत. मेंदूमध्ये कल्पकता, हृदयामध्ये दया आणि अंतरात प्रगतीची कळकळ. यातील एक गुण जरी नसेल, तर तुम्ही चांगला नेता वा व्यवस्थापक बनू शकता, असे मला वाटत नाही.

एखाद्या उत्तम व्यवस्थापकाचे उत्तम नेत्यात रूपांतर क्वचितच होते. नेता बनणे, ही बरीच गुंतागुंतीची बाब आहे. नेतृत्व हे स्वत: विकसित होण्याबरोबर इतरांनी तुम्हाला बहाल केलेले असते आणि अगदी लहान वयात त्याच्या खुणा व्यक्तिमत्त्वात दिसू लागतात. फक्त उद्योगात, कारखान्यात, संस्थेमध्येच नव्हे; तर समाजात, शाळा-कॉलेजातही याचा प्रत्यय येतो. नेता हा नेमण्यापेक्षा निवडून यायला हवा, असे मला वाटते. चांगले नेते हे लोकांनी आपणहून निवडलेले असतात, हे मी अनेक वेळा अनुभवलेले आहे. माझ्या प्रयोगशाळेत नेहमी असे होते. आम्ही जेव्हा नेतानिवडीसाठी मुलाखतींना बोलावतो, तेव्हा त्यातील अनेक जण येत नाहीत. त्यांनी आधीच आपला नेता निवडलेला असतो. विशेषत: उत्तम काम करणाऱ्या प्रयोगशाळेचे नेतृत्व कुणी करावे, हे तेथील संशोधकच ठरवतात; पण जिथे फारसे चांगले काम चाललेले नसते, तिथे मात्र नेतृत्वासाठी प्रचंड स्पर्धा चालते, असे मला दिसून आलेले आहे.

सीएसआयआरमध्ये मला बावीस हजार लोकांना सांभाळावे लागते. हा आकडा जणू दसपटीने अधिक आहे, कारण त्याच वेळी मी इतर अनेक व्यवधाने सांभाळत, इतर कामांत गुंतलेला असतो. माझ्या व्यवसायात वरिष्ठ स्थानी असलेल्या व्यक्तींना निंदा करणारी निनावी पत्रे, ई-मेल येणे, ही नित्याची बाब असते. पण मला मात्र अशी पत्रे आली नाहीत. विशेषत: सीएसआयआरच्या बाबतीत लोकांनी माझ्या हृदयातले त्या संस्थेचे स्थान जाणलेले आहे. इथे माझा उल्लेख कोणताही स्वार्थ न बाळगता संस्थेची उन्नती केंद्रस्थानी ठेवणारा, प्रत्येक माणसात देवपण शोधणारा माणूस – असा केला जातो.

तारेवरची कसरत

सार्वजनिक संस्थांमध्ये तुम्ही जेव्हा धोका पत्करून एखाद्या कामाला भिडता, तेव्हा लोक तुमची वाहवा करत नाहीत. त्याकडे दुर्लक्ष करून तुम्ही तुमच्या कामावर, निष्ठेवर विश्वास ठेवावा. या संस्थेतील माझे बहुसंख्य निर्णय मी माझ्या

अंत:प्रेरणेने घेतलेले आहेत. त्या निर्णयामागची आव्हाने स्वीकारलेली आहेत, कारण त्यातून होणारी फलनिष्पत्ती तेवढ्याच गुणवत्तेची होती. मला तेच ते काम करायचा कंटाळा येतो. सामान्य कामे करत राहणे, मला अजिबात आवडत नाही. याबाबतीत माझ्या सहनशक्तीच्या मर्यादा कमी आहेत. सामान्य कुवतीच्या लोकांशी व्यवहार करताना कधी कधी माझ्या तोंडून त्याबद्दल अनुदार उद्गार येतात. लोक ते ऐकतात, समजतात आणि लक्षात ठेवतात.

मी जेव्हा एखादे टार्गेट ठरवतो, तेव्हा ते गाठण्यासाठी सर्वार्थाने प्रयत्न करतो. मी जेव्हा एनसीएलमध्ये आलो तेव्हा ठरवले की, 'या प्रयोगशाळेला आंतरराष्ट्रीय स्तरावर न्यायचे.' आपण तंत्रज्ञानाच्या संदर्भात भीक मागणे वा उसनवारी करणे थांबवायचे. आपण ज्ञान निर्यात करायचे; तेही विकसित, बुद्धिमान गणल्या गेलेल्या लोकांना. आपले शोधनिबंध उत्कृष्ट शास्त्रीय नियतकालिकांत प्रकाशित व्हायला हवेत. गेल्या ३९ वर्षांत प्रथमच एका जागतिक प्रतिष्ठेच्या नियतकालिकात मी माझा स्वत:चा शोधनिबंध प्रकाशित करून उदाहरण घालून दिले. लोकांनी मला एक उच्च दर्जाचा संशोधक मानले आहे, त्या कसोटीला मी उतरू शकलो; किंबहुना, ते माझे बलस्थान आहे.

दुसऱ्या एका गोष्टीबद्दल माझी धारणा पक्की आहे. ती म्हणजे, उत्तुंग यश वा ध्येय साध्य करायचे असेल, तर एकट्या-दुकट्याला ते शक्य नाही. टीमवर्कने फार मोठे काम होऊ शकते. आम्ही विज्ञानक्षेत्रात एकेकटे उत्तम खेळाडू आहोत, पण टीमवर्कमध्ये अगदी थिटे पडतो. भारताबाहेर सर्व जगात वेगवेगळ्या विषयांचे एकत्रीकरण करून संशोधन होते. पदार्थविज्ञान, रसायनशास्त्र, जीवशास्त्र यांच्या सीमारेषा पुसट होऊन संशोधनक्षेत्रात ते एकमेकांत मिसळले जात आहेत. मी नेहमी अशा परिस्थितीला अनुकूल टीम ठरवून संशोधन करण्यासाठी प्रेरणा देतो. अशा टीम्सना पुरस्कार देऊन सकारात्मक वातावरण निर्माण करायचा प्रयत्न करतो. अर्थसाह्य मंजूर करताना वेगवेगळ्या विषयांच्या संशोधकांनी एकत्र येऊन आखलेल्या प्रकल्पांना प्राधान्य देतो अन् जे असे करत नाहीत, त्यांच्या प्रकल्पांना काटकसरीची कात्री पहिल्यांदा लागते.

स्वत:च्या क्षमता ताणण्यावरही माझा विश्वास आहे. वैयक्तिकदृष्ट्या मी स्वत:ला असे सदैव ताणत राहतो. एखादा चेंडू सीमापार जात असेल, तर मी झेप घेऊन तो पकडण्याचा नक्कीच प्रयत्न करतो. माझे हाड या प्रयत्नात मोडेल, हा विचार त्या क्षणी माझ्या मनात नसतो. त्याकडे नंतर पाहता येते. क्रिकेटमध्ये जो दहा वेळा मुसंडी मारून चेंडू पकडण्याचा प्रयत्न करतो, त्याची टीम विजयी होते. जिंकणे आणि हरणे यातील अंतर इतके कमी असते. रात्री दहा वाजता जरी मी कामावरून परतलो असलो, तरी जरुरी भासली तर पहाटे चारला उठून कामावर जायची माझी

तयारी असते. हेच माझे आयुष्य आहे. दर दिवशी, दर तासाला माझ्या क्षमता मी अशा ताणत, वाढवत असतो. तुम्ही जेव्हा असे काम करता, तेव्हा लोक तुमच्या मागोमाग येतात, हे मला अनुभवाने पटले आहे.

एखाद्या बाबतीत माझे अज्ञान कबूल करायला मला अजिबात संकोच वाटत नाही. सॉरी, मला हे ठाऊक नाही... सॉरी, माझी चूक झाली... सॉरी, मी माझी चूक सुधारून घेतो – अशी वाक्ये उच्चारताना मला संकोच वाटत नाही. मला या वृत्तीची खूप मदत झाली आहे. कारण धोका पत्करताना चुका व्हायच्या शक्यता जास्त असतात.

वादळांशी सामना

माझे संपूर्ण आयुष्य धोका पत्करत व्यतीत झाले आहे. संशोधनाच्या क्षेत्रात मी नेहमी नव्या वाटांवरून जायचे धाडस दाखवले. एखाद्या अपेक्षित आलेखावरील नसलेल्या बिंदूकडे माझे लक्ष आधी वेधले जाई. ज्या समस्यांची उत्तरे सापडत नाहीत, ज्या प्रश्नांना कुणी हात घालू धजत नाही; त्यांचे अर्थ शोधण्याचा मी प्रयत्न केला. मी नेहमी संधीच्या शोधात राहिलो, धोके पत्करले. या सर्व धडपडीतून मला फार मोठे यश मिळाले, कारण त्यातून काहीतरी संपूर्णतया नवेही हाती लागत गेले.

एनसीएलचे संचालकपद स्वीकारल्यावर मी पहिला धोका पत्करला. 'व्यापार' हा शब्द तेव्हा विज्ञान-संशोधन जगात एखाद्या शिवीसारखा अर्थ बाळगून होता. उद्योग विकास विभाग सुरू करून तिथे एका व्यवस्थापनशास्त्रातील तज्ज्ञाची नेमणूक करणे, यात फार मोठा धोका होता. विज्ञानक्षेत्रातील व्यक्तींनी मला वाळीत टाकले असते. मी विज्ञानाचे सोवळे वस्त्र मलिन करतो आहे, असा माझ्यावर आरोप झाला. मी दुखावला गेलो. मी बहुराष्ट्रीय उद्योगांशी भागीदारी करायचा निर्णय १९८९ मध्ये घेतला. बहुराष्ट्रीय कंपनी हा शब्दही विज्ञानक्षेत्रात उच्चारणे वाईट मानले जात असे. मी हा धोक्याचा दुसरा निर्णय घेतला होता.

पुढे सीएसआयआरमध्ये आलो आणि हीच वृत्ती दाखवत अनेक धोके पत्करले. एखाद्या उद्योगाचे असते, तसे आम्ही सीएसआयआरचे उद्दिष्ट शब्दांकित केले. 'सीएसआयआर-२००१ : दृष्टी आणि धोरण' (व्हिजन अँड स्ट्रॅटेजी). 'प्रशासकीय' समजल्या जाणाऱ्या संस्थेमध्ये असे करणे धोक्याचेच होते. राजकीय नेतृत्वाला या संस्थेच्या बदललेल्या धोरणासाठी अनुकूल करणे कठीण होते. बदलाची गरज आणि निकड त्यांच्यापर्यंत पोहचवण्यासाठी सुसंवादाची नितांत गरज होती. आमच्या संस्थेत लोक गुणवत्तेला महत्त्व देतात. मी 'परफॉर्मन्स' अन् यश याबाबतीतली टार्गेट्स उंचावण्याचे ठरवलेले होते. मी फक्त एका मोठ्या प्रयोगशाळेला महान प्रयोगशाळा बनवून शब्दांचा खेळ मांडणार नव्हतो; आम्ही प्रत्यक्ष आकडेवारीचा आधार घेऊन टार्गेट्स ठरवणार होतो. किती पेटंट्स होतील? किती मोबदला

मिळेल? उत्पन्नात किती वाढ होईल? हे सर्व त्या कागदपत्रांत नमूद केले होते. त्याच्या प्रती काढून मी उद्योगजगतातील अनेक नेत्यांना पाठवल्या श्री. रतन टाटा यांनी म्हटले, ''ही पुस्तिका जणू टाटा कंपनीने बनवली आहे, असे वाटते आहे.''

हा धोका अन् त्याचे गांभीर्य समजण्यासाठी तुम्ही सार्वजनिक कचेरीतच काम करत असायला हवे. कुणीतरी मला म्हटले की, ''सरकारी हिशेब तपासनीस येतील आणि तुम्हाला फाडून खातील, असे काम तुम्ही करत आहात. त्यांना आम्ही इतक्या वर्षांत इतके कोटी रुपये कमावून दाखवू, असे सांगताना फार मोठा धोका पत्करत आहोत.'' मी उत्तरलो, ''मला असेच करायचे आहे. हे जर मी केले नाही, तर माझ्या प्रयोगशाळांना मी टार्गेट्स देऊ शकणार नाही.''

'सीएसआयआर-२००१ : व्हिजन आणि स्ट्रॅटेजी' या पुस्तिकेने माझ्या हाताखालच्या चाळीस प्रयोगशाळांवर मला हवा असलेला परिणाम साधला. त्यांना एकत्र टार्गेट्स दिल्यामुळे पहिल्यांदा स्वतंत्र, वेगवेगळ्या असलेल्या या प्रयोगशाळांना आपण एका मोठ्या टीमचा भाग आहोत, अशी भावना दिली गेली. जणू एका लोहचुंबकाला वेगवेगळ्या जागी चिकटलेल्या, विखुरलेल्या सुया असाव्यात; तसे चित्र बदलून गेले. याआधी याच प्रयोगशाळांनी अशा स्वतंत्र पण एकत्र असण्याला विरोध केला होता. पण आता या चित्राचा नेमका अर्थ त्यांना दिसत, उमजत होता. जणू एका फळ्यावर त्यांना वाचता येतील असे शब्द लिहिलेले होते. एका बाजूला सीएसआयआरची टार्गेट्स लिहिली होती अन् दुसऱ्या बाजूला ती विवक्षित प्रयोगशाळा ही टार्गेट्स गाठण्यासाठी आपला वाटा कशा पद्धतीने उचलू शकते, याचे निर्देशन होते. माझ्या आयुष्यातील सर्वोच्च आनंदाच्या क्षणांपैकी हा एक होता. हाही मी एका अर्थाने पत्करलेला धोकाच होता. नंतर अशा अनेक धोकादायक योजना मी सीएसआयआरमध्ये राबवल्या.

नवे, उत्साहजनक असे काही

नव्या सहस्त्रकात भारतीय तंत्रज्ञानाने नेतृत्व करायचा विचार मनाशी धरावा, या हेतूने मी एक दस्तावेज बनवला. विज्ञानक्षेत्रातील ही एक खळबळजनक घटना ठरली. मी जणू देशाला जुगार खेळायला लावतो आहे, असे कित्येकांना वाटले. या 'न्यू मिलेनियम इंडियन टेक्नॉलॉजी लीडरशिप इनिशिएटिव्ह'ची कथा भारतीय विज्ञानजगतास नवी परिमाणे देणारी ठरली. विज्ञान, तंत्रज्ञानक्षेत्रात जेव्हा सरकारच्या सहभागाने सार्वजनिक संस्था चालवल्या जातात; तेव्हा त्यात संशोधक, तंत्रज्ञ याचबरोबर राजकीय नेतृत्वही सामील असते. या कथेची सुरुवात मला चांगली आठवते. अर्थमंत्री यशवंत सिन्हा २८ फेब्रुवारी २००१ ला अर्थसंकल्प सादर करणार होते आणि बावीस फेब्रुवारीला मला त्यांच्या ऑफिसमधून फोन आला. ही

नव्या सहस्त्रकाची सुरुवात असल्याने त्यांना काहीतरी उत्तुंग, वेगळे करायचे होते. मी होकार दिला अन् माझ्या सचिवांना बोलावून 'न्यू मिलेनियम इंडियन टेक्नॉलॉजी लीडरशिप इनिशिएटिव्ह' हे शब्द आणि त्याचे विशेषण लिहून घ्यायला सांगितले.

"संपूर्ण विसाव्या शतकात भारताने फक्त अनुयायाची भूमिका बजावली; कुठेही नेतृत्व केले नाही. भरपूर उपयोजना असणारी आणि त्या-त्या क्षेत्रात मूलभूत क्रांती घडवणारी बॉलपेन, ट्रांझिस्टर, पोलरॉईड, झेरॉक्ससारखे एकही उत्पादन भारतात शोधले गेले नाही. एकविसावे शतक यापेक्षा वेगळे असायला हवे. आपण नेतृत्व करायला हवे. त्यासाठी धोका पत्कारायला हवा. थोडा जुगार खेळायला हवा. ज्या प्रकल्पामध्ये अपयश यायचा धोका आहे, त्या विज्ञान संशोधनांना खासगी क्षेत्राने आर्थिक पाठिंबा दिला नाही, ही आपली समस्या आहे. आता आपण भागीदारीत असे प्रकल्प सुरू करायला हवेत. सरकारनेही खासगी क्षेत्रात संशोधन होण्यासाठी आर्थिक पाठबळ आजवर दिलेले नाही. जगभरात अशा संशोधनाला सरकार उत्तेजन देते. आपणदेखील हे करायला हवे. संशोधनासाठी व्याज न आकारता किंवा बिनव्याजी पैसे द्यायला हवेत. ज्या क्षेत्रात स्पर्धा आहे, त्यात संशोधन करायला हवे. 'गरजेप्रमाणे संशोधन' यापेक्षा हे वेगळे क्षेत्र आहे. इथे एकदा एखादा उपयोजित शोध लागला की, त्याचे स्वामित्व आपल्याकडे कायम राहते. ते तंत्रज्ञान कुणीही पुढे वापरले तरी त्याचे मूल्य आपल्याला मिळते, हा सर्वांत मोठा फायदा आहे."

मला तासाभरात श्री. यशवंत सिन्हांचा फोन आला. मी या प्रकल्पाचे नेतृत्व करायची तयारी दर्शवली तर त्यांचा होकार आहे, असे अर्थमंत्र्यांनी सांगितले. मी याला कबुली दिली आणि वर्षाला पन्नास कोटी रुपये पुरेसे होतील, असे पंधरा मिनिटांत सांगितले. त्यांनी लगेच होकार दिला आणि पैसे मंजूर झाले. मी दहा हजार पुस्तिका तयार करून घेतल्या. हजारभर पत्रे लिहिली आणि लोकांना कल्पना सुचवायला सांगितले. जोखीम पत्करून संशोधन केले, तर यशस्वी होईल आणि यश मिळाल्यावर त्याचे व्यापारी तत्त्वावर उत्पादन करता येईल, अशा हजारभर कल्पना अल्पकाळात जमा झाल्या. छाननीनंतर त्यातील सात कल्पनांवर पहिल्या वर्षी काम सुरू करण्यासाठी पैसे मंजूर करण्यात आले. पुढल्या वर्षी सात अन् त्या पुढल्या वर्षी सहा अशा प्रकल्पांवर काम सुरू होईल. आता हा कार्यक्रम विस्तारतो आहे. खासगी क्षेत्रातील पन्नास कंपन्या आणि १२२ संस्था या प्रकल्पात आमच्या भागीदार आहेत आणि जोखीम पत्करून तिथे संशोधन सुरू झाले आहे.

नवी नीती

लोकांमधील उत्कृष्ट गुण कार्यरत होण्यासाठी काय करता येईल? उत्तम

कामांची दखल घेऊन त्यांना बक्षिसे देणे, हा एक मार्ग आहे. आम्ही वैयक्तिक कामासाठी आणि एकूण संस्थेच्या कामासाठी उत्कृष्ट ठरले, तर अधिक मानधन देऊ लागलो. दोन्ही ठिकाणी त्यामुळे चांगले काम करण्याची प्रेरणा मिळू लागली. या 'उत्कृष्ट' कामासाठी आम्ही काही मापदंड, निकष ठरवले. त्यामुळे लोकांना आपल्या कामात नेमके काय करायला हवे, याची कल्पना येऊ शकली. सार्वजनिक वा सरकारी संस्थांमध्ये तुलनेने पगार कमी असल्याने पैशाच्या स्वरूपातील बक्षिसे त्यांना आकर्षक वाटली. ज्या संशोधन निबंधामुळे नवे काहीतरी येईल त्यांना, ते लिहिणाऱ्या व्यक्तींना आम्ही सन्मानपूर्वक पुरस्कार देऊ लागलो. फक्त त्यांनाच नव्हे, तर त्यांच्या कुटुंबीयांनाही त्यामध्ये सामील केले. कारण कुटुंबीयही एखाद्याच्या कामामध्ये अप्रत्यक्ष योगदान देत असतात. त्यांची भूमिकाही महत्त्वाची असते.

आम्ही उत्तम संशोधनाचे निकष ठरवल्यामुळे आपले मूल्यमापन कसे करणार, हे लोकांना समजू लागले. अमेरिकेचे पेटंट मिळवणे, हा त्यातील एक निकष होता. अमेरिकेने २००३ मध्ये मंजूर केलेल्यांपैकी ४० टक्के पेटंट्स भारतीयांची होती. एक काळ असा होता की, एनसीएलच्या नावावर एकही पेटंट नव्हते. आता असे निकष निश्चित केल्याने आम्ही संशोधनाला नक्कीच प्रेरणा देऊ शकलो.

संशोधनक्षेत्रातील उतरंडीच्या उच्च स्थानीच असण्याऐवजी तळाशी म्हणजे पायाच्या जागीसुद्धा अशा नावीन्याला वाव देणे मला महत्त्वाचे वाटते. त्यासाठी मी प्रयत्नशील राहिलो. मी एनसीएलमध्ये असताना एखाद्या व्यक्तीला उत्तम कामाबद्दल बक्षीस देण्यासाठी तरतूद नाही, हे मला कळले; तेव्हा मी माझ्या मित्रांकडे पैसे मागून, देणग्या मिळवून एक फंड स्थापन केला आणि ठरवले की, जो कुणी आपले काम उत्तम तऱ्हेने करेल, त्या व्यक्तीला बक्षीस दिले जाईल.

आमच्या वर्कशॉपमध्ये एक सफाई कामगार होता. त्याचे काम जागेची सफाई करणे होते. तो सकाळी सातला येऊन आपले काम पूर्ण करून मग इतरांच्या कामात मदत करत असे. कुणी न सांगता-न सवरता तो शांतपणे ही मदत करत राही. एनसीएलच्या स्थापनादिनाला १२०० लोकांसमोर त्याला व्यासपीठावर बोलावून आम्ही त्याचा कक्षेबाहेर जाऊन केलेल्या कामाबद्दल सत्कार केला. अधिक मोबदल्याची अपेक्षा न ठेवता त्याने शक्य असेल तसे स्वत:ला ताणले होते व सर्वांना मदत केली होती, याची दखल घेणे मला जरुरीचे वाटले.

आमची पुरस्कार द्यायची योजना फक्त उच्च स्तरावर यश मिळवणाऱ्या व्यक्तींपुरती आम्ही सीमित ठेवलेली नाही. मागे राहून शांतपणे काम करणाऱ्यांना आणि त्यायोगे संस्थेच्या एकूण उत्कर्षाला हातभार लावणाऱ्या प्रत्येकाला आम्ही बक्षीस देण्याची प्रथा पाडली आहे. लक्ष्मी ही सरस्वतीइतकी महत्त्वाची आहे, ही नवी नीती मी माझ्या व्यवस्थापनात रुजवली आहे.

माइंड जिम – सीईओ म्हणून स्वतःचे मूल्यांकन करा.

- तुमच्या संस्थेने देशात आणि आंतरराष्ट्रीय पातळीवर किती पेटंट्स आणि ट्रेडमार्क मिळवलेले आहेत?

- तुमच्या कर्मचाऱ्यांच्या विशेष कर्तृत्वाची दखल तुमची संस्था घेते का? कोणत्या स्वरूपात ती घेतली जाते? दर वर्षी समारंभ साजरा करून पुरस्कार दिले जातात का?

- कामाचे मूल्यांकन करणाऱ्या प्रक्रियेची फेरतपासणी तुम्ही अलीकडे शेवटची केव्हा केली? त्यानुसार मनुष्यबळ मूल्यांकनात काही फेरबदल करण्यात आले का?

- एखाद्याला पुरस्कार देणे वा शिक्षा देणे याची आणि संस्थेमधील सतत होणाऱ्या बदलाची सांगड घातलेली आहे का?

- नेतृत्व करू शकतील, अशा किती व्यक्ती तुम्ही तुमच्या करिअरमध्ये विकसित केलेल्या आहेत?

६
विकास

के. व्ही. कामत
कार्यकारी संचालक आणि सीईओ –
आयसीआयसीआय बँक लिमिटेड

श्री. के. व्ही. कामत यांना जेव्हा आयसीआयसीआय बँकेच्या कार्यकारी संचालकपदी परत बोलावण्यात आले, तेव्हा त्या बँकेच्या परिवर्तनाला सुरुवात झाली आणि ती भारतातील दोन क्रमांकाची बँक बनली. कर्ज देणाऱ्या एका संस्थेचा त्यांनी थोड्या वर्षांत कायापालट घडवला आणि सर्व प्रकारच्या बँकसेवा देणारी ती परिपूर्ण बँक बनली. बँकेची एकूण मालमत्ता १०,०००० कोटी रुपयांपर्यंत वाढली आणि ग्राहकसंख्या एक लाखापासून एक कोटी झाली. हे परिवर्तन घडविण्यासाठी बँकव्यवहारांच्या बांधणीत मूलभूत बदल झाले. कर्मचाऱ्यांच्या उत्पादकतेत वाढ झाली. श्री. कामत यांनी मे १९९६ मध्ये कार्यभार स्वीकारला, तेव्हा सर्वप्रथम समस्या होती ती कर्मचारीवर्गाच्या स्थितिशीलतेशी संबंधित. डबक्याला येतो तसा साचलेपणा व्यवहारावर आला होता. कर्मचाऱ्यांची संख्या जास्त होती, पण कुणी तडफेने काम करत नव्हते. त्यांनी अतिरिक्त कर्मचाऱ्यांची समस्या सोडवली, उत्तम काम आणि उत्तम वेतन यांची सांगड घातली अन् कर्मचाऱ्यांची उत्पादकता वाढवली. गुणवत्तेवर मोबदला देण्याची संस्कृती रुजवली, नव्याने जोमदार भरती केली अन् उद्योगसंस्कृती अशी समृद्ध केली की; आपण इथे काम करायला हवे, असे लोकांना वाटू लागले. हे सर्व सहजासहजी झाले नाही. पण पुढील लेखात श्री. कामत म्हणतात त्याप्रमाणे योग्य निर्णय, धाडसीपणा, बदलाचा पुढे होऊन स्वीकार करणे हे त्यांच्या उज्ज्वल यशाच्या कथेचे पायाचे दगड आहेत.

संधी दिसेल तेव्हा मागे सरू नका

निर्णय घेतल्यावर पाठोपाठ त्याचा अंमल करणे, हे खरे आव्हान असते. लोक स्थितिशील राहून निर्णय राबवायचा प्रयत्न करतात; पण स्थितिशील परिस्थितीत नव्या निर्णयाचा अंमल करणे शक्य होत नाही.

– श्री. के. व्ही. कामत

ऱ्हासाचा मुकाबला

आयसीआयसीआयमध्ये सावकाश अधोगती होत असलेली दिसत होती. सर्वांना जणू एक प्रकारच्या जडत्वाने ग्रासले हाते. ही कोंडी फोडल्याशिवाय आम्हाला टिकून राहणे शक्य नव्हते. ९६-९७ मध्ये अशी विचित्र परिस्थिती होती की, तरुण मुले इथे येत आणि वर्षभरात त्यांनाही हे जडत्व ग्रासून टाके. खरे म्हणजे, ही वीसेक तरुण मुले देशातील सर्वोत्कृष्ट गणल्या गेलेल्या चार व्यवस्थापन शिक्षणसंस्थांतील पहिल्या दहांत आलेल्या मुलांपैकी – म्हणजे क्रीम म्हणावे अशा शैक्षणिक स्तरातील होती. एके दिवशी त्यातील एका तरुणाला मी संगणकावरून एकदम पंचवीस पत्रे पाठवायला सांगितली. दोन दिवसांनी मी विचारले, तर त्याने काहीतरी फालतू सबब सांगितली. मी माझ्या जागेवर गेलो आणि वीस मिनिटांत ती सर्व पत्रे संगणकावर लिहून, प्रती घेऊन स्वाक्षऱ्या केल्या आणि त्याच्या टेबल्यावर ठेवल्या. नचिकेत मोर या माझ्या

सहकाऱ्याने ते पाहून निराशेने हात फैलावले. या तरुणांना झालेय तरी काय, असा प्रश्न त्याच्या चेहऱ्यावर होता. ते हुशार आहेत, बुद्धिमान आहेत, उत्साहीही आहेत; पण सहा-सात महिने इथे काम केल्यावर त्यांची काम करायची इच्छा जणू नाहीशी होते. त्यांना जडत्व येते.

ही स्थितिशील राहण्याची वृत्ती बँकेत खोलवर झिरपली होती. मी इंडियन डेव्हलपमेंट बँकेत जाण्यापूर्वी या बँकेत शेवटचे केलेले काम म्हणजे अत्याधुनिक तंत्रज्ञानाचा वापर सुरू करणे. आम्ही देशात पहिल्यांदाच ओरॅकल हे सॉफ्टवेअर वापरायला सुरुवात केली होती. मी १९९६ मध्ये परत आलो आणि चाळीसेक वरिष्ठ अधिकाऱ्यांची बैठक घेतली, तेव्हा त्यांना विचारले, "तुमच्यापैकी किती जण ओरॅकल वापरत आहात?" उत्तर आले, "कुणीही नाही." ते अजूनही 'डॉस' ही जुनी संगणकप्रणाली वापरत होते. मी आश्चर्याने प्रतिप्रश्न केला, "तुम्ही हे तंत्रज्ञान अजून का वापरले नाहीत?" उत्तर आले की, ते तंत्रज्ञान अजून संगणकात बसवलेले नाही. तसे संगणक अभियंत्याने का केले नाही, हा प्रश्न त्याला कुणीही विचारला नव्हता.

हे सर्व कसे बदलता येईल, असा प्रश्न मी एका प्राध्यापकाला विचारला. ते उत्तरले की, तुम्ही त्यांच्याशी फारच मृदू वागत आहात. मला त्या उत्तराबद्दल तितके समाधान वाटले नाही. त्यांनी पुढे विचारले, तुम्ही या अधिकाऱ्यांचे मूल्यमापन कसे करता? मी म्हटले की, पाचापैकी मार्क दिले जातात.

त्यांचे उत्तर आले, "हाच तुमचा अवगुण आहे. प्रत्येकाला पाचापैकी चार मार्क पडले की कुणीही बदल करायला तयार होत नाही. काम आहे तसे पुढे रेटणे नेहमीच सोईचे असते. मग मुद्दाम अधिक काम कोण करेल?" त्यांनी मला सल्ला दिला... "इतर कंपन्या कसे काम करतात पाहा. लोकांचे मूल्यमापन करताना योग्य निकष वापरा. तळाचे म्हणजे दोन वा तीन मार्क पडलेल्याला काढून टाका; मग बाकीचे आपोआप वठणीवर येतील." आज आम्ही या अवस्थेपासून बरेच पुढे आलेलो आहोत.

जुने जाऊ द्या...

जी माणसे बदल स्वीकारायला नकार देतात, डबक्यात साचलेल्या पाण्याची वृत्ती बाळगतात; त्यांच्याशी कसे वागायचे, हे मला ठाऊक आहे. प्रत्येकाकडून काहीतरी शिकण्यासारखे असते, ते घ्यावे; ही माझी सवय आहे. एका मासिकातील लेख वाचत असताना मला पार्किंग (वाहने उभी करून ठेवणे) हा शब्द भावला आणि मला या समस्येचे उत्तर सापडले. जेव्हा मोठ्या प्रमाणावर बदल घडवायचे असतात, तेव्हा लोकांना चांगली भरपाई देऊन स्वेच्छानिवृत्ती म्हणजे गोल्डन

हँडशेक देता येतो. पण उद्योगात वा संस्थेत असे काही लोक असतात की, ते तुम्हाला हवे असतात, पण त्यांना पुढे ढकलण्याची गरज असते. वाहन दुसऱ्या जागी पार्क केले की जशी कोंडी दूर होऊन वाहतूक सुरू होते; त्याप्रमाणे अशा लोकांना दुसऱ्या विभागात पार्क करून आम्ही वातावरण बदलले. दीड वर्षाने आम्ही अशा बदलानंतरही जुळवून घेऊ न शकलेल्या लोकांना दुसरा 'गोल्डन हँडशेक' दिला. अनेकांनी आपणहून समजून घेऊन हा प्रस्ताव स्वीकारला.

संस्थेच्या बांधणीमध्ये कर्मचाऱ्यांच्या साखळ्या मोकळेपणाने काम करत असाव्यात, हा धडा आम्ही शिकलो होतो. त्यातील कुणीही कामाच्या प्रवाहात अडथळा बनून चालणार नाही. भारतीय उद्योगाच्या कार्यपद्धतीत हा एक दोष आहे अन् त्यामुळे बरेच नुकसान होते. आपल्या व्यवस्थेची सतत दुरुस्ती करत राहायला हवी. गरज असेल तेव्हा भरपूर मोबदला देऊन काम करून घेणे आणि नको तेव्हा त्यांना परत पाठवणे म्हणजे 'हायर अँड फायर' पद्धतीने काम करून घ्यावे. आमची ही पार्किंग पॉलिसी परिणामकारक ठरली.

एकदा का तुम्ही कार्यक्षम माणसेच इथे राहतील, हे धोरण सर्वांपर्यंत पोहचवले; त्याबाबत ठाम आहात, हे त्यांना कळले की लोक आपणहून स्वत:चा मान राखून सोडून जातात. गेल्या आठ वर्षांत आम्ही अनेक जणांना असे सन्मानाने जाऊ दिले. लोकांना जेव्हा समजले की, इथे मोठ्या प्रमाणावर बदल घडत आहेत आणि ते योग्य आहेत, तेव्हा ते स्वीकारण्यासाठी त्यांची मनोभूमी तयार होते. आपण इथे काम करू शकणार नाही, हे त्यांना स्वत:हून उमजते अन् स्वत:ला योग्य अशी संधी शोधून ते निघून जातात. आम्ही या लोकांशी खूप बोलतो, चर्चा करतो. व्यावसायिक सल्लासेवा देतो आणि जाताना पाठीवर थापही देतो. त्यामुळे बाहेर जाऊन ते आमच्याबद्दल चांगलेच बोलतात. ते आमच्या उद्योगाचे राजदूत आहेत. त्यांनी बाहेर जाऊन आमच्याबद्दल चांगले बोलावे, ही आमची गरज आहे, हेही मी त्यांना सांगतो. त्यांनी आपल्या नव्या करिअरमध्ये यश मिळवावे, असे मला मनापासून वाटते. हे धोरण प्रत्येक वेळी यशस्वी होतेच, असे नाही. पहिल्या दोन वर्षांत त्यामुळे निर्माण झालेला कडवटपणा अन् आम्ही अन्याय करतो आहोत ही भावना टाळणे, हे आमच्यापुढचे मोठे आव्हान होते. गेल्या सहा वर्षांत मात्र परिस्थिती बदलली आहे. 'आपण जिंकलो आहोत' ही भावना दोघांसाठी निर्माण करण्यात आम्ही यशस्वी झालो आहोत.

मी नेहमी डोळे उघडे ठेवून इतर आस्थापनांमध्ये काय चालले आहे हे पाहत असतो. मला आग्नेय आशिया खंडातील परिस्थिती जवळून पाहायची संधी मिळते. गेल्या पंधरा वर्षांत दरडोई उत्पन्न पाचशे डॉलर्सपासून सहाशे डॉलर्स झाले आणि संपूर्ण आग्नेय आशियामध्ये आर्थिक प्रगतीला वेग आला. पहिल्यांदा चीन मग

इंडोनेशिया, फिलिपाइन्स, थायलंड या सर्व देशांनी व्याजदर कमी केले आणि महागाई आटोक्यात ठेवली. जे तिथे घडते, ते इथे नक्कीच घडू शकते. फक्त इथल्या परिस्थितीचा अंदाज घेऊन परिवर्तनासाठी पावले उचलायला हवीत. थोडक्यात सांगायचे, तर बाजाराचा अंदाज नेमका यायला हवा. बारीक-सारीक तपशील विचारात घेऊन निर्णय घेतले की यश मिळवता येते.

मी आणि माझ्या सहकाऱ्यांच्या टीमला कृती करायला आवडते. संधी दिसली की आम्ही ती सोडत नाही. उदा. न वापरलेले नवे तंत्रज्ञान प्रथम वापरावे, असे आम्हाला वाटते. आमच्या लक्षात आले की, भारतीय मानस आता नव्या तंत्रज्ञानाला अनुकूल आहे; आम्ही लगेच 'एटीएम सेवा' (कार्ड वापरून यंत्राने पैसे काढण्याची सुविधा) देण्याचे निश्चित केले. इंटरनेटवरून बँकसेवा देऊ केली आणि कॉल सेंटर्सही उभी केली. ही तिन्ही पावले यशस्वी ठरली, कारण ते तंत्रज्ञान आजच्या काळाला अनुरूप असे आहे. थोडक्यात सांगायचे, तर आमच्या स्पर्धकांपेक्षा आम्हाला भविष्याचा वेध आधी घेता येतो. इतरांपेक्षा आम्ही बाजाराचा कल आणि संधी आधी ओळखू शकतो. व्याजदर कमी झाले म्हणजे ग्राहककर्जाचे प्रमाण वाढणार, हे समजताच आम्ही लगेच बदल करून बाजारातील कर्ज देण्याची टक्केवारी वाढवली.

असा निर्णय घेणे सोपे असते. परिस्थितीचा अंदाज घेऊन आपल्या उद्योगाचे धोरण ठरवणारे अनेक सीईओ आहेत. पण निर्णय घेतला की, पाठोपाठ कृती येते आणि तीच जास्त आव्हानात्मक असते. बदल चटकन स्वीकारण्याऐवजी परिस्थिती 'जैसे थे' ठेवण्यात सुरक्षितता वाटते. अशा स्थितिशील अवस्थेत कधीही कृती होत नाही. त्यासाठी लोक मनाने तयार होत नाहीत. तुम्हाला जे करायचे आहे, त्यासाठी सर्व कर्मचारी तयार आहेत का? ते जर तयार नसतील, तर व्यवस्थेतील बदल यशस्वी होत नाहीत. या संदर्भात मला एक वाक्प्रचार आठवतो. 'तुम्ही तिसऱ्या पिढीचे धोरण जिथे पहिल्या पिढीचे कर्मचारी आहेत, अशा दुसऱ्या पिढीच्या व्यवस्थेकडून राबवून घेऊ शकत नाही. इथे 'पिढी' हा शब्द वैचारिक अंतराच्या संदर्भात वापरलेला आहे.

बदलाचे व्यवस्थापन

गेली आठ वर्षे मी या खुर्चीवर आहे. या काळात आमच्या बँकेतील व्यवस्थेत पाचवेळा बदल करण्यात आले. पहिल्या तीन बदलांना तोंड देताना आमची दमछाक झाली. गंमत म्हणजे, सर्वांत अलीकडचा महत्त्वाचा बदल करताना आम्हाला वाटले होते की अतिशय त्रास होईल; पण तसे झाले नाही. फारशी कुरकुर न करता सर्वांनी तो बदल स्वीकारला. कारण तोपर्यंत काही काळाने बदल होत

राहणार, हे सर्वांनी मनाने स्वीकारले होते.

पहिल्या वर्षात आम्हाला कर्मचाऱ्यांकडून प्रचंड विरोध झाला. काही जण गुद्द्यांवर यायला तयार झाले, तर काहींना नैराश्याने ग्रासले. मग मात्र सर्वांच्या वृत्ती हळूहळू बदलत गेल्या. लोकांचा कामाच्या पद्धतीकडे बघायचा दृष्टिकोन बदलला. इथे संवादाची गरज होती. प्रत्येक वेळी मी आमच्या एखाद्या शाखेत गेलो की २०-३० लोकांसोबत बसून तीन-तीन तास चर्चा करत होतो. आम्ही जे बदल करत आहोत, ते का करत आहोत, हे समजावून सांगत होतो. त्यांच्यासमोर टार्गेट्स ठेवत होतो आणि ती सर्व गाठली जात होती.

दुसऱ्या वेळी आम्ही टीम्स तयार केल्या आणि काम मिळून केले जाईल, असे ठरवले. त्याआधी प्रत्येक जण आपापले काम करत असे. तेव्हा हा बदल कठीणच होता. आयसीआयसीआय बँक आणि कॉर्पोरेशन या दोन्ही जागी मी वरिष्ठ व्यवस्थापकांना बोलावून तुम्ही कसे व्यवहार करणार आहात, याबद्दल विचारणा केली. प्रत्येक जण कामाच्या आखणीचे तक्ते घेऊन आला. मी ते फाडून टाकले अन् म्हटले, "मला हे नको आहे. कोण, कुणाशी कामाच्या संदर्भात कसे जोडलेले आहे, कुठे जोडले जाणार आहे, हे मला सांगा. मला कामाचे कप्पेबंद वाटप नको आहे." एक-दोन दिवसांत मला नेमके काय हवे आहे, हे त्यांच्या लक्षात आले. प्रत्येकाने प्रथम स्वत:चे आपल्या जबाबदारीशी असलेले नाते सांगितले, नंतर संस्थेशी असलेली बांधिलकी समजून घेतली. व्यवहार तुकड्यांनी होण्यापेक्षा त्यांच्यामधील अनुबंध मजबूत हवेत, हे समजून घेतले अन् नंतर कामाची पद्धत आपोआप सुधारत गेली. धंदा वाढला आणि आम्ही आमची ठरवलेली टार्गेट्स गाठू शकलो.

वेळेची अचूकता

संधी नुसती साधून चालत नाही; ती वेळेवर साधणे महत्त्वाचे असते. अनिश्चित वातावरण तुम्ही कसे हाताळता यावर यश अवलंबून राहते. आम्ही धाडसाने योग्य निर्णय घेतले आणि ते योग्य रीतीने राबवले; पण आम्हाला जर वेळ साधता आली नसती, तर अपयश आले असते.

आम्ही १९९९ मध्ये आंधळ्यासारखे चाचपडत होतो. बँकिंग सेवेसमोर इंटरनेटचे आव्हान उभे राहिले होते. तज्ज्ञांचे मत होते की, यापुढील काळात बँकेला टेलिकॉम कंपन्या, प्रसारमाध्यमे यांसारख्या मोठ्या प्रमाणात विस्तारलेल्या, माहिती असलेल्या, नेटवरून ग्राहकांशी संपर्क साधू शकणाऱ्या कंपन्यांशी स्पर्धा करावी लागेल. ग्राहक कमी होण्याचाही धोका वर्तवला होता. ही अनिश्चितता उद्भवली, तेव्हा बहुतेक बँकांनी त्याकडे दुर्लक्ष केले; मात्र हे अंदाज खरे होतील, असे समजून

आमचे पुढील धोरण ठरवताना हे सर्व केंद्रस्थानी ठेवले. या नव्या, वेगाने विस्तारणाऱ्या क्षेत्राशी तुम्ही कसे संबंध ठेवणार, हेही एक आव्हान होते. आम्ही काही निर्णय गडबडीने घेतले. तीन-चार महिन्यांनी लक्षात आले की, इंटरनेटचा वेग वेगळा आहे. आम्ही ठरवलेले धोरण मागे घेतले आणि मार्ग बदलला. गेल्या आठ वर्षांत आम्ही घेतलेला तो एकमेव चुकीचा निर्णय होता; पण तो वेळेवर फिरवण्याचा शहाणपणा आम्ही दाखवला. आजूबाजूची परिस्थिती पाहून, तज्ज्ञांशी बोलून कोणताही अहंगंड न बाळगता आम्ही परत फिरलो होतो. आपण खुर्चीत बसून जगात काय घडते आहे, हे नुसते बघत बसून चालत नाही; तर बघितलेल्या माहितीचे विश्लेषण करून वेळेवर कृती करणे आवश्यक असते. ती आम्ही केली होती.

१९९६ नंतर काळ आमच्या सोबत होता. आम्ही नवे तंत्रज्ञान झपाट्याने राबवले. संगणकाने बँकसेवेत घडवलेल्या क्रांतीचा आम्ही पुरेपूर फायदा उठवला आणि ग्राहकांनाही संगणकीय व्यवहाराचा सुलभपणा समजला. त्यांची संख्या झपाट्याने वाढली. १ लाखावरून ६ लाख, २५ लाख, ५० लाख असे टप्पे गाठत आज ही संख्या एक कोटीवर पोचली आहे.

सुलभता

एखादी व्यामिश्र समस्या समोर उभी राहिली की, आधी तिचे सुलभीकरण करणे गरजेचे असते. चर्चा केली तर प्रत्येकाला समस्या समजते; पण कितीही विश्लेषण केले तरी त्यातून क्वचितच निर्णयापर्यंत पोचता येते. समस्या उद्भवली की आम्ही बरीच चर्चा करतो, पण ती वेगाने करतो आणि थोड्याच दिवसांत निर्णय घेऊन मोकळे होतो. निर्णय लांबणीवर टाकणे शक्यतो टाळतो. एकदा निर्णय घेतला की, नेमके काय करायचे याचे तपशील आपोआप उलगडत जातात. मला असे वाटते की, बहुतेक कंपन्या निर्णय घेतानाच डळमळीत राहतात अन् मग तो पुढे ढकलतात.

'जैसे थे' स्थिती कोणत्याही व्यवस्थेत फार काळ असू नये. आपल्या मर्यादा ताणून अधिक विस्तार कसा होईल, हे सतत पाहायला हवे. हळूहळू असे ताणणे सवयीचे होते अन् उद्योग आपोआप विस्तारत जातो. एक टार्गेट गाठल्यावर दुसरे अधिक उंच टार्गेट समोर हवे. लोकांना असे सतत विकसित करत राहायला हवे. त्यांना स्थितिशील बनू देऊ नये. मग आपल्याला हवे ते आपण घडवू शकतो.

धाडसी वृत्ती

आपण धाडसाने, धोका पत्करत पुढे जायला हवे. 'जैसे थे' स्थिती संस्थेचे काय करू शकते, ते माझ्या काही स्पर्धकांकडे पाहिल्यावर लक्षात येईल. आम्ही

बदललो, म्हणून टिकून राहू शकलो. या खुर्चीत आठ वर्षे राहिल्यावर मी टीम कशी तयार करावी, व्यवस्थेची बांधणी कशी करावी, नवनव्या कल्पना चर्चेअंती कशा निवडाव्यात अन् राबवाव्यात; हे सर्व करून पाहू शकलो अन् त्यातून एक गोष्ट प्रकर्षाने लक्षात आली. ती म्हणजे, आत्मविश्वास हवा अन् अंगात धाडस हवे. आम्ही ज्या परिस्थितीत होतो, त्यातून बाहेर पडायला हे दोन गुण उपयुक्त ठरले अन् अनेक नव्या क्षेत्रांत उतरून आम्ही पाय रोवू शकलो.

मागे वळून पाहतो तेव्हा वाटते, वेगळ्या क्षेत्रांत उतरायचा आमचा निर्णय खरेच धाडसी होता. आम्हाला उत्पादनाचे ज्ञान नव्हते, प्रक्रिया ठाऊक नव्हत्या, हे उद्योग चालवू शकतील अशी माणसेही नव्हती; पण धाडस होते. आम्हाला आमची कामे पूर्णतया बदलावी लागतील याची जाणीव होती. 'जैसे थे' स्थिती पालटण्यासाठी अनेकांना आपली कामे बदलावी लागली. या परिवर्तनाच्या काळात मी त्या-त्या विभागाच्या नेत्यांवर विश्वास ठेवला. त्यांना नेतृत्व करू दिले आणि त्यांच्या चौकटीत चुकाही करू दिल्या. आमच्या सर्व नव्या साहसांमध्ये फक्त एकाने वैयक्तिक कारणामुळे आमची साथ सोडली. बाकी सर्व आपापल्या नव्या कामात यशस्वी झाले. सोडून गेलेल्या व्यक्तीनेही आपल्या नव्या कामाच्या जागी उत्तम जम बसवला आहे.

अनेक भारतीय व्यवस्थापकांच्या नजरेतून एक विरोधाभास सुटून जातो. तंत्रज्ञानामुळे होणारे उत्पादन अन् माणसाची उत्पादनक्षमता यामध्ये हे व्यवस्थापक गल्लत करतात. आज यंत्रांमुळे होणारे उत्पादन अधिक महत्त्वाचा घटक मानला जातो आहे आणि याचे कारण भारतात माणसे कमी मोबदल्यात उपलब्ध आहेत. उद्योगाच्या एकूण खर्चाचा नगण्य वाटा कर्मचाऱ्यांवर खर्च होतो. आमच्या आस्थापनेत आम्ही तंत्रज्ञानावर होणारा खर्च महत्त्वाचा मानला. उदा. संगणकीय तंत्रज्ञान (हार्डवेअर आणि सॉफ्टवेअर). याच्यासाठी होणारा खर्च जगभर सारखाच आहे. सिटीबँकेचे अमेरिकेत वापरले जाणारे सॉफ्टवेअरसारखे तंत्रज्ञान भारतात तेवढ्याच किमतीत मिळते. पण ते वापरणाऱ्या तंत्रज्ञाचा भारतातील पगार अमेरिकेच्या वा युरोपच्या एक-दशांश असतो. दोन्हीकडे समान संख्येने माणसे नेमली, तर भारत पाश्चिमात्य देशांना मागे टाकेल, हे सहज कळू शकते.

बँकसेवेच्या क्षेत्रात भारतातील सर्वसामान्य ग्राहक पाश्चात्त्य ग्राहकाच्या तुलनेत एक-दशांश व्यवहार करतो. तिथे सरासरी ठेव १५,००० डॉलर्सची असते, तर इथे २५०० डॉलर्स. राष्ट्रीयीकृत बँकेत तर ती २०० ते ३०० डॉलर्सच्या आसपास आहे. त्यामुळे अजूनही या बँकांना आपण काय करत आहेत, ते समजत नाही. अर्थात, ते सांगणे माझे काम नव्हे. माझ्याकडे पैसे आहेत म्हणून, बाकीचे करतात ते मीही करीन, असे इथे म्हणून चालणार नाही. आपल्या इथे नवे तंत्रज्ञान राबवताना

भारतीय परिस्थिती लक्षात घ्यायला हवी. त्यानुसार व्यवहार करायला हवेत. पाश्चात्त्य बँकेपेक्षा ते संपूर्ण वेगळे असतील.

आमच्या आयसीआयसीआय बँकेचे उदाहरण पाहा. आमचे एकूण स्थावरमूल्य ३००० कोटी रुपये आहे अन् ग्राहकसंख्या दहा लाखांवर आहे. तुलना करायची ठरवली, तर हा आकडा सिंगापूरच्या तीन प्रचंड मोठ्या बँकांच्या एकत्रित ग्राहकसंख्येइतका आहे. पण त्यांचे स्थावरमूल्य आमच्या दसपट आहे. आंतरराष्ट्रीय पातळीवर बँका देवघेवीच्या अन् ठेवींच्या व्यवहारातून पैसे कमावतात. इथे तसे होत नाही. आमच्याकडे तेवढ्या ठेवी नाहीत, पण छोट्या रकमेचे व्यवहार करणारे ग्राहक फार मोठ्या संख्येने आहेत. भारतात बँका चालवणे वेगळे आहे. कर्मचाऱ्यांची उत्पादकता आणि तंत्रज्ञानातून होणारे व्यवहार कमाल पातळीवर ठेवूनच इथे बँका नफा कमवू शकतात. आमचे तीस टक्के ग्राहक प्रत्यक्ष बँकेत येतात आणि जवळजवळ ७० टक्के व्यवहार ५०० केंद्रांतून तंत्रज्ञानाची मदत घेऊन पार पडतात. (एटीएम, इंटरनेट, बँकसेवा, क्रेडिट कार्ड्स इ.) त्याशिवाय आम्हाला टिकणे शक्य झाले नसते.

नव्वद दिवसांचा नियम....

हा नव्वद दिवसांचा नियम मी असेच शिकताना उचलला. न्यूयॉर्कमध्ये तंत्रज्ञानावर भरलेल्या एका संमेलनाला मी उपस्थित होतो. तो एक छान अनुभव होता. तिथे एका वक्त्याने या नव्वद दिवसांच्या नियमाबद्दल सांगितले. 'सिलिकॉन व्हॅली' भागात संगणकीय क्षेत्रात एखादा आंत्रप्रुनर नवी कल्पना वा आराखडा घेऊन कामाला सुरुवात करतो, एखादा सॉफ्टवेअर प्रोग्रॅम वा काही नवे उत्पादन सुरू करतो, त्याच्या चाचण्या घेतो अन् थेट बाजारात उतरतो. हे सर्व त्याने नव्वद दिवसांत केले, तरच त्याला यश म्हणजे खोऱ्याने ओढावा असा पैसा मिळतो. कारण त्याच वेळी आणखी किमान पंचवीस जण त्याच कल्पनेवर काम करू लागलेले असतात.

माझ्या मनात लगेच विचारचक्र सुरू झाले. आपण असे केले तर? लंडनला पोहचल्यावर मी लगेच मुंबईला फोन लावला अन् एका टीमला म्हटले, 'आजपासून तुम्ही नव्वद दिवसांचा नियम पाळणार आहात.' ही टीम एका नव्या तंत्रविषयक प्रकल्पावर काम करत होती. मी पुढे असेही सांगितले की, दहा दिवसांपूर्वी तुम्ही कामाला सुरुवात केलीत, तिथून दिवस मोजायला सुरुवात करा. तुमची उलटमोजणी सुरू झाली आहे. हा एक नवा विचार होता. पुढील सहा महिन्यांत आम्ही दहा ते बारा नवे प्रकल्प सुरू केले आणि सर्वच्या सर्व नव्वद दिवसांत पूर्ण केले. आता हाही विचार आमच्या व्यवस्थेत घट्ट रुजला आहे.

मी माझे कान नेहमी उघडे ठेवतो. माझ्या बँकेमध्ये कुठे काय चालले आहे, त्याची बित्तंबातमी मला आपसूक बसल्याजागी मिळते; त्यासाठी मला फिरावे लागत नाही. लोक मला प्रत्यक्ष-अप्रत्यक्ष सांगत असतात. जे यशस्वी लोक आहेत, ज्यांच्याकडे नेतृत्वगुण आहेत; ते सर्व कान आणि डोळे उघडे ठेवून आसपास टिपत असतात. हाताखाली कुठे काय घडते आहे, याची त्यांना माहिती असते. कोण कामात चांगले आहे, कोण कोणते काम चांगले करू शकतो याची त्यांना कल्पना असते – मग ते लोक प्रत्यक्ष त्यांच्या हाताखाली असोत वा इतर विभागात असोत. आपल्या उद्योगातील सर्व कर्मचाऱ्यांची, अधिकाऱ्यांची त्यांना चांगली पारख असते.

अशी सगळी माहिती असणे, हे अंतर्गत राजकारण खेळण्याचे साधन असू नये. आपली उद्दिष्टे स्पष्ट असली आणि हाताखालचे सर्व जण ती समजून घेऊ शकले, तर अंतर्गत राजकारणाचे प्रमाण नक्कीच कमी होते, असा मला विश्वास वाटतो. वैयक्तिक दृष्ट्या मला राजकारणाचे वावडे आहे आणि त्याबद्दल मी इतरांशी स्पष्टपणे बोलतो. आमच्या बँकेतील कर्मचाऱ्यांमध्ये मला राजकारण दिसत नाही. गुणवत्तेवर जो-तो आपला उत्कर्ष साधत आहे. संस्थेच्या दृष्टीने हे एक जरुरी असलेले निरोगी लक्षण आहे. सर्व जागा खुल्या, पारदर्शी पद्धतीने भरल्या जातात.

खुली पद्धत म्हणजे कोणत्याही विभागातून तुम्ही हवे असलेले कर्मचारी निवडू शकता. एखाद्या टीमप्रमुखाला वाटले की, माझ्या टीममधील एखादा खास कर्मचारी उचलल्यावर आपले काम अडते आहे, तरच तो माझ्याकडे येतो. आमची एकच चर्चा होते अन् ती व्यक्ती बँकेच्या दृष्टीने कुठे अधिक महत्त्वाची आहे, हे मी स्वत: पडताळून पाहतो, त्या व्यक्तीला बोलावून सांगतो की, तुम्ही इथे काम करायला हवे.

एकदा कर्मचाऱ्यांच्या योग्य जागी असण्याच्या बाबतीत तुम्ही जडजोडी केल्या, तर विकास ठप्प होतो अन् हळूहळू व्यवस्था स्थितिशील होत जाते... तुमचे उद्दिष्ट तुमच्या डोळ्यांसमोर स्पष्ट नाही, असा त्याचा अर्थ आहे. कुणाही व्यक्तीपेक्षा संस्था नि:संशय मोठी आहे, म्हणून डोळे आणि कान सदैव सजग असणे महत्त्वाचे आहे. कोण कसा आहे, हे तरुण मुले टिपत असतात, हे मी पाहिले आहे. जेव्हा ते स्वत: व्यवस्थापक होतात, तेव्हा त्यांना संधी मिळाली की, कुणाला निवडावे याची जाण असते.

आंत्रप्रुनर वृत्तीची जोपासना

तुम्हाला आंत्रप्रुनर वृत्ती आणि व्यावसायिकता याचे योग्य मिश्रण करता यायला हवे. नवे उपक्रम सुरू करायची आंत्रप्रुनर वृत्ती असणाऱ्यांना नेतृत्वाची जाण हवी. नेत्याला नेहमी वाटते की, सर्वांकडेच तशी प्रयोगशील वृत्ती अन् कुवत

असायला हवी. त्यातही त्यांच्या व्यक्तिमत्त्वात विविधता असली तर उद्योगाच्या दृष्टीने आणखी चांगले. आमच्या बँकेचे ऑफीस आधी हिंदुस्थान लिव्हरसमोर होते. त्यामुळे नकळत आमच्या इमारती त्यांच्यासारख्या बांधल्या गेल्या. हिंदुस्थान लिव्हर ही कंपनी आंत्रप्रुनर वृत्तीला वाव देत, नवे उपक्रम राबवत असते. तिचे व्यवस्थापनकौशल्य वादातीत आहे. मला त्यांचा इतिहास फारसा ठाऊक नाही, पण दर पाच-दहा वर्षांनी त्यांच्यातून एक आंत्रप्रुनर वृत्तीचा नेता पुढे येतो. गुणवत्ता हेरून तिला खतपाणी घालत, फुलवत राहिले की असे प्रयोगशील नेतृत्व सतत पुढे येण्याची प्रक्रिया सुरू राहते. आम्ही त्यांच्याप्रमाणे हे साध्य करायच्या प्रयत्नात आहोत. माणसे हेरून त्यांच्या व्यक्तिमत्त्वाला पैलू पाडत त्याच्यातून संभाव्य नेते तयार व्हावेत, यासाठी प्रयत्न करत आहोत. आमच्याकडे साधारण चोविसाव्या वर्षी तरुण मुलांची भरती होते. ३०-३२व्या वर्षी ते व्यवस्थापक होतात अन् पस्तिसाव्या वर्षी उच्चाधिकारी बनून उच्चतम श्रेणीच्या क्रमांक दोनपदी येतात. आमच्याकडे तसा वेळ नाही. आम्हाला त्यांचे विकसन वेगाने घडायला हवे असते. नेतृत्वाचे वैयक्तिक गुण त्यांनी लवकर दाखवावेत, अशी आमची अपेक्षा असते. माणसे आणि व्यवहार नीट हाताळता-सांभाळता येणे, ही नेतृत्वाची खूण आहे.

काही वेळा तुम्हाला वाटते की, अमुक एक व्यक्ती चांगला नेता बनू शकेल. पण जेव्हा तुम्ही त्याचे क्षेत्र बदलता वा त्याच्यावर अधिक जबाबदारी टाकता; तेव्हा ती व्यक्ती मोडून पडते. एका ठरावीक पातळीपर्यंत असे कर्मचारी उत्कृष्ट व्यवस्थापक म्हणून सेवा बजावतात; पण वरची जागा मिळाली अन् कामाचा आवाका वाढला की त्यांना पुढे आलेल्या आव्हानांना तोंड देणे जमत नाही. असे नेहमी होताना आढळते. २५ ते ३० टक्के लोकांच्या बाबतीत असे होते. साधारण दहांपैकी दोघे जण असे अयशस्वी होतात. पण आमच्या बँकेत हे चालू शकते, कारण इथे सतत नवी भरती होत असते. अन् छोटे-छोटे नुकसानीचे प्रसंग कसे हाताळायचे, हे आता आम्हाला चांगले ठाऊक आहे.

व्यवस्थापनावर लिहिलेल्या अनेक पुस्तकांत लेखक नेहमी एक चुकीचे चित्र उभे करतात की, नेत्याचे व्यक्तिमत्त्व लोकांना भुलवेल, करिष्मा करेल असे असू नये. मी याच्याशी संपूर्ण सहमत नाही. नावाचा दबदबा असेल, करिष्माही असेल; पण नेतृत्व म्हणजे इतकेच नव्हे. ही हळूहळू विकसत होत जाणारी बाब आहे. तुम्ही इतर वेळी काय करत असता, कसे बदलत जाता, तुमच्याभोवती घडणाऱ्या घटनांतून काय निष्पन्न होत असते, अशा अनेक गोष्टींतून नेत्याच्या व्यक्तिमत्त्वाचा प्रभाव वाढत जातो. व्यक्तिमत्त्व असे थोडे चमकदार असणे चांगले असते, कारण लोकांना अशा नेत्यांच्या मागे जाणे आवडते. त्यातून यश मिळाले नाही, तर नेत्याचा करिष्मा ओसरत जातो.

अनुयायांना ज्या नेत्याबद्दल प्रेम आणि आदर वाटतो, त्यांना चांगले नेते म्हणता येईल. यातील आदराचा भाग त्यांना कामाला उद्युक्त करतो आणि यश मिळवून देतो. जेव्हा अनुयायांचे प्रेम नेत्यासाठी केंद्रस्थानी येते, तेव्हा तडजोडी करायची वृत्ती योग्य कृतींवर मात करू शकते. तेव्हा प्रेमापेक्षा आदर मिळवणे श्रेयस्कर असते. हा आदर आपल्या वागणुकीतून नेत्याने अनुयायांपर्यंत पोहचवावा लागतो, आपल्या कृतीने कमवावा लागतो आणि मग हे अनुयायी अशा नेत्याचे अनुकरण करतात. तरीही हे अनुयायी आपल्या नेत्याच्या प्रतिमा असू नयेत. वेगवेगळ्या कार्यशैलीचे सदस्य टीममध्ये असणे, सर्वांगीण यशासाठी आवश्यक आहे. आज मी अभिमानाने आणि आत्मविश्वासाने सांगू शकतो की, माझ्या उद्योगात जे सर्वोच्च पंधरा अधिकारी आहेत, त्यांपैकी एकही हुबेहूब दुसऱ्यासारखा नाही. प्रत्येकाची कार्यशैली, संस्कृती वेगळी आहे. पण बँकेची व्यवस्था आणि व्यवहार याकडे बघायची त्या सर्वांची दृष्टी सारखी आहे.

नेता बनणे

भरती होणाऱ्या फौजेतून नेतृत्वगुण असलेले तरुण शोधणे, हे खरे आव्हान आहे. मी आयसीआयसीआय बँकेत येऊन काही वर्षे झाल्यानंतर १९७४ मध्ये वर्तमानपत्रात आमच्या बँकेची जाहिरात वाचली. त्यांनी इंजिनिअर झालेल्या अन् पुढे एम.बी.ए. केलेल्या तरुणांना नोकरीसाठी अर्ज करायला सांगितले होते. त्या काळात फार थोडे जण असे शिक्षण घेत असत. फक्त दोन वर्षांचा अनुभव असणाऱ्या उमेदवारांसाठी त्यांना मिळणारा पगाराचा आकडा आमच्यासारख्या चार वर्षांचा अनुभव असलेल्या व्यवस्थापकांच्या तुलनेत चांगलाच मोठा होता. आमच्यापैकी काहींनी लगेच हिशोब सुरू केला आणि वरिष्ठांशी बोलायचे ठरवले. पुढे आमच्या बँकेचे अध्यक्षपद भूषवलेले श्री. शिरीष नाडकर्णी त्या वेळी फार दुखावले गेले. त्यांनी सगळ्या प्रकल्प अधिकाऱ्यांची मीटिंग बोलावून चर्चा केली. आम्ही सर्वांनी ठाम भूमिका घेतली अन् अशा भरतीला विरोध केला. प्रत्यक्षात त्याचा आमच्या व्यवस्थापनावर उलट वाईट परिणाम झाला. वरच्या श्रेणीसाठी थेट भरती थांबवली गेली. पुढील वीस वर्षे अशी भरती झाली नाही. आमच्या बँकेसाठी ही जरा जास्तच शिक्षा झाली, असे मी आज म्हणू शकतो. मला वाटते की, अशी थेट भरती व्यवस्थापनाने थांबवायला नको होती. पगारातील तफावत दूर करून त्यांना आमचा असंतोष टाळता आला असता. नंतर आम्ही पुन्हा अशी भरती सुरू केली. त्यासाठी शैक्षणिक संस्थांना भेटी देऊन शिक्षण पूर्ण करण्याआधी लायक तरुणांना वेचायला (कँपस् रिक्रूटमेंट) सुरुवात केली.

१९८६ मध्ये आणि पुढे तीन वर्षे अशा भरतीसाठी मी स्वत: कँपस

रिक्रूटमेंटसाठी जात असे. पुढे १९९६ मध्ये मी बँकेत पुन्हा परतलो, तेव्हा अशी भरती बंद झालेली होती. वरची पदे बँकेतील तळातील अधिकाऱ्यांतून भरली जात होती. १९९७ मध्ये मी पुन्हा अशी भरती सुरू केली. बँकेचे धोरण अधिक प्रगतिशील करण्यासाठी मी हे धाडसी पाऊल उचलले होते. बँकेचा विकास झपाट्याने होण्यासाठी मला हा बदल अपरिहार्य वाटला.

मी जेव्हा पहिल्यांदा आयसीआयसीआय बँकेत रुजू झालो, तेव्हा माझी सारी करिअरवृद्धी इथेच होईल, असे मला वाटले होते; पण तसे झाले नाही. अनेकदा बँक सोडावी लागली. करिअरमध्ये दोन-तीन वेळा मोठे बदल घडले. पहिला मोठा बदल इथेच घडला, जेव्हा मला त्या वेळी अध्यक्ष असलेले श्री. वाघुळ यांनी आपला मदतनीस म्हणून बोलावले. त्यांच्यासोबत काम करताना बँकिंग नेमके कसे चालते याची संपूर्ण नवी दृष्टी मला आली. ते कसे काम करतात, हे मी जवळून पाहू शकलो. ते एक उत्कृष्ट नेता आणि मार्गदर्शक आहेत. त्यांनी मला नवी वाट दाखवली आणि त्या वाटेवर सोबत नेले. लंडनला पाठवून प्रशिक्षण घ्यायला लावले. हा पहिला बदल मला समृद्ध करणारा होता.

दुसरा बदलही असाच रोमांचकारी होता. मला बँकेचे आगामी धोरण ठरवेल अशी एक 'स्ट्रॅटेजी टीम' करायची होती. हा माझ्या आयुष्यातील अगदी आनंदाचा, मजेचा काळ होता. मी बँकेत 'ट्रेझरी ग्रुप'ही सुरू केला. या दोन्ही गटांत काम करण्यासाठी खास माणसे नव्हती; ती मी नेमून घेतली. प्रत्येक गटात आठ ते दहा माणसे होती. रोज सकाळी साडेआठला आम्ही एकत्र जमत होतो. रोज एक नवी कल्पना पुढे येई. श्री. वाघुळ ती कल्पना उचलून धरत व त्यावर चर्चा होई. कामावर आल्या-आल्याचा हा पहिला अर्धा तास अत्यंत महत्त्वाचा, आनंदाचा जाई. अत्यंत बुद्धिमान, कार्यक्षम माणसाला काम करताना जवळून पाहणे म्हणजे उत्तम शिक्षण असते. त्यातून माझे करिअर घडत गेले, नव्या क्षमता विकसित झाल्या. १९८८ मध्ये एशियन डेव्हलपमेंट बँकमध्ये जायची संधी मला मिळाली, तेव्हा श्री. वाघुळ यांनी मला तिथे जायला उत्तेजन दिले. मी काही वर्षांनी परत यावे, असा विचार त्यामागे होता. त्याच काळात भारतीय अर्थव्यवस्था समस्यांच्या भोवऱ्यात अडकली होती. म्हणून मी परदेशी राहिलो.

एडीबीमधील आठ वर्षे सरधोपट होती. मी त्या काळात पैसे मिळवले, पण हातून आव्हानात्मक काम झाले नाही. त्याही काळात माझे डोळे उघडे होते. चीन आणि आग्नेय आशियाई देशांतील घडामोडींवर मी लक्ष ठेवून होतो, त्यातून शिकत होतो. मी परत याच बँकेत आलो, तेव्हा या शिक्षणाचा उपयोग करू शकलो. खरेच सांगायचे, तर १९९६ मध्ये मी परतलो तेव्हा माझी पाटी कोरी होती. मी आयसीआयसीआय बँकेमध्ये उत्तम लोक निवडले आणि बँक चांगली

चालविण्यासाठी त्यांना तयार केले. बँकउद्योग चांगला, नफ्यात चालावा म्हणून नवे मार्ग शोधले आणि ते यशस्वीपणे अमलात आणले; असे माझ्या एकूण कामाबद्दल म्हणता येईल.

माइंड जिम – सीईओ म्हणून स्वतःचे मूल्यांकन करा.

- तुम्ही तुमच्या व्यवस्थापकांची कामगिरी कशी मोजता? त्यातील किती जणांवर तुम्ही 'वाईट' असा शिक्का मारता? किती जणांना 'सुधारण्याची गरज आहे' या गटात टाकता?

- ज्या व्यवस्थापकांची उद्योगाला गरज उरलेली नाही, त्यांना काढून टाकण्यासाठी तुम्ही काही प्रक्रिया ठरवल्या आहेत का? त्यांची कामगिरी खराब आहे किंवा त्यांचे कौशल्य आहे त्याच जागी जुने होऊन कुजत चालले आहे; काही वेळा बदल होऊन ते ज्या जागी काम करतात, ते कामच उरलेले नाही – असे होऊन व्यवस्थापकांना काढायची तुमच्यावर वेळ येते, तेव्हा काय करता?

- 'बदल स्वीकारणारा' अशी तुमची प्रतिमा तुम्हाला दिसते का? तुमच्या उद्योगातील नवे बदल तुम्ही किती चटकन उचलता? आपल्या उद्योगात ते अंगीकारता आणि इतरांनाही ते बदल स्वीकारण्यासाठी तयार करता?

- संचालकांच्या बैठकीत घेतलेले निर्णय उद्योगाच्या बांधणीत प्रत्यक्ष अमलात येण्यासाठी किती काळ लागतो? हा कमीत कमी आहे का?

- तुमच्या उद्योगातील किती व्यवस्थापक तुमची जागा घेऊ शकतील इतके सक्षम आहेत? त्यांनी तुमची जागा घेण्यासाठी सक्षम व्हावे, यासाठी तुम्ही काय करता? त्यांनी भविष्यात प्रमुख बनावे, अशी तुम्ही तयारी करून घेता का?

७

व्यवस्थापन बदला!

राहुल बजाज

अध्यक्ष – बजाज ऑटो

श्री. राहुल बजाज यांनी १९६४-६५च्या सुमारास बजाज ऑटोची सूत्रे स्वीकारली, तेव्हा कंपनीचे एक उत्पादन अत्यंत यशस्वी झाले होते. नावनोंदणी केल्यावर दहा वर्षांनी ग्राहकाला स्कूटर मिळत असे. मग कंपनीने किंमत कमी ठेवून अधिक उत्पादन करण्यावर लक्ष केंद्रित केले. १९९५ मध्ये चित्र पालटले. या वाहनाचा खप कमी झाला. ग्राहकांना स्कूटरपेक्षा मोटरसायकल अधिक पसंत पडू लागली. बजाजसमोर आव्हान उभे राहिले की, आता आपली खेळी बदलायला हवी किंवा बाजारातला आपला वाहनाचा वाटा गमवायला हवा. बजाज यांनी या कौटुंबिक उद्योगाच्या व्यवस्थापनात तरुणाईला संधी द्यायची, हा कठीण निर्णय घेतला; कारण त्याला तरुण ग्राहकांची स्पंदने अधिक उमजली असती. त्यांचा मुलगा श्री. राजीव बजाज यांच्याकडे काहीतरी नवे करून दाखवायची ऊर्जा होती. यामध्ये कंपनीत नवी उत्पादने, नवे व्यवस्थापन अन् पर्यायाने नवी कार्यसंस्कृती रुजवणे अंतर्भूत होते. श्री. बजाज यांनी कंपनीच्या उत्पादनामध्ये छोटे बदल घडवत ती अधिक परिपूर्ण केली, ग्राहकांवर लक्ष केंद्रित केले, संशोधन-विकासाला चालना दिली. हे सावकाश घडले, त्याचा त्रासही झाला; पण श्री. राहुल बजाज म्हणतात त्याप्रमाणे याचा योग्य तो परिणाम झाला आणि बजाज ऑटो ही मोटरसायकल निर्माण करणारी भारतातील दुसऱ्या क्रमांकाची मोठी कंपनी झाली.

आपल्या व्यवसायाला नवे रूप द्यायला घाबरू नका.

तुमच्याकडे विकले जाईल असे उत्पादन नसेल, तर सहज विकले जाणारे नवे उत्पादन शोधायलाच हवे. पण स्कूटरनिर्मिती करत असताना ग्राहकाने फ्रीजची मागणी केली, तर मी तो बनवेन का? याचे उत्तर आहे, नाही. तुमची ज्या क्षेत्रात मूलभूत निर्मिती क्षमता आहे, त्याच्याशी हे नवे उत्पादन संबंधित असायला हवे.

– राहुल बजाज

निर्मितिक्षम विध्वंस

मी १९६४ मध्ये जेव्हा बजाज ऑटोमध्ये रुजू झालो, तेव्हा मी म्हटले की आम्ही गुणवत्ता राखून उत्पादन वाढवणार. तुम्ही कमी किमतीचे, वाईट गुणवत्तेचे उत्पादन विकू शकत नाही. हे एक वर्तुळ असते. कमी किंमत, कारण कमी खर्च अन् जास्त उत्पादन... हे धोरण राबवून आम्ही चेतक सुपर स्कूटरची गुणवत्ता राखत, वाढत नेली. परिणामी, १९७१ च्या नंतर बाजारात चेतक सुपर हे एकमेव वाहन उरले. तरीही बजाज ऑटोने जास्त फायदा न घेता त्याच किमतीला ग्राहकाला स्कूटर द्यायची, असे ठरवले.

अर्थात, आम्ही बाजारात एकमेव नव्हतो. एस्कॉर्ट्स, एन्फिल्ड, एपीआय... असे लोक होतेच. एपीआयच्या लॅम्ब्रेटा या मॉडेलचे एंजिन मध्यभागी होते, तर

चेतकचे एका बाजूला होते. लोकांनी या असंतुलित वाहनाची टरही उडवली. गुणवत्ता आणि किंमत या आघाड्यांवर आम्ही योग्य होतो, पण तंत्रज्ञानात कमी पडत होतो. तरी पण जेव्हा उत्पादन बाजारात यशस्वी असते, तेव्हा फक्त मूर्ख व्यवस्थापनच बदल करायचे ठरवते, असे माझे मत होते. भारतातील हजारो स्कूटर उत्पादनांपैकी कोणत्याही कंपनीच्या स्कूटरसाठी नोंदणी केल्यावर दहा वर्षांसाठी थांबावे लागत नसे, तेसुद्धा सलग दहा ते पंधरा वर्षे आम्ही असे टॉपला होतो. म्हणून आम्ही नवे मॉडेल आणले नाही. त्याऐवजी आम्ही कंपनीची मजबूत उभारणी केली. बजाज ऑटोची सुरुवात शून्यातून झाली. कंपनीचे प्राथमिक भांडवल किती होते म्हणता? फक्त पाच लाख! २००३ मध्ये कंपनीची एकूण किंमत ३०० कोटी रुपये होती आणि तिचा बाजारातील व्यवहार ५००० कोटींचा होता; आम्ही भांडवल बाजारात फक्त एकदाच उतरलो होतो

जबरदस्त घसरणीनंतर पुन्हा उभे राहणे...

जगात फक्त तीन देशांमध्ये स्कूटरला मागणी आहे. भारत, इटली आणि तैवान. बाकी सर्व जगात मोटरसायकल वापरली जाते. १९८९ मध्ये आमच्या स्कूटरचा नोंदणीकाल दहा वर्षे होता. ९० मध्ये तो काल बदलला, स्कूटरला तशीच मागणी राहिली नाही. भारतीय ग्राहकाचा कल स्कूटरकडून मोटरसायकलकडे झुकला. मग १९९५मध्ये स्कूटरचा बाजार कोसळला. दर महिन्याची मागणी ७०,००० वरून २०,००० इतकी खाली आली. आज आम्ही तेवढ्याच स्कूटर बनवतो. त्यांची मागणी कमीच झाली आहे, पण अजूनही आम्ही त्या छोट्या मार्केटचे राजे आहोत.

असा बाजाराचा कल एकदम झुकणे, ही असाधारण बाब नसते; पण हे इतक्या अचानक झाले की, कुणालाच त्याचा अंदाज आधी आला नाही – अगदी हीरो होंडालाही नाही. होंडा जेव्हा भारतात आली, तेव्हा कायनेटिकने स्कूटर बनवायच्या अन् हीरोने मोटरसायकल, असे ठरले होते. हीरो ग्रुप त्या वेळी नाराज झाला, पण नंतर तोच नशीबवान ठरला. त्यांनी मग मोठीच भरारी घेतली, हे वादातीत आहे; पण त्यांना भारतीय बाजारपेठ मोटरसायकलकडे वळते आहे, याचा अंदाज आला होता का?

इथे मुद्दा असा आहे की, आम्ही एक कंपनी चालवत होतो. तुमच्याकडे विकेल असे उत्पादन नसेल, तर जे विकले जाईल असे उत्पादन शोधायला हवे. पण जर ग्राहकाने फ्रिज हवा, असे म्हटले असते, तर तो आम्ही बनवला असता का? याचे उत्तर 'नाही' असेच आहे. ग्राहकाला जे हवे आहे, त्याची तुम्ही तुमच्या मूलभूत क्षमतेशी सांगड घालणे जरुरीचे आहे. आम्ही कितीही नेट लावला, तरी

स्कूटर विकली जात नव्हती. प्रयत्नांची पराकाष्ठा केली, तरी काही नवे घडत नव्हते. आम्हाला दुचाकी वाहने बनवायचा चांगलाच अनुभव होता. म्हणून आम्ही मोटर-सायकल बनवू लागलो.

तुम्हाला कृती करावीच लागते, काहीतरी नवे योजावे लागते. हे त्रासदायक असते, पण तुम्ही त्याच्याकडे धोका म्हणून पाहू शकता वा त्याला मोठे आव्हान म्हणून स्वीकारू शकता. आमच्यासाठी हीरो होंडा, टीव्हीएस यांच्यासारखी मॉडेल्स आणून त्यांच्यासमोर उभे राहणे अन् पहिले स्थान मिळवणे, हे महत्त्वाचे होते. आम्ही आता दुसऱ्या क्रमांकावर पोचलो आहोत आणि ते दुचाकी निर्मितीत नव्हे, तर मोटरसायकल निर्मितीमध्ये! टीव्हीएस अगदी जवळ, तिसऱ्या क्रमांकावर आहे. पण ते तिसरे आहेत. याचे श्रेय नि:संशय बजाज ऑटो आणि त्याच्या नव्या टीमला जाते.

व्यवस्थापन बदलणे

नव्वदच्या दशकाच्या मध्यावर कंपनीसाठी एक चांगली गोष्ट घडली. मी हळूहळू कंपनीची सूत्रे नव्या व्यावसायिक टीमच्या हाती सोपवू लागलो. त्यामध्ये माझे दोन मुलगे होते. हा बदल एका रात्रीत, अचानक झाला नाही; १९९५ ते २००० मध्ये सावकाश झाला. माझ्या मुलाने, राजीवने आणि त्याच्या टीमने रोजच्या व्यवहारात आणि कार्यपद्धतीत हळूहळू बदल घडवले. त्यांनी संशोधन-विकास विभाग सुरू केला. प्रत्यक्ष निर्मिती होते, त्या विभागाच्या बांधणीत बदल केला. आमच्या औरंगाबाद अन् आकुर्डीच्या कारखान्याला जर कुणी पाच-सहा वर्षांनंतर भेट दिली, तर त्यांना ती जागा आज ओळखता येणार नाही.

आम्ही तयार केलेल्या वाहनांतून आमचे कौशल्य दिसते. आज आमचा संशोधन-विकास विभाग भारतातील दुचाकी वाहन उद्योगात सर्वोत्तम आहेच, पण एकूण वाहन उद्योगातही आहे. अगदी टाटा अन् टीव्हीएसच्या तोडीचा आहे, इतर कुणी आमच्या वरचढ नाही. मी हे करू शकलो नसतो; कारण १९६०-७०-८०च्या दशकात माझ्या अंगात जी रग आणि धग होती, ती आता उरली नाही आणि नवी मॉडेल्स आणणे, ही माझी खासियत कधीच नव्हती. मी पंचवीस वर्षांत नवे मॉडेल आणले नव्हते. माझ्यावर तशी टीका केली गेली होती. मी त्यावर म्हणत असे, ''फक्त मूर्ख लोक नवे मॉडेल आणतात. मी दहा वर्षांचा नोंदणीकाल असलेले मॉडेल आणले आणि ते वीस वर्षे तोच नोंदणीकाल टिकवून होते. भारताच्या वाहन इतिहासात दुसरे कोणतेही उत्पादन असे यशस्वी झालेले नाही.''

फायद्याची निर्मिती

एक उच्चतम स्तर असतो अन् एक नीचतम स्तर असतो. व्यवस्थापन म्हणजे

खर्च आवाक्यात ठेवून उत्पादनाची क्षमता वाढवणे होय. म्हणजे, तुम्ही फक्त दुसऱ्याकडून काम करून घ्या अन् खर्च कमी करा, असा अर्थ होत नाही. १९८० च्या दशकात आम्ही आमची स्कूटरनिर्मितीची उत्पादनक्षमता सतत वाढवत होतो. तेव्हा बजाज ऑटो ही सर्वांत मोठ्या कंपन्यांपैकी एक होती. आमच्या विस्ताराचा वेग सर्वांत जास्त होता; अगदी रिलायन्सपेक्षाही जास्त होता. आज आम्ही रिलायन्सच्या जवळपासही नाही, कारण १९९० मध्ये सर्व काही बदलले. आधी आम्ही स्कूटरचे उत्पादन वाढवायच्या प्रयत्नात होतो, आता मोटरसायकलची संख्या वाढावी असे प्रयत्न चालतात.

आमच्या चाकण अन् औरंगाबादच्या कारखान्यांपेक्षा पुण्याजवळील आकुर्डीचा कारखाना वेगळा आहे. तिथे फक्त स्कूटरच बनवल्या जातात. आधी आम्ही स्कूटर औरंगाबादच्या कारखान्यात बनवत होतो. तिथे उत्पादन थांबवून आम्ही ते आकुर्डीला आणले. औरंगाबादला आम्हाला मोटरसायकलसाठी अधिकाधिक जागेची गरज होती. दोन्ही जागी अधिक उत्पादन घ्यायची क्षमता असताना, एकच उत्पादन दोन जागी का घ्यायचे? तिथून इकडे कारखाना हलवण्यात फार त्रास असतो, असेही नाही. फारतर दोन महिने, तीन महिने वा सहा महिने लागतील; पण तुम्ही ते करू शकतो. आज औरंगाबादला फक्त कावासाकी बजाज आणि तीनचाकी वाहने बनतात. बाजारपेठेत त्यांना चांगली मागणी आहे. चाकणला सुरुवात सावकाश झाली, पण आज तिथे फक्त नव्या चार स्ट्रोकच्या पल्सरसारख्या मोटरसायकली बनतात. त्यामुळे आकुर्डीचा कारखाना औरंगाबादइतका फायद्यात नाही. तिथे माल तयार करायची क्षमता इतकी जास्त आहे की, स्कूटरच्या निर्मितीचा खर्च, त्यामध्ये किती माल बनतो यावर सगळे अवलंबून राहते. हीच एक समस्या आहे.

नोकरसंख्येचे दुखणे

पाच वर्षांपूर्वी आमच्याकडे असलेल्या कामगारांची संख्या २३००० होती, आता ती १३००० इतकी खाली आली आहे. चाकणला कुणी जादा कामगार नाहीत, सर्वसाधारणपणे औरंगाबादलाही नाही. संपूर्ण कंपनीत आम्ही जवळजवळ १५० कोटी रुपये कामगारांना स्वेच्छानिवृत्तीसाठी दिले. आकुर्डीच्या कारखान्यात या दोन-तीन वर्षांत आम्ही कामगार अन् ऑफिस कर्मचाऱ्यांसाठी दोन-तीन वेळा स्वेच्छानिवृत्ती योजना जाहीर केल्या. तिथल्या २००० कामगारांनी याचा लाभ घेतला. ही फार मोठी मानवी शक्ती होती. पंचवीस वर्षे माझ्याकडे चांगले काम केलेल्या व्यवस्थापकाला 'जा' म्हणून सांगणे; खरेच कठीण होते. एक जण माझ्याकडे येऊन म्हणाला, "राहुलसाहेब, माझ्या घरच्यांना मी खूप हुशार व्यवस्थापक आहे, असे वाटत होते; आता मी त्यांना काय सांगू?"

पण मला ठाऊक होते की, माझ्याकडे अतिरिक्त लोक आहेत आणि आम्हाला पुनर्रचनेची गरज आहे. आम्ही जर लोक कमी केले नाहीत, तर उरलेल्या तेरा हजारांना आम्ही पगार देऊ शकणार नाही. आम्ही तरलो पाहिजेत, आमच्याइतके उत्पादन असून टीव्हीएसमध्ये आमच्यापेक्षा बरेच कमी लोक होते. राजीवच्या म्हणण्याप्रमाणे आम्हाला २० लाख वाहने बनवण्यासाठी दहा हजार कामगार पुरेसे आहेत. आज आमच्याकडे पंधरा लाख वाहनांसाठी तेरा हजार लोक आहेत. आकुर्डीच्या कारखान्याची सगळी क्षमता वापरली जात नसल्याने फायद्याचे प्रमाण कमी आहे. आम्ही स्कूटर मार्केट पुन्हा जिंकू, अशी आशा आहे. मोटरसायकलची मागणी वाढतच राहणार, पण कदाचित वाढीचा वेग थोडा कमी होईल. दुचाकी वाहनांची मागणी वाढतच जाईल. ही वाढ पाच टक्के की पंधरा टक्के, हा फारतर वादाचा विषय असेल. भारताला चलनवलनाची सक्त गरज आहे.

मनोवृत्ती बदलणे

माझ्या तोंडचे एक वाक्य नेहमी सांगितले जाते, "मार्केटिंग विभाग कुणाला हवा आहे? माझ्याकडे फक्त मालाचे वितरण करणारा 'डिस्पॅच' विभाग आहे." याचा अर्थ असा नव्हे की, मला मार्केटिंगबद्दल काहीच माहिती नाही. पण जेव्हा तुमच्या मालाच्या नोंदणीनंतरच्या वितरणाचा काल दहा वर्षे असतो, तेव्हा तुम्हाला मालाची जाहिरात करायची गरजच पडत नाही. त्याच वेळी हेही लक्षात घ्यायला हवे की, जगातील सर्वोत्तम विक्रीत तुम्ही दुय्यम प्रतीचा माल विकू शकत नाही. तुमच्याकडे प्रथम विक्रीयोग्य उत्पादन हवे, मगच तुम्ही त्याची जाहिरात करून तो माल विकू शकता. चांगले वितरक नेमणे आणि त्यांना उत्साहित करणेही गरजेचे असते. हवे तर त्यासाठी वितरक बदला. पूर्वी ग्राहक त्यांच्याकडे येत असत आणि त्याची त्यांना सवय झालेली होती. त्यामुळे त्यांनाच सगळा दोष देणे योग्य नाही.

माझ्या पद्धतीच्या व्यवस्थापनात मी प्रत्येकाला प्रत्येक विषयात सल्ला विचारतो आणि मग मला जे बरोबर वाटते, त्याला अनुसरून निर्णय घेतो. संचालक मंडळ हा काही वादविवाद करण्यासाठी असलेला मंच नव्हे, त्याचप्रमाणे सीईओने आपल्या हस्तिदंती मनोऱ्यात राहून निर्णय घेणेही चुकीचेच आहे. निर्णय घेण्याला 'आदि नसतो वा अंतही नसतो.' विश्लेषण करणे आणि अनुभव यांच्या बळावर निर्णयक्षमता आपसुक विकसित होते. माझ्या सर्व त्रुटींसह मी एक कृती करणारा माणूस आहे. निर्णय घेतल्यावर मला तो अमलात आणायचा असतो. कधी कधी मी एकदम चिडतो, लोकांवर ओरडतो; पण माझ्या मनात वाईट काही नाही, हे सर्वांना ठाऊक आहे, असा मला विश्वास वाटतो. ते आजवर कुणी फारसे मनावर घेतलेले नाही.

बजाज ऑटोसारख्या कंपनीचा भारताबाहेर कुठे कारखाना नाही. इथे एकाच उत्पादनाच्या अनेक मॉडेल्सची निर्मिती होते. आम्हाला कृतिप्रधान प्रशासन असलेली व्यवस्था हवी आहे. राजीवने निर्णय घ्यायच्या प्रक्रियेचे अनेक स्तरांवर विभाजन केले, ही एक चांगली गोष्ट आहे. दहा वर्षांपूर्वी आमच्याकडे सीईओनंतर खाली आठ ते दहा स्तर होते; आता चार ते पाच आहेत. प्रत्येक स्तरावर अधिक सक्षमीकरण झाले आहे, त्याशिवाय तुम्ही कार्यक्षम राहू शकत नाही. त्याच वेळी प्रत्येकाने सुसंवाद ठेवत एकत्र असल्याच्या भावनेने काम करायला हवे; केलेल्या कामाला जबाबदार असायला हवे.

एक माणूस सर्वांत वरती हवा. त्याच्याकडे इतरांना बाजूला सारत पुढे धडक मारायची जिद्द हवी आणि तो सर्वार्थाने कार्यक्षम हवा. कंपनीशी संबंधित सर्व घटकांचे हित त्याने लक्षात ठेवून साधायला हवे. त्यातले तीन महत्त्वाचे म्हणजे भागधारक, कर्मचारी आणि ग्राहक आहेत; त्यानंतर वितरक, दुकानदार अन् समाज येतो.

आज बजाज ऑटो अधिक कार्यक्षम कंपनी आहे. खर्च-किंमत याचा नीट मेळ साधणारी अन् विशाल, बहिर्मुख नजर असलेली कंपनी आहे. पण आम्हाला अजून इतरांना बाजूला सारून पुढे जाणाऱ्या 'किलर' वृत्तीची गरज आहे. भारतीय बाजारपेठेत आमचे मार्केटिंग आम्ही आणखी सुधारायला हवे आहे. आमच्या स्कूटर आणि मोटरसायकल यांची अधिक संख्येने विक्री व्हायला हवी आहे, कारण आमचे उत्पादन सर्वोत्कृष्ट आहे!

माइंड जिम – सीईओ म्हणून स्वतःचे मूल्यांकन करा.

- गेल्या तीन वर्षांत तुमच्या कंपनीच्या कार्यक्षमतेत तुम्हाला घसरण आढळते आहे का? याचे उत्तर जर 'हो' असे असेल, तर ही घसरण तात्पुरती आहे की तुमच्या कंपनीच्या कार्यपद्धतीवर गंभीर दूरगामी परिणाम करणारी आहे, हे तुम्हाला सांगता येईल का?

- तुमच्या उत्पादनातील सुधारणा या ग्राहकांना समोर ठेवून केलेल्या आहेत का? तुमच्या संशोधन-विकास अन् तंत्र विभागातील व्यवस्थापकांना ग्राहकांना काय हवे याची कल्पना आहे का?

- तुमच्या कंपनीच्या गाभ्यातील कार्यक्षमता कोणत्या आहेत? कंपनीतील सर्व जण एकत्र येऊन वर्षाची विक्रीयोजना ठरवताना, या विषयावर शेवटचे बोलणे किती वर्षांपूर्वी झाले आहे?

- तुमच्या कंपनीत एकूण मार्केटिंगच्या खर्चापैकी किती पैसे ग्राहक आणि त्याच्या गरजा समजून घेण्यासाठी खर्च केले जातात?

- कंपनीच्या व्यवस्थापकांचे सरासरी वय किती आहे? कंपनीचे धोरण ठरवणाऱ्या महत्त्वाच्या मीटिंगला तिशीखालचे किती व्यवस्थापक तुम्ही बोलवता आणि त्यांना सहभागी करता?

८
सुयोग्य सुरुवात

शिखा शर्मा

कार्यकारी संचालक – आयसीआयसीआय
प्रुडेन्शियल लाईफ इन्शुरन्स

शिखा शर्मा यांनी 'आरंभ करणारी स्त्री' (स्टार्टअप लेडी) असा लौकिक मिळवलेला आहे. कारण त्यांनी अनेक कंपन्या मुळापासून उभ्या केलेल्या आहेत. त्यांना २००१ मध्ये जेव्हा 'आयसीआयसीआय प्रुडेन्शियल लाईफ इन्शुरन्स' या कंपनीची सुरुवात करण्याबद्दल सांगण्यात आले, तेव्हा त्यांच्या गाठीला आर्थिक क्षेत्रातील बावीस वर्षांचा उपक्रमशील अनुभव होता; परंतु विमाक्षेत्रात प्रारंभ, वाटचाल कशी करतात याबद्दल अजिबात ज्ञान नव्हते, खात्रीचे मार्गदर्शन नव्हते. मात्र, विमाक्षेत्रामध्ये विकासाच्या अमाप संधी आहेत याची त्यांना कल्पना होती. असा खात्रीचा नकाशा नसताना, स्वत:चा मार्ग शोधत पुढे जायचे आव्हान त्यांच्यासमोर उभे ठाकले होते. आज आयसीआयसीआय प्रुडेन्शियल विमा कंपनी ही भारतातील खासगी क्षेत्रातील सर्वांत मोठी कंपनी आहे. 'विशाल विचार, छोटी सुरुवात आणि झपाट्याने प्रगती' ही त्रिसूत्री मनात ठेवून नवा उद्योग सुरू करावा, असा सल्ला त्या नवोदित महत्त्वाकांक्षी तरुणांना देतात. या विस्तृत लेखामध्ये शिखा शर्मांनी आरंभापासून वाढीच्या वाटेने कसे जावे याबद्दल काही बहुमोल, अनुभवी विचार, दृष्टी मांडलेली आहे. आपली कंपनी मोठी करण्यामध्ये कुणाकुणाचा, कशाचा, कसकसा हातभार लागला, हेही त्या सांगतात.

> सर्व तयारी होऊ दे; मग सुरुवात करू, असा विचार केला तर तुम्ही कधीच प्रारंभ करू शकत नाही.

सीईओला कठीण निर्णयाची जबाबदारी घ्यावी लागते. कधी तुम्ही बरोबर असता, कधी चूक होते; पण ते सर्व स्वीकारावेच लागते.

– शिखा शर्मा

'आयसीआयसीआय प्रुडेन्शियल' या विमाक्षेत्रात पदार्पण करणाऱ्या कंपनीचे कार्यकारी संचालकपद मी जेव्हा स्वीकारले, तेव्हा माझ्या गाठीशी आर्थिक क्षेत्रातील प्रत्येक पैलूची माहिती देणारा अनुभव जमा झालेला होता. मोठ्या प्रकल्पांचे अर्थकारण व्यापारी दृष्टीने चालवणारा बँकव्यवसाय, किरकोळीने केलेला वित्तपुरवठा, तारण व्यवहार आदींशी मी परिचित होते. आजवर केलेल्या कामापेक्षा वेगळे म्हणून विमाक्षेत्र, हा मला एक चांगला बदल वाटला. माझी स्वत:ची कंपनी असावी, ती मी चालवावी, असे नेहमी वाटत होते. विमाव्यवसाय हे झपाट्याने विस्तारणारे क्षेत्र होते अन् त्यात वेगाने बदल होऊन, ते ढवळून निघत होते. या बदलांना आकार देण्यामध्ये महत्त्वाची भूमिका निभवायची तीव्र इच्छा माझ्यामध्ये निर्माण झाली होती.

हे आव्हान स्वीकारण्याचे आकर्षक होते. माझ्या आधीच्या कामाच्या अनुभवातून मी अनेक कौशल्ये विकसित केली होती; ती आता इथे वापरता येणार होती.

आयसीआयसीआय प्रुडेन्शियल हा एक स्वतंत्र उद्योग उभा करून तो मी चालवायचा होता. हा एक अंतर्बाह्य बदलून टाकणारा, उजळून टाकणारा अनुभव असेल; हे मी जाणले होते.

आमच्याकडे एक जबरदस्त प्रस्थापित झालेले नाव होते, पण विमाक्षेत्रात लागणारे कौशल्य आमच्याकडे नव्हते. या पदावर निवड झाल्यानंतर माझ्यासमोरचे ते पहिले आव्हान होते. परंपरेनुसार विमाक्षेत्र हा अर्थवाटप करणारा उद्योग आहे. वित्तसंस्थेप्रमाणे लहान-मोठ्या ग्राहकांना अर्थसाह्य देऊन चालणारा हा ग्राहकाभिमुख उद्योग आहे, हे जगभरातले चित्र माझ्यासमोर होते. जेव्हा एखाद्या उद्योगाचा चेहरा बदलायचा असतो, तेव्हा फार मोठे बदल पचवायची मानसिक तयारी तुमच्यापाशी असायला हवी. इथे कामकाजात होणारे बदलही मोठे अन् आव्हानात्मक असतात. तुम्ही व्यवहाराची बांधणी कशी करता, तंत्रज्ञान कसे वापरता, करार कसे करता, सेवा कशी देता... जवळजवळ सर्व पातळ्यांवर उद्योगात मूलभूत बदल कसे करता, यावर यश अवलंबून राहते.

वैयक्तिक दृष्ट्या हा काळ माझ्यासाठी रोमहर्षक होता. विमाक्षेत्रात उत्तुंग भरारी घ्यायची क्षमता होती, अनुकूल वातावरण होते; पण यश नेमके कसे मिळवायचे, हे ठाऊक नव्हते. कोणत्या पायऱ्या चढायच्या, कोणत्या चुका होऊ शकतील आणि त्याचे काय परिणाम होतील याचेही अज्ञान होते. तसेच या उद्योगासाठी अत्यावश्यक असा पायाभूत ढाचा तर अजिबातच नव्हता! अशा ढाच्याची बांधणी करता-करता विमाव्यवसायाचे कौशल्य विकसित करायचे दुसरे आव्हान समोर आले.

नव्या, अत्याधुनिक तंत्रज्ञानाचा वापर कसा करावा, हे त्यानंतरचे आव्हान होते. आजवर तंत्रज्ञानाचा बहुतांश उपयोग उत्पादनक्षेत्राच्या विकासासाठी केला जात होता. सेवाक्षेत्रात नुकतेच कुठे त्याचे पाऊल उमटत होते. जिथे समोरासमोर बसून, बोलून व्यवहार केले जातात; तिथे हे तंत्रज्ञान कसे वापरावे? जगात कुठेही इंटरनेटवर वा कॉल सेंटरमध्ये विमा काढलेले ऐकिवात नव्हते. मधले मनुष्यबळ म्हणजे विमा एजंट अन् इतर, यांचाही विचार करणे जरुरीचे होते आणि पुढचे महत्त्वाचे आव्हान 'विमा' याबद्दलची लोकांची बदलती कल्पना. विमा हे उत्पादन होत होते; कारण ग्राहक सजग, जागृत होत होता; विमाव्यवसाय अधिक व्यामिश्र बनत होता.

नवा वारसा

आयसीआयसीआय हे नाव देशभरात चांगलेच परिचयाचे होते. त्यामुळे एक प्रकारची विश्वासार्हता आधीच कमावलेली होती. हा चांगला प्रारंभ होता, पण

त्यामुळे जबाबदारी वाढत होती. कारण विमाव्यवसाय चालवण्याचे कौशल्य नसूनही जबाबदारी पेलणे भाग होते. मी जेव्हा आयसीआयसीआय या वित्तसंस्थेच्या बँकिंग विभागाची जबाबदारी स्वीकारली होती, तेव्हा ग्राहकाभिमुख अर्थव्यवहारासाठी देशभरात पसरलेल्या सिटी बँक, स्टँडर्ड चार्टर्ड बँक यांच्याकडून प्रशिक्षित, अनुभवी मनुष्यबळ मिळवू शकले होते. विमाक्षेत्रासाठी असे मनुष्यबळ फक्त एल. आय. सी. या सरकारी सेवेतच उपलब्ध होऊ शकले असते. पण आम्ही जाणतेपणी एक ठाम निर्णय घेऊन टाकला की, लाईफ इन्शुरन्स कॉर्पोरेशन ऑफ इंडिया (एलआयसी) मधून फार माणसे उचलायची नाहीत किंवा या क्षेत्रातील तज्ज्ञ देशाबाहेरून मागवून खर्च वाढवायचा नाही. शिवाय परदेशी तज्ज्ञांना भारतीय जनमानस नीटसे कळलेही नसते.

पहिल्या काही पदांवर काम करताना माझ्यापुढे नेहमीच पहिला मोठा प्रश्न हाच असायचा, ''हवे तसे मनुष्यबळ कसे मिळवावे?'' इथे तो प्रश्न नव्हता; पण कदाचित त्यामुळेच फरक पडला असावा. एकदा कुशल, जबाबदार मनुष्यबळ हाताखाली आले की, तुमचे काम त्याच्यावर सोपवणे एवढेच उरते. इथे योग्य लोक निवडून त्यांना काम देताना, ते कसे करावे हेही सांगून मी विमा उद्योगाला वेगळा आकार देऊ शकेन, अशी अशी जाणीव मला झाली. मला नवी संस्कृती असलेली विमा कंपनी उभी करायची होती. आम्ही एलआयसीतून भरती केली असती, तर आणखी एक वेगळ्या नावाची 'एलआयसी' उभी केली असती. आता मला नवी उंच उडी घेऊन संपूर्ण प्रक्रिया बदलता येणे शक्य होते. एल. आय. सी.सारखी कंपनी उभी करून मग बदल करण्यापेक्षा कंपनी उभी करत असतानाच स्वतंत्र संस्कृती रुजवणे इथे मला शक्य होणार होते आणि मी तेच करायचे ठरवले.

विमाक्षेत्रातील अनुभवी लोक न घेता आम्ही वित्तीय संस्थांतील प्रत्यक्ष ग्राहकांशी संबंध येणारे लोक निवडले, त्यांना विम्याचे अर्थकारण शिकवले. ग्राहकाभिमुख वृत्ती आणि लोकांना व्यवस्थित हाताळायचे कसब असलेले लोक आम्ही निवडले. उद्योगामधील विक्री आणि मनुष्यबळ विभाग सांभाळणाऱ्या लोकांना निवडताना बदल पचवत पुढे जाणाऱ्या वृत्तीचे लोक येतील याची काळजी आम्ही घेतली. आम्ही निवडलेल्या ९५ टक्के लोकांना विमाव्यवसायाचा अनुभव नव्हता. कर्मचाऱ्यांचे सरासरी वय एकोणतीस वर्षे होते. आम्हाला पहिली गुंतवणूक लोकांमध्येच करावी लागली, ती योग्य असेल याची खातरजमा करून घ्यावी लागली. त्यांना नवी मूल्ये शिकवणे, हेही अनुस्यूत होते. फक्त पैशाचे व्यवहार सांभाळणे इथे पुरेसे नव्हते, तर झपाट्याने विकासही साधायचा होता.

त्यातून एक नवी समस्या उभी राहिली. आमच्या उद्योगात वेगवेगळ्या संस्कृतींतून आलेले, वेगळे अनुभव, वेगळ्या मनोवृत्ती, प्रेरणा असलेले लोक

एकत्र होते. प्रत्येकाच्या विमाव्यवसायाबद्दलच्या संकल्पना वेगळ्या होत्या. त्यातून आम्हाला समान संस्कृती, एकमेकांबद्दलचा विश्वास आणि समान उद्दिष्टे निर्माण करायची होती; तसेच झेप घ्यायचा पवित्रा ठरवला असताना हे सर्व बदल कसे पचवावेत, हे दुहेरी ध्येय साध्य करणे सोपे नव्हते.

केल्याने होत आहे रे....

'सर्व तयारी होऊ दे, मग सुरुवात करू' असा विचार केलात, तर तुम्ही कधीच प्रारंभ करू शकत नाही. असे मला वाटते. आपल्याला नक्की कुठे पोहचायचे आहे, हे ठरवून आधी चालायला सुरुवात करावी. निर्णय घेऊन राबवायला लागावे अन् मग चालता-चालता परिपूर्णता आणत जावी. एखाद्या प्रकल्पाची ६० ते ७० टक्के तयारी झाली की, तो सुरू करायला हवा. आरंभासाठी कितपत वाट पाहायची, ते प्रमुख व्यवस्थापकाच्या धोका पत्करण्यावर आणि उद्योगाच्या उभारणीत तो किती लवचिकता आणू शकतो, यावर अवलंबून आहे. दीर्घ पल्ल्याचे ध्येय डोळ्यांसमोर ठेवून चालताना छोटी-मोठी यशाची शिखरे गाठत पुढे गेले, तर लोकांचा उत्साह टिकून राहतो. यशस्वी उद्योग उभारणीसाठी सुरुवात दमदार होणे आवश्यक आहे.

आपल्या कामाचे स्वरूप ठाऊक असणे महत्त्वाचे आहे. मला ते तेवढे स्पष्ट झालेले नव्हते, हे कबूल करायला उणेपणा वाटत नाही. माझे काम कशी वळणे घेणार आहे, हे आरंभी मला ठाऊक नव्हते; पण बरोबरीचा प्रत्येक जण आव्हाने स्वीकारायच्या मनोवृत्तीचा होता. फक्त त्यांना दिशा द्यायला हवी होती. ती जितक्या लवकर मिळेल तितके सोपे होणार होते, हे माहीत असूनही अनेकदा मला भूमिका बदलावी लागत होती.

गोंधळाच्या परिस्थितीचे व्यवस्थापन

एखाद्या मीटिंगमध्ये गरमागरम चर्चा सुरू असताना तुम्ही सरळ निघून गेलात तरी दुसऱ्या दिवशी त्याचा मागमूस उरू न देता परत त्याच लोकांसोबत काम करायची सहजता अंगी बाणवायला हवी. एखाद्या मुद्द्यावर वाद झाला, तर तुमचा मुद्दा पटवून द्यायला हवा वा त्यांचा तुम्ही पटवून घ्यायला हवा. तसे झाले तरच नेमका कोणता रस्ता पकडायचा, ते तुम्हाला कळते आणि नाही झाले, तर त्या विशिष्ट समस्येच्या संदर्भात दोन्ही वाटांनी चालायला सुरुवात करावी. पण त्यामागे प्रयोग करून पाहतो आहोत, अशी भावना हवी. मग थोड्या काळाने कोणता रस्ता योग्य आहे, हे आपोआप कळते.

त्यानंतर हे प्रयोग करण्यासाठी साधने कुठून आणायची, कामे ठरवायची

कशी, पार पाडायची कशी, चुकते आहे असे वाटल्यास कसे आणि केव्हा थांबायचे, झालेल्या चुका कशा भरून काढायच्या आदी गोष्टींना भिडावे लागते. काही नव्या वाटा आपोआपच संपतात, काहींवरती तुम्ही परतायचे ठरवले तरी तसे करू शकत नाही. इथे मला काही कठीण निर्णय घ्यावे लागले. मी जरी त्यांना माझे म्हणणे पटवू शकले नाही, तरी त्यांच्या मार्गाने गेले तर समस्या सुटणार नाहीत अन् ते कंपनीच्या भवितव्याच्या दृष्टीने हानिकारक ठरेल, हे मला कळत होते.

नवा उद्योग चालवणे म्हणजे एखाद्या प्रयोगशाळेतील संशोधनासारखे असते. काही नवे प्रयोग सुरू होतात, तर काही संपत असतात. उद्योगाची नीट बांधणी हाच एक प्रयोग असतो. समोर स्पष्ट उद्दिष्ट ठेवून लहान-मोठे बदल करत पुढे जावे लागते. चालू उद्योग सांभाळणे अन् नवा उभा करणे यामध्ये मला दिसणारा ठळक फरक इथे नमूद करते. नव्या उद्योगात तुम्ही किती लवचिकता, प्रयोगशीलता निर्माण करू शकता; यावर यश अवलंबून राहते. माणसे, ढाचाबांधणी, रोजचे कामकाज या सर्वांतच ही लवचिकता प्रक्रिया असायला हवी. सर्वांना एकत्र आणून पुढे जाण्यासाठी एकमत कसे करावे? कोणत्या प्रयोगात धडाक्याने पुढे जावे? चुकते आहे, असे कळल्यावर थांबायचे धैर्य आपल्यामध्ये आहे का? त्यातून शिकून नवा प्रयोग करायची तयारी आहे का? असे अनेक प्रश्न उद्भवत राहतात अन् त्या-त्या वेळी उत्तरे शोधत, समोर स्पष्ट उद्दिष्ट ठेवून सर्वांना सोबत घेऊन पुढे जात राहावे लागते. नाहीतर प्रत्येक जण आपापली दिशा पकडून पुढे जाईल आणि गोंधळाची परिस्थिती निर्माण होईल. सर्वांना नेमके कुठे पोचायचे आहे, हे ठाऊक असले, तर गोंधळातून वाट काढता येते. ध्येय मात्र स्पष्ट हवे, ते सर्वांना दाखवून, पटवून देता यायला हवे.

रोज एक वीट चढवणे

विमा काढण्याबाबत भारतीय लोकांचे काही ठाम पूर्वग्रह आहेत. त्यातील पहिला म्हणजे, फक्त कर वाचवण्यासाठी विम्यात गुंतवणूक करायची असते. त्यामुळे विमा किती रकमेचा काढावा, हे ठरवताना आर्थिक चित्र फक्त पाहिले जाते. सुरक्षिततेचा मुद्दा इथे गौण ठरतो. आपल्यामागे कुटुंबीयांचे रक्षण ही भावना बाजूला पडते. शिवाय ही गुंतवणूक इतर बचतींच्या तुलनेत कमी परतावा देणारी असल्याने विमा उतरवणे फारसे आकर्षक वाटत नाही. 'काही बरेवाईट घडले तर', हा मुद्दा घेऊन काळजीमुक्त जीवनासाठी विमा, हा विचार विमा योजनांची प्रसिद्धी आणि विक्रीसाठी प्रकर्षाने पुढे आणला जात नव्हता. ग्राहकांना भावनिक आवाहन करून आकर्षून घ्यायचे प्रयत्न होत नव्हते. विमा नेमका कशासाठी, हे ग्राहकांना नीट पटवून देता येत नव्हते. आमच्यासमोर साधारण पुढील आव्हाने होती.

- मानवी जीवनातील असुरक्षितता केंद्रस्थानी ठेवून किती रकमेचा विमा उतरवावा याबद्दल जागृती उत्पन्न करणे.
- वेगवेगळ्या प्रकारच्या विमा योजनांची माहिती लोकांपर्यंत पोहचवणे.
- खास प्रशिक्षण दिलेले, लोकांना विम्याचे महत्त्व पटवून देऊ शकतील असे तज्ज्ञ, सल्लागार तयार करणे.
- विम्याकडे संरक्षण आणि संपत्तीचे व्यवस्थापन करण्याचे साधन म्हणून पाहण्यास शिकवणे. विशेषत: उच्च उत्पन्न असलेल्या गटामध्ये याबाबत जागृती करणे. कारण गुंतवणुकीचे पर्याय शोधताना विम्याचा विचार केलाच जात नव्हता.

प्रथम आम्ही ग्राहकाच्या मनातील विम्याबद्दलच्या चुकीच्या कल्पना काढून, कमी खर्चात संरक्षण आणि परतावा याबाबत आकर्षक चित्र उभे करायचे ठरवले. त्यानंतर 'आयसीआयसीआय प्रुडेन्शियल' हे नाव जनमानसात रुजवायचे होते; या नावाबद्दल विश्वास उत्पन्न करायचा होता. या कंपनीत पैसे गुंतवले, तर ते सुरक्षित राहून वाढतील, असे लोकांना वाटायला हवे. मग आम्ही एका वाक्यात ही विश्वासार्हता प्रगट व्हावी म्हणून बोधवाक्य ठरवले – 'जीवनाच्या प्रत्येक पायरीवर आम्ही तुम्हाला संरक्षण देऊ.'

ग्राहकांची तपशीलवार पाहणी केल्यावर आम्हाला उमगले की, प्रत्येक वयोगटाची विम्याकडे पाहायची दृष्टी वेगळी आहे.

शेवटी ग्राहकाने विमा संरक्षण घ्यावे म्हणून त्याला पटतील अशी वस्तुनिष्ठ कारणे देणे अनिवार्य होते; मग ते आमच्याकडूनच का घ्यावे, हेही पटवायचे होते. त्यानुसार आम्ही आखणी केली. वेगवेगळ्या योजना बनवल्या. विम्याबद्दलचे पूर्वग्रह पुसून टाकणे, वयाच्या प्रत्येक टप्प्यावरील गरजांसाठी वेगळ्या योजनांमध्ये पैसे गुंतवून संरक्षणाबरोबर इतर आर्थिक फायदे कसे होतात हे पटवून देणे, त्याचप्रमाणे या योजना सर्व स्तरांतील लोकांना कशा परवडतात याबद्दल माहिती देणे. या अनेक मुद्द्यांचा त्यात समावेश होता. आमचे नाव प्रस्थापित करता-करता ही अनेक पूरक कामे नीट हाताळायची होती. त्यासाठी प्रसारमाध्यमांचा उपयोग करून घेतला. प्राथमिक तयारीसाठी काही महिने लागले, पण काम पुढे जात राहिले.

एजंट बदलणे

ग्राहकांपर्यंत पोचण्यासाठी 'एजंट' म्हणून आम्ही अनेक नवे मार्ग चोखाळले. जाहिराती केल्या, तज्ज्ञांना बोलते केले. पहिल्या ग्राहकांना अशी सेवा दिली की, त्यांनी आपणहून तोंडी प्रसिद्धी केली. काही माणसे आम्ही एलआयसीतून घेतली

होती. सर्व एजंटांची एकत्रित पाहणी केली, तर सर्व प्रकारची माणसे त्यात होती. काही श्रीमंत वर्गासाठी, काही 'जनता क्लास'साठी भरती केली. इतर कंपन्या करतात त्याप्रमाणे न करता समाजातील सर्व प्रकारच्या क्षेत्रांतील माणसे निवडून आम्ही एजंट घेतले.

आयसीआयसीआय या मूळच्या बँकेच्या नावाचा दबदबा आम्हाला चांगलाच उपयोगी पडला. अगदी लहान गावातही या बँकेशी संलग्न असणे, व्यवहार करणे प्रतिष्ठेचे मानले जात होते. एजंट्सना आकर्षून घेताना इतर विमा कंपन्यांपेक्षा आम्ही कसे वेगळे असणार आहोत, हे पटवून द्यायला हवे होते. अधिक यश मिळवण्यासाठी अन् अधिक उंची गाठण्यासाठी आम्ही काय करतो आहोत, हे त्यांना दिसायला हवे होते. लोक आमच्या नावामुळे आमच्याकडे आले; पण मग आमचा अनुभव आला आणि आम्हाला चिकटून राहिले. या सर्व सव्यापसव्यात भरपूर दमणूक झाली, नेमलेले प्रशिक्षण दिलेले एजंट्स सोडून गेले; पण कोणत्याही उद्योगात असे होत असते. सोडणाऱ्या लोकांची टक्केवारी कमीत कमी असावी, इतके पाहावे लागते. वेगवेगळ्या प्रकारच्या लोकांचे काम कसे चालले आहे याचे निरीक्षण करून यशस्वी लोकांसारखे अधिक प्रमाणात यशस्वी लोक घेणे अन् अपयशी उमेदवार घेणे अधिकाधिक टाळणे, असे धोरण आम्ही राबवले.

अधिक चांगल्या कामगिरीसाठी...

आम्ही जाहिरात मोहीम आखून लोकांपर्यंत आमच्या कामाचे स्वरूप पोहचवले होते; त्याप्रमाणे कामही करणे अपेक्षित होते. आमचा एजंट जेव्हा ग्राहकाला प्रत्यक्ष भेटे; तेव्हा तुमची जाहिरात प्रभावी आहे पण अनुभव तितक्या उंचीचा नाही, अशा पद्धतीचा सूर ऐकू येई. जेव्हा तुम्ही प्रत्यक्ष बाजारात उतरता तेव्हा काही ग्राहक असंतुष्ट राहणारच. त्यांना टाळणे शक्य नव्हते. असा आरोप करणाऱ्या ग्राहकांनाही हाताळावे लागते. पुनः पुन्हा प्रशिक्षण देणे, योग्य वृत्तीचे एजंट्स निवडणे, हे इथे महत्त्वाचे ठरते. निवडीनंतर एजंट्सना आमच्यासोबत राहून तुम्ही चांगले करिअर करू शकता, हे पटवावे लागते.

'चाळीस टक्के कमिशन देऊ' ही आमची बोली त्यांना प्रथम आकर्षक वाटली. पण आम्ही इतक्या प्रकारच्या विमा योजना आखल्या होत्या की, कमिशनची सरासरी चांगलीच खाली येत होती. प्रत्यक्षात आम्ही कमीत कमी कमिशन देणारे लोक आहोत; फक्त आमचे व्यवहार वेगळे आहेत. आमचे व्यवहार हे मधल्या माणसांसाठी नसून ग्राहकांसाठी आहेत. तेव्हा ग्राहकांना मिळणारा फायदा आणि एजंट्सना मिळणारे कमिशन यातील समतोल राखून आमच्याकडे काम करणारे दीर्घकाळ टिकून राहतील, असे धोरण ठेवण्यात आले. ग्राहक स्वतःहून एखादी

योजना निवडतात तेव्हा मिळणारे कमिशन आम्ही कमी ठेवले अन् ग्राहकांना भेटून, पटवून ज्या योजना विकाव्या लागतात, त्यावर जास्त कमिशन दिले. दोन्ही प्रकारचे काम एकच एजंट करत असल्याने अंती त्यांनाही फायदेशीर व्यवहार होई. आमचा विमा विकणे हे फक्त काम अन् सेवा न मानता अधिक काही आहे, इतरांपेक्षा आम्ही वेगळे आहोत, बाजारपेठेचा कल ओळखून आम्ही योजना आखतो, असे चित्र आम्ही ग्राहक आणि एजंट – दोघांसमोर उभे केले.

सर्व जागी विमा विकण्यात येतो. आम्ही ग्राहकांना आकर्षून घेणे अन् एजंट्सना विकण्यासाठी प्रेरित करून पुढे ढकलणे यातील तोल साधला. फक्त ग्राहकांचाच विचार केला असता, तर आम्ही हे यश मिळवू शकलो असतो, असे मला वाटत नाही. खूप मोठ्या प्रमाणावार उलाढाल केली, तर नफ्याचे प्रमाण कमी असले तरी अपेक्षित यश मिळते. व्यवहार निर्दोष ठेवत, नवनवे शिकत आम्ही पुढे जात होतो आणि अजूनही जातो आहोत.

जीवनस्पर्शी विमाव्यवसाय

मी अर्थक्षेत्रामध्ये बावीस वर्षे काम करते आहे. विमाव्यवसाय जसा ग्राहकांच्या हृदयाला स्पर्श करतो तसे अर्थक्षेत्रातील इतर कोणतेही उत्पादन, योजना करत नाही, असे मला मनापासून वाटते. समोरच्या व्यक्तीला त्याच्या मरणोत्तर परिस्थितीचा विचार करायला लावून आपली योजना त्याच्या मनात उतरवणे, हे प्रत्यक्षात कठीण आहे. या नाजूक विषयावर कसे बोलावे, यासाठी आम्ही खास साधने विकसित केली, पुस्तिका बनवल्या. सादरीकरण कसे करावे याच्या पद्धती ठरवल्या आणि एजंट्सना त्याचे व्यवस्थित प्रशिक्षण दिले. आपल्या मरणाबद्दल कुणालाही विचार करायला लावणे, हे कठीण काम भावनेच्या आहारी न जाऊ देता कसे हाताळावे, हे आमच्या एजंट्सना मग जमू लागले.

आपले नाव एखाद्या क्षेत्रात प्रस्थापित होईपर्यंत जाहिरात करावी लागते; पण नंतर तुमचा ग्राहकांना येणारा अनुभवच ग्राहक टिकवणे, वाढवणे यासाठी उपयुक्त ठरतो. इथेसुद्धा आम्ही कंपनीचा मानवी चेहरा ग्राहकांना दिसावा, असे व्यवहार ठेवले. एखादा विम्याचा दावा स्वीकारताना वा नाकारताना योग्य रीतीने भावना हाताळणे महत्त्वाचे असते. उद्योग यशस्वी करण्यासाठी आर्थिक शिस्त म्हणून वस्तुनिष्ठता हवीच. आलेला प्रत्येक दावा स्वीकारणे तसे शक्यच नसते. याबाबतीत आम्ही दुहेरी दृष्टी स्वीकारली आहे. जे क्लेम योग्य आणि कायदेशीर असतात, ते आम्ही लगेच पैसे देऊन मुक्त करतो. कागदपत्रांची पूर्तता आधी व्हायला हवी, असा आग्रह तिथे धरत नाही; ती नंतर केली तरी चालते. उलट, ग्राहकाला कागदपत्रे बनवण्यासाठी अनेकदा आम्ही मदत करतो.

एका विधवेला पतिनिधनानंतर बहात्तर तासांत आम्ही पैसे पोचते केले. तिला पैशांची गरज होती आणि आमच्याकडून मिळालेल्या पैशाने तिने नवऱ्याची कर्जे फेडली. कृतज्ञता व्यक्त करत नंतर तिने आपले पैसे पुढे गुंतवण्यासाठी आम्हालाच सल्ला विचारला. जो एजंट ही केस हाताळत होता, तो इतका भारावून गेला की परत ऑफिसात आल्यावर 'मी या कंपनीत काम करतो हे किती चांगले, सुखाचे आहे' असे उद्‌गार त्याने काढले. आमच्या एखाद्या ग्राहकाचा मृत्यू झाला आहे, असे आम्हाला कळले की, लगेच आम्ही पुढे होऊन त्यांना दाव्याचा फॉर्म आणि पैसे पाठवून देतो.

त्याच वेळी एखाद्या दाव्याबद्दल संशय आला, इथे पैशाचा अपहार होतो आहे असे वाटले, तर आम्ही दावा नाकारायला अजिबात घाबरत नाही. चुकीचा दावा स्वीकारत आम्ही पैसे दिले, तर तो इतर विमाधारकांवर अन्याय होईल. अशा दाव्यांची नीट छाननी होऊन मगच निर्णय घेतले जातात. प्रत्यक्षात मृत्यू झाल्यावर कागदपत्रांची पूर्तता केल्याशिवाय पैसे देणे कंपनीवर बंधनकारक नसते. या कागदपत्रांसाठी काही वेळा वर्षभराचा काळही लागू शकतो. कागदपत्रे सादर करा अन् पैसे न्या, असे मी म्हणू शकते; पण माझ्या व्यवस्थापनाला मी ही सवलत देत नाही. जे दावे संशयास्पद आहेत तिथे ठाम राहायचे. जे योग्य आहेत तिथे मदतीचा हात आपणहून पुढे करायचा, हा वरवर विरोधाभास आहे; पण उद्योगाचा मानवी चेहरा म्हणजे असाच असतो. ग्राहकाचा मृत्यू कधी झाला अन् पैसे कधी दिले गेले, यावर मी कार्यक्षमतेचा निकष ठरवते.

विमा पॉलिसीची सुरुवात होतानाही चेक लिहिलेली तारीख ग्राह्य धरण्यात येते. पॉलिसीचे कागद कधी पोस्टात पडले, कधी ग्राहकाच्या ताब्यात आले, हे पाहिले जात नाही. ग्राहकाच्या अनुभवात त्यामुळे निश्चित फरक पडतो. एवढी लवचिकता दाखवूनही कधी कधी मोठ्या समस्या एकदम समोर येऊन उभ्या राहतात. तक्रारी करणारी पत्रे येतात. वर्षापूर्वी मला येणाऱ्या तक्रारपत्रांची संख्या लक्षणीय होती. वर्षभरात व्यवहारात बरीच वाढ होऊनही आता अशा पत्रांची संख्या रोडावली आहे, असे मी प्रामाणिकपणे सांगू इच्छिते. त्यावरून ग्राहकांचा अन् आमचा चांगला सुसंवाद आहे, अन् व्यवहार सुरळीत सुरू आहेत; असा निष्कर्ष काढता येईल. नाहीतर तक्रारीची संख्या इतक्या झपाट्याने कमी झाली नसती.

माझी साधने

प्रत्यक्ष ग्राहकांशी व्यवहार करत असताना रोजच्या रोज संपर्क शक्य नसतो. त्यासाठी खास उपाय योजावे लागतात. अगदी सुरुवातीलाच आम्ही यासाठी 'की परफॉर्मन्स इंडिकेटर्स' (के.पी.आय.) म्हणजे कार्यक्षमता मोजायच्या छोट्या कसोट्या

ठरवल्या आणि त्या व्यवस्थापनापर्यंत पोहचवल्या. सुरुवातीच्या आठ-नऊ महिन्यांत उद्योगातील वरपासून खालपर्यंत, प्रत्येक टेबलावरच्या माणसाला आपण नेमके कशासाठी इथे आहोत, काय मिळवायचे आहे याची कल्पना त्यामुळे येऊ शकली. ग्राहकांशी बोलणाऱ्या माणसासाठीसुद्धा हे केपीआय ठरवलेले होते. यात अर्थव्यवहार आणि मनुष्यबळ या दोन्ही खात्यांचा समावेश केलेला होता. अर्थ खात्याने हे 'केपीआय' ठरवले, आरेखित केले आणि मनुष्यबळ खात्याने त्याला मानवी स्पर्श देत सर्वांपर्यंत नीट पोहचवले. अगदी गरज पडल्याशिवाय त्यात कुणी ढवळाढवळ करायची नाही, आपापली कामे प्रत्येकाने जबाबदारीने पार पाडायची; हा आमच्याकडे अलिखित नियम बनला.

नीतिमूल्ये रुजवताना सर्वांची 'दृष्टी' एकच असायला हवी, हा विचार रुजवणे आणि तोही लवकर रुजवणे गरजेचे होते. ही दृष्टी म्हणजे कंपनीच्या भविष्याकडे कसे पाहावे, ही 'व्हिजन' ठरवून सर्वांपर्यंत पोहचवायची ठरवले. त्यासाठी तीस वरिष्ठ अधिकाऱ्यांनी एकत्र चर्चा केली. सर्वांनी मिळून नेमके काय साधायचे, सर्वांच्या महत्त्वाकांक्षांना त्यात स्थान हवे, ते मिळवणे प्रत्येकाच्या आवाक्यात हवे आणि त्यामुळे लोकांना सतत प्रेरणा मिळायला हवी. रोजच्या व्यवहारातील छोटे-छोटे मतभेद त्यामुळे विसरले जावेत, दीर्घकाळासाठी धोरणात्मक आकांक्षा कोणत्या असाव्यात, हे ठरवताना खालील मुद्दे ठळकपणे पुढे ठेवले.

- ग्राहकाच्या विमाविषयक गरजा समजून घेणे आणि उत्तम सेवा, सुविधा योजना, पुरवणे.
- आधुनिक तंत्रज्ञानाचा वापर करून ग्राहकांना सोईस्कर, जलद आणि कार्यक्षम सेवा देणे.
- विम्यामध्ये धोका पत्करणे अनुस्यूत असते; पण त्याचे नीट व्यवस्थापन करणे, विमाधारकाचा पैसा त्याला अधिकाधिक अन् स्थिर परतावा मिळेल, अशा प्रकारे सुरक्षित गुंतवणे.
- कर्मचाऱ्यांना विकासासाठी योग्य असे वातावरण ठेवणे अन् जरूर पडेल तेव्हा प्रशिक्षण देणे.
- सर्व व्यवहारात पारदर्शकता आणणे.

केपीआय आणि 'दृष्टी' यानंतरचे माझे तिसरे साधन होते, ते प्रकल्प व्यवस्थापन ऑफिस. (प्रोजेक्ट मॅनेजमेंट ऑफिस किंवा पीएमओ.) हे ऑफिस अगदी पहिल्या दिवसापासून काम करू लागले. नवे प्रयोग करत राहून लवचिकता आणण्यासाठी या ऑफिसची चांगलीच मदत झाली. इथे वेगवेगळ्या विभागांतील टीम्स एकत्र येऊन अल्प अन् दीर्घ पल्ल्याची उद्दिष्टे डोळ्यांसमोर ठेवून योजना बनवत. त्यांची तपशीलवार आखणी केली जाई. मग त्या झपाट्याने, वेळेची मुदत पाळून

राबवल्या जात असत. वेळोवेळी त्यांचा आढावा घेतला जाई. पीएमओ ऑफिसचा प्रमुख आमच्या सर्व योजना कार्यवाहीत आणण्यासाठी योग्य ती संसाधने आहेत, यावर लक्ष ठेवून असे.

तशी वरील तीनही साधने साधी होती, पण अगदी जीव ओतून त्यांचा वापर केल्यामुळे आम्ही यश मिळवू शकलो. या साधनांवर विश्वास हवा आणि योजना पूर्ण होतील, अशा तऱ्हेने कामही करायला हवे. अनेकदा लोकांना एकत्र येऊन चर्चा करण्यापेक्षा बाहेर लोकांना भेटून विमा विकणे, हा वेळेचा चांगला उपयोग आहे, असे वाटायचे. अशा वेळी आम्ही कर्मचाऱ्यांना बोलावून, पटवून देत होतो. एकत्र चर्चेने व्यवहार सुधारले. कार्यक्षमता वाढली, तर लोक तुमच्याकडे येतात.

या सर्व व्यवहाराची गुणवत्ता उच्चतम राखण्यासाठी कमीत कमी चुका करणे, ही एक अपेक्षा असते. ती पूर्ण करण्यासाठी आम्ही व्यवस्थापनशास्त्रातील 'सिक्स सिग्मा' ही अत्याधुनिक पद्धत राबवली. 'जनरल इलेक्ट्रिक' या विख्यात अमेरिकन कंपनीने उत्पादन, प्रक्रिया, सेवा यातील चुका टाळण्यासाठी ही पद्धत विकसित केली आहे. ही पद्धत वापरून व्यवस्थापन निर्दोष करण्याचा प्रयत्न झाला. मतभेद उद्‌भवले तिथे चर्चा करून मार्ग काढण्यात आला.

कार्यक्षमतेचे निकष ठरवणे

आमच्या उद्योगाच्या विविध विभागांत नित्य व्यवहारामध्ये सेवा, उत्पादकता यामध्ये धोक्याची, घोटाळ्यांची शक्यता या सर्वांसाठी आम्ही निकष ठरवले आणि मग त्या तुलनेसाठी पार्श्वभूमीवर ठेवून कर्मचाऱ्यांची, विभागाची कार्यक्षमता मोजता येणे शक्य झाले. तुम्ही तुमची आशा, अपेक्षा, महत्त्वाकांक्षा किती मोठी ठेवता त्यावर हे निकष अवलंबून राहतात. आम्हाला जगातील नामांकित यशस्वी विमा कंपनीसारखे व्यवहार करायचे होते. आम्हाला जगभरात आपले हातपाय पसरायचे होते असे नाही; पण त्या तोडीचे व्यवहार मात्र नक्कीच हवे होते. आम्ही नव्याने सुरुवात करत असल्याने आम्हाला तशी संधी मिळाली होती. आम्ही आमच्या नव्या साहसासाठी अशी उच्च महत्त्वाकांक्षा ठेवली नसती, तर ही संधी गमावली असती.

त्यामुळे आम्ही वेगवेगळ्या विभागांसाठी 'सर्वोत्तम' व्यवहाराचे मापदंड आधी ठरवले. विमासेवा देण्यासाठी आम्ही एलआयसी, एच.डी.एफ.सी वा प्रुडेन्शियल डोळ्यांसमोर ठेवले नाहीत; तर जगातील सर्वोत्तम आर्थिक संस्थाचे व्यवहार हे उद्दिष्ट ठेवले. विमा घोटाळे टाळण्यासाठी काय करावे याचे निकष उपलब्धच नव्हते; ते आमचे आम्हीच ठरवले. आत्मस्तुतीचा दोष पत्करून मी असे नक्कीच म्हणू शकते की, सर्वच बाबतींत आम्ही स्वत:शीच स्पर्धा करत पुढे जात राहिलो.

संयुक्त प्रकल्प

हे पद मी स्वीकारले, कारण मला स्वतंत्र कंपनी चालवायची आकांक्षा होती. एका यशस्वी, प्रस्थापित उद्योगाचे प्रमुखपद मला नको होते. मोठ्या कंपन्यांच्या एकत्रित प्रकल्पांमध्ये मी यापूर्वी काम केलेले होते. अशा संयुक्त प्रकल्पात (जॉइंट व्हेंचर) काम करताना काय समस्या येतात याची कल्पना होती. इथे दोन भागीदार कंपन्यांच्या महत्त्वाकांक्षा स्पष्ट होत्या, तशा आमच्याही डोळ्यांपुढे स्पष्ट उद्दिष्टे होती. हा उद्योग आम्ही स्वतंत्रपणे उभा करणार होतो. प्रुडेन्शियल या विमा कंपनीच्या अपेक्षा आणि आयसीआयसीआय या वित्तसंस्थेच्या अपेक्षा यांना प्राधान्य न देता दोन्ही कंपन्यांच्या भागधारकांचे हित आम्ही डोळ्यांसमोर ठेवले होते.

दोन्ही कंपन्यांनी या संयुक्त साहसासाठी आम्हाला उद्दिष्ट ठरवून दिले होते, ते आम्ही गाठायचे होते; म्हणजे विमाक्षेत्रातील एक यशस्वी, फायदेशीर कंपनी बनून दाखवायचे होते. आजवर मला या दोन्ही कंपन्यांकडून भागीदारीमुळे उद्‌भवणाऱ्या समस्यांना तोंड द्यावे लागलेले नाही, कारण दोन्ही कंपन्या तशा एकमेकांना पूरक ठरलेल्या आहेत. त्यांची संस्कृती जुळत नसती, तर माझे कोणतेही प्रयत्न यशस्वी झाले नसते. या दोन्ही कंपन्यांच्या महत्त्वाकांक्षा सारख्या आहेत. नीतिमूल्ये समान आहेत. त्यामुळे त्यांच्या संयुक्त साहसाचे प्रमुखपद भूषवणे मला सहज साध्य झाले.

आज मला अशा नव्या प्रकल्पांना सुरुवात करताना उभी राहणारी आव्हाने कोणती, असे विचारले; तर काही मुद्दे ठळकपणे माझ्यासमोर येतात. ते असे आहेत.

- योग्य शिक्षण, अनुभव, मनोवृत्ती असलेल्या, यशासाठी जिद्दीने काम करणाऱ्या लोकांची टीम बांधणे गरजेचे आहे.
- अशा लोकांमध्ये जरुरी असलेले कौशल्य विकसित करा, कारण जेव्हा नव्या उगवत्या क्षेत्रात पाऊल टाकतो तेव्हा प्रशिक्षित मनुष्यबळ दुर्मिळ असते.
- वितरण आणि कामकाज करणाऱ्या टीम्सना योग्य प्रशिक्षण द्या.
- कामासाठी पर्यायी व्यवस्थेचा विचारही करून ठेवा.
- भारतीय ग्राहकांच्या वाढत्या आकांक्षा लक्षात घेऊन खास योजना, उत्पादने यांची आखणी करा.
- प्रक्रिया आणि व्यवस्थापन व्यवहारात तंत्रज्ञानाचा वापर करा.
- झपाट्याने विस्तार करून एक मोठा उद्योग या पातळीपर्यंत जा आणि मग वाढीचा वेग संयमित ठेवा.
- ग्राहकसेवा चोख ठेवा, म्हणजे त्यांच्या अपेक्षा पूर्ण करता येतात.
- विकास करताना उद्योगाचा पायाभूत ढाचाची बांधणी पक्की करत

विस्तारत राहा, म्हणजे विकास पेलता येतो.
- विम्यामधील आणि गुंतवणुकीतील धोक्याचे व्यवस्थापन करण्यासाठी काळजीपूर्वक योजना आखा.
- सर्व व्यवहारांवर नियंत्रण ठेवणारे सक्षम अधिकारी नेमून देखरेख ठेवा.
- भागीदार आणि भागधारक यांच्या अपेक्षा पूर्ण होतील याकडे लक्ष द्या.

सीईओची भूमिका

कठीण निर्णयाची जबाबदारी कोणत्याही उद्योगाच्या सीईओलाच पेलावी लागते. कधी हे निर्णय योग्य ठरतात तर कधी अयोग्य, पण तरीही ते निभवावे लागतात. मला वाटते की, प्रत्येक सीईओ आपला असा ठसा कंपनीच्या कामावर उमटवत असतो. आज आयसीआयसीआय प्रुडेन्शियल ज्या जागी पोचली आहे; त्याचे कारण आयसीआयसीआय, प्रुडेन्शियल, मी आणि माझे सहकारी आहेत. उद्या मी कंपनी सोडून गेले, तर मूल्यामध्ये थोडा फरक पडेल; पण ही अशीच यशस्वी, वैशिष्ट्यपूर्ण कंपनी राहील.

माझा तीस ते चाळीस टक्के वेळ मनुष्यबळ म्हणजे एच.आर. प्रमुखांबरोबर जातो; बाकी इतर अधिकाऱ्यांसोबत जातो. पन्नास ते साठ वरिष्ठतम अधिकाऱ्यांच्या रोजच्या संपर्कात मी असते आणि त्यांच्या आकांक्षा समजून घेऊन व्यवहार पार पाडते. हे अधिकारी अधे-मधे बदलत राहतात.

मला वाटते की, सीईओमुळे कंपनीच्या कामकाजात सकारात्मक फरक पडतो तोपर्यंत त्याने तेथे राहावे. तुम्ही त्याच जागी तेच करत गंजू लागलात की, भागधारक इशारे देतात आणि तुम्ही सजग राहिलात, तर ते ओळखू शकतात. मला वाटते, माझ्या हातून या कंपनीत नवे होणे थांबेल, तेव्हा माझी गरज संपेल अन् मला जावे लागेल.

माइंड जिम – सीईओ म्हणून स्वतःचे मूल्यांकन करा.

- तुम्ही आंत्रप्रुनर वृत्तीचे आहात का? नवा उद्योग सुरू करायचे आव्हान पेलणे तुम्हाला आवडते का? का एखाद्या प्रस्थापित उद्योगाचा प्रमुख बनून विकास करणे तुम्ही निवडाल?

- माहिती तंत्रज्ञानाकडे तुम्ही व्यवहार सुधारण्याचे वा वेग वाढवण्याचे साधन म्हणून पाहता की, इतर स्पर्धक कंपन्यांच्या पुढे जाण्याचे साधन म्हणून ते वापरावे, असे तुम्हाला वाटते?

- तुमच्या उद्योगात विविध वृत्तीचे, संस्कृतीचे कर्मचारी आहेत का? कंपनीमध्ये किती स्त्रिया, भारतीय नसलेले कर्मचारी आहेत? कंपनीच्या मुख्यालयातील व्यवस्थापक किती भाषा बोलू शकतात?

- तुमच्या उद्योगातील किती व्यवस्थापक नव्या उद्योगाची संपूर्ण योजना आखू शकतात?

- टीममध्ये होणाऱ्या चर्चा किती प्रामाणिक अन् खुल्या असतात? संचालकांच्या बैठकीत कंपनीची धोरणविषयक चर्चा सुरू असताना खुलेपणा अन् निर्भीडपणा असतो का?

- एखादा नवा उपक्रम वा योजना फसली, तर ती सुचवणाऱ्याला दोषी ठरवता का? की झालेले नुकसान स्वीकारून 'धोक्याशिवाय विकास शक्य नाही', अशी भूमिका घेऊन तुम्ही पुढे जाता?

- एखादी नवी संकल्पना स्वीकारण्यापूर्वी ती लहान प्रमाणात राबवून पाहून जोखता का? योजनेची कार्यवाही सुरू असताना त्यात मधेमधे सुधारणा करायला वा परत फिरायला वाव ठेवता का?

९
निर्णय घेणे

सुभाष चंद्रा
अध्यक्ष – झी टेलिफिल्म्स लिमिटेड

श्री. सुभाष चंद्रा यांनी झी टीव्ही वाहिन्यांतर्फे भारतीय जनतेची मनोरंजनाची गरज चांगल्या तऱ्हेने भागवली आहे, असे नक्कीच म्हणता येते. टीव्हीने भारतात माध्यम-क्रांती घडवली, यामध्ये दुमत असण्याचे कारण नाही. वेगवेगळ्या वाहिन्या उपलब्ध झाल्यामुळे देशाच्या कानाकोपऱ्यात टीव्ही पोहचला. झी टीव्हीने देशांतील सर्वोत्कृष्ट मनोरंजन वाहिनी म्हणून कित्येक वर्षे लौकिक मिळवला आणि टिकवला. १९९५ मध्ये झी आणि स्टार टीव्हीचे एकत्रीकरण संपुष्टात आले आणि खऱ्या अर्थाने वाहिन्यांचा हवेतील संग्राम सुरू झाला. आता झीला स्टारसारख्या मातब्बर शत्रूबरोबर सामना करायचा होता. स्टारने आपल्या हिंदी वाहिन्या आकर्षक रूपात आणल्या आणि झीचा बाजारातील शेअर घसरला. ते दुसऱ्या क्रमांकावर फेकले गेले. श्री. सुभाष चंद्रांना आता काही कठोर निर्णय घेणे जरुरीचे होते. विशेषत: कंपनीचे लक्ष्य बदलणे आणि कंपनीत वैयक्तिक लक्ष देणे भाग होते. वर्षानुवर्षे नंबर एकचे स्थान भूषवल्यामुळे व्यवस्थापनात शैथिल्य आले होते. श्री. चंद्रांना पहिल्यांदाच आपल्या धंद्यात अशा काळ्याकुट्ट परिस्थितीला तोंड द्यावे लागत होते. दोन वेळा तर संपून जाण्याची वेळ आली होती; पण पाय रोवून ते त्यातून कसे बाहेर आले, अधिक यशस्वी झाले; त्याची ही कहाणी पुढील लेखात वाचकांच्या भेटीला येत आहे.

> *कोणती गोष्ट योग्य आहे म्हणून करायला हवी, हे माणसाला समजायला हवे. इतरांचे केव्हा आणि काय ऐकावे, काय ऐकू नये, हेदेखील कळायला हवे.*

यशाचे हमखास असे समीकरण नसते. जेव्हा कठीण समय येतो; तेव्हा कोणत्या गोष्टी फायदेशीर आहेत, कोणत्या नाहीत याबद्दल आपल्या मनात स्पष्ट कल्पना हव्यात.

– *सुभाष चंद्रा*

मी माझ्या व्यवसायाच्या मृत्यूची दरी पहिल्याप्रथम १९९६ मध्ये पाहिली. त्या वर्षापर्यंत 'झी' टेलिफिल्म्सचा पसारा शून्यापासून दोनशे कोटींपर्यंत वाढवलेला होता. सुरुवातीची सर्व टीम या यशामुळे आपल्या कामावर संतुष्ट होती. त्यांच्याबद्दल, त्यांच्या यशाबद्दल, कर्तृत्वाबद्दल जनतेकडून मिळणाऱ्या प्रशंसेची त्यांना नकळत सवय लागली होती. अशा आत्मसंतुष्ट वृत्तीमुळे आपण योग्य वागतो आहोत, अशी त्या टीममधील प्रत्येकाला खात्रीच होती. कंपनीचे सीईओ श्री. एस. एस. संन्याल यांना अंतर्गत कारभार पाहणे त्यामुळे कठीण होऊ लागले होते. ते जेव्हा सहकाऱ्यांना त्यांच्यातील त्रुटींची, अकार्यक्षम बाबींची आणि पर्यायाने वस्तुस्थितीची जाणीव करून देत होते; तेव्हा त्यांना आपली बाजू नीटपणे मांडता येणे अशक्य

होत होते. संन्यालांचे बोलणे खोडून काढणे कठीण जात होते. या सर्व सुरुवातीच्या लोकांना बदलून टाकणे गरजेचे हाते. व्यवसायासाठी मृत्यूच्या दरीत घरंगळत जायची ही सुरुवात होती.

दुसऱ्यांदा अशा दरीत कोसळण्याची वेळ १९९९ मध्ये आली. आम्ही पुढचा-मागचा विचार न करता कार्यक्रमासाठी पैसे मंजूर करत गेलो. त्यात काहींनी इतका पैसा कमावला की, अनेकांनी १०० कोटी रुपये गाठीला बांधले. प्रत्येकाचे कमीत कमी उत्पन्न दोन कोटी होते. हे सर्व मध्यम स्तराचे कार्यक्रम व्यवस्थापक होते. या पैशाचे त्यांना काय करावे, समजत नव्हते; किंबहुना, हे पैसे त्यांना पचवता आले नाहीत. इथे आत्मसंतुष्टता अगदी वेगळ्या कारणांमुळे येत गेली. अति पैसा मिळाल्याने लोकांनी कामाबद्दल जागरूक राहणे सोडून दिले. आधी केलेल्या कामाची बांधणी यामुळे विस्कळीत होत गेली. आधी एखादा कार्यक्रम टीव्हीवर प्रसारित होण्यापूर्वी पाच जणांची टीम तो पाहून चर्चा करून, मंजुरी देत असे अन् मगच तो दाखवला जाई. कार्यक्रमाची कंत्राटे दिल्यावर ही पद्धत बदलली आणि स्टारवर 'कौन बनेगा करोडपती'सारखी मालिका आल्यावर त्यासदृश कार्यक्रम करण्याचा आमचा प्रयत्न संपूर्ण तोट्यात गेला.

त्यापेक्षा मला वाटते की, प्रत्येक जणाची हाव वाढत गेली अन् म्हणून नुकसान वाढत गेले; अगदी मीही त्यातून सुटलो नाही. माझे व्यवसायावरचे लक्ष उडाले. व्यवस्थापन गाफील राहिले आणि परिणाम व्हायचा तोच झाला. ताळेबंद हातात आला, तेव्हा तीनशे कोटींचे नुकसान झालेले होते. त्याला तीन गोष्टी कारणीभूत होत्या. माझे दुर्लक्ष, केबीसीचे अभूतपूर्व यश आणि आम्ही कार्यक्रमाची कंत्राटे देताना पैशाच्या बाबतीत दाखवलेला निष्काळजीपणा.

काय उपयोगी पडते, काय नाही?

सर्वप्रथम आम्ही स्वत:ला नीट तपासून पाहायची गरज होती. मी एक साधा, स्वतंत्र वृत्तीचा उद्योजक म्हणजे आंत्रप्रुनर आहे. उद्योगात सारासार विवेक वापरून चुकांची मीमांसा केली की, त्या दुरुस्त करायचा उपाय सापडतो. यशाचे हमखास लागू पडेल असे समीकरण नसते. कठीण समयी आपली दृष्टी काय फायद्याचे आहे – काय नाही याबद्दल स्पष्ट, स्वच्छ हवी. झी टीव्हीच्या टीमला वाटत होते की, जाहिरातीद्वारे दहा लाख रुपये जमा झाले. त्या दहा लाखांत कार्यक्रम बनला की फायदा मिळेल; पण तसे होत नाही. कार्यक्रमावर दहा लाख खर्च केले तरी इतर व्यवस्थापनासाठी आणखी दहा लाख लागतात. नोकरवर्ग, उपग्रहाचे भाडे आदी अनेक छुपे खर्च असतात. तेव्हा फायदा सोडाच; नुसते खर्च भागवण्यासाठी वीस लाख मिळवायला हवेत, त्यानंतर होईल तो फायदा असेल.

तसेच आम्ही ग्राहकाकडे अधिक लक्ष देऊन त्याचे बोलणे ऐकायची गरज होती. कोणत्याही उद्योगात नेत्याने कल्पक वृत्तीने नेतृत्व राखायला हवे. दर्शकाला काय हवे आहे याचा विचार करून आम्ही पूर्वी कार्यक्रम बनवत होतो, हे त्या वेळच्या यशाचे कारण होते. स्टार काय करते आहे, सोनीवर काय चालले आहे याकडे लक्ष न देता आम्ही आधी अनेक नव्या कार्यक्रमांची आखणी करत होतो. चर्चेमध्ये नवनव्या कल्पना पुढे येत होत्या आणि त्यावर विचार होऊन कार्यक्रम बनवले जात होते. म्हणून दूरदर्शनच्या पडद्यावर आठ वर्षे आम्ही अधिराज्य गाजवले आणि याच कारणांमुळे भरपूर पैसा ओतूनही पहिली दोन वर्षे स्टार टीव्हीला अपेक्षित यश मिळू शकले नाही.

कोणत्या गोष्टी योग्य आहेत, कोणत्या गोष्टी ऐकाव्यात अन् कोणत्या ऐकू नयेत, याचे तारतम्य हवेच हवे. मी गेली बत्तीस वर्षे उद्योग चालवतो आहे. जिथे जाल तिथे तुमच्यावर सल्ल्यांचा, सूचनांचा पाऊस पडत असतो. भेटणाऱ्या प्रत्येकाला तुम्हाला तुमच्या उद्योगाविषयी एखादी सूचना करायची असते. त्यात प्रसारमाध्यमांत अशा अनाहून सल्ल्यांचे प्रमाण जास्त आहे. आपल्याला एखादी कल्पना ऐकल्यावर वाटते की, तसे केले तर खात्रीने चांगले होईल; हा मोह आवरणे कठीण असते. पण दूरदर्शन वाहिनी चालवणाऱ्या सीईओने अशा सूचना स्वीकारताना दसपटीने काळजी घ्यावी. आपल्या वाहिनीचे सुविहित वेळापत्रक हवे आणि प्रत्येक कार्यक्रम वेळेच्या चौकटीत चपखल बसायला हवा. एखादी चांगली कल्पना त्यात बसत नसेल, तर वेळापत्रक चुकीचे बनवले आहे, त्याची पुनर्तपासणी करायची गरज आहे किंवा ते कार्यक्रम स्वीकृत करणे शक्य नाही, हे लक्षात घ्यावे.

व्यावसायिक व्यवस्थापकाला सीईओने नीट मार्गदर्शन करायला हवे. श्री. संदीप गोयल यशस्वी सीईओ आहेत. त्यांना स्टारचे वलय प्राप्त झाले होते. त्यांनी हाती घेतलेले प्रत्येक काम यशस्वी करून दाखवले. पण मीडिया कंपनीमध्ये अनेक तारे चमकत असतात. बातम्या, कार्यक्रम, मालिका सर्वत्र असे चमचमते तारे असतात. एखादा आंत्रप्रुनर नेतृत्व करतो, तेव्हा हे तारे त्याचे म्हणणे ऐकून त्याप्रमाणे काम करतात; पण स्वत: स्टार असलेला व्यावसायिक सीईओ जेव्हा नेतृत्व करतो, तेव्हा त्याचे ऐकणे या स्टारमंडळींना कठीण जाते. त्याच्या कल्पना या स्टारमंडळींना पटतीलच, असे नाही. त्यात तो सीईओ असल्याने उघड विरोध करणे शक्य नसते. मग हे तारे 'हातचे राखून' काम करतात आणि एकूण कार्यक्रमाचा दर्जा खालावतो, एकमेकांवर दोषारोप केले जातात. कंपनीला यश मिळवण्यासाठी अशा ताऱ्यांची गरज असते. त्यांनी समरसून काम केले, तर प्रेक्षक ती वाहिनी उचलून धरतात.

उद्योगाच्या प्रवर्तकाने, मालकाने संपूर्ण उद्योगावर लक्ष ठेवायला हवे. माध्यम

उद्योगात तर ते नितांत गरजेचे आहे. जवळजवळ सर्व माध्यम उद्योगात त्यांच्या कुटुंबाचा सहभाग असलेला आढळून येतो. मी माझ्या कंपनीच्या रोजच्या व्यवहारात लक्ष घालत नाही. फक्त धोरणे आखणे, अर्थव्यवहार सांभाळणे आणि महत्त्वाची कामे मी करतो. झी जेव्हा तिसऱ्या क्रमांकावर फेकली गेली; तेव्हा रोखेधारक, बँका, अर्थपुरवठा करणारे, संबंधित संस्था, सर्व जण मला त्याचा जाब विचारत होते.

इथे व्यावसायिक वृत्तीची गरज आहे. कुटुंबातील माणसे व्यावसायिक नसतात, असा उगाचच एक गैरसमज पसरलेला आहे. मला तर वाटते, कुटुंबातील माणसे व्यावसायिक नक्कीच असतात. जेव्हा कुटुंबाच्या मालकीचा उद्योग असतो आणि तो जेव्हा डळमळू लागतो, तेव्हा सर्वांत पहिली झळ त्यांनाच बसते. मला उलट असा विश्वास वाटतो की, 'ज्याचे जळते त्याला कळते', हे इथे खरे ठरते. तुम्ही जर एखाद्या उद्योगाचे सर्वांत मोठे रोखेधारक असाल; तर ती तुम्ही अधिक काळजीपूर्वक चालवाल, रोखेधारकांचे हित सांभाळायचा कसोशीने प्रयत्न कराल. नोकरी म्हणून उद्योग चालवणारा, विशेषत: पगारदार सीईओ हा मालक, रोखेधारक, प्रवर्तक, संस्थापक यांच्याइतका उद्योगात समरसलेला नसल्याने त्यांच्याइतकी उजवी कामगिरी करू शकेलच, असे नाही. कुटुंबातील व्यक्ती उद्योग चालवीत असतील, तर त्यांची तशी कुवत हवी. त्यांनी यश मिळवून स्वत:ला सिद्ध करायला हवे; मगच ते त्या जागी टिकतील. एस्सेल प्रोपॅकसारख्या कंपनीचा कार्यकारी संचालक हा पगारदार व्यावसायिक आहे. अशीही काही उदाहरणे आहेत. आम्ही त्यांच्या कारभारात कधी ढवळाढवळ करत नाही. एकूण कामगिरी पाहतो. व्यवस्थापन अधिकारी महिन्यातून एकदा आम्हाला कामकाजाचा तपशिलात अहवाल देतात.

ऊर्जेचे नियमन

कंपनी जेव्हा पडत्या काळात जात असते तेव्हा तळापासून वरपर्यंत प्रत्येक कर्मचाऱ्याने, अधिकाऱ्याने एकाच दिशेने जायची गरज असते. आज झी वाहिनीची टीम तरुण आहे, काही उच्चतम अधिकारी इथे येऊन वर्ष वा सहा महिनेच झालेले आहेत. त्यामुळे त्यांचे हितसंबंध तयार झालेले नाहीत. त्यांच्या हाताखाली व्यवस्थापन उत्साहाने काम करते आहे. मृत्यूची दरी पार करून आम्ही दमदारपणे पुढे पावले टाकत आहोत. लोक एकमेकांवर दोषारोप करत नाहीत. प्रत्येक जण समर्पित वृत्तीने, प्रेरित होऊन काम करत आहे. या तारुण्याच्या ऊर्जेला नीट दिशा द्यायचे आव्हान आमच्यासमोर आहे. अति उत्साहाच्या भरात चुका होण्याची शक्यता असते. त्यामुळे कामाच्या पद्धती निश्चित करून सुसूत्रता राखायला हवी आहे.

आपण कसे काम करत आहोत, हे फक्त आकडेवारीच्या संदर्भात न पाहता काम किती गुणवत्तापूर्ण आहे याकडे पाहायची जाणीव त्यांना करून द्यायला हवी. कामाच्या दर्जात सातत्यही हवे. एकूण, उद्योगातील आपले योगदान नेमके माहीत असायला हवे. आपले स्थान आणि आपल्याकडून कोणत्या अपेक्षा केल्या जातात, हेही माहिती हवे. आम्ही याबाबत काही मापदंड निर्माण करत आहोत आणि एकत्रितपणे त्यावर काम करत आहोत. परफॉर्मन्सचे निकष ठाऊक असले की, ते गाठण्यासाठी झटणे तुलनेने सोपे जाते.

एखादी व्यक्ती कार्यक्रम विभागात काम करत असेल, तर त्याच्याकडून काय अपेक्षा आहेत, हे त्याला ठाऊक हवे. मी नेहमी विभागप्रमुखांना सांगत असतो की, हाताखालच्या कर्मचाऱ्यांचे ऐका. त्यांची मते त्यांना व्यक्त करू द्या. त्यांचे म्हणणे पटले नाही, तर चर्चा करून तुमचा दृष्टिकोन त्यांना समजावून सांगा. वरिष्ठांनी सांगितले म्हणून केले, अशा पद्धतीच्या कामात उस्फूर्तता, सर्जनशीलता येऊ शकत नाही. सांगितले-केले अशा व्यवस्थेपासून आम्ही कार्यक्रमाच्या संदर्भात सहकाराकडे वळलो आहोत. त्यामुळे प्रत्येकाला आपण त्या कार्यक्रमाचा महत्त्वाचा भाग आहोत, असे वाटते आणि दुसऱ्यातील सर्वोत्तम ते घ्यायची प्रेरणा मिळते. टीम म्हणून ते उत्तम कार्य करू शकतात.

आम्ही आणखी एक निर्णय स्पष्टपणे, डोळे उघडे ठेवून घेतला आहे. येत्या काही वर्षांत त्यांचे सुपरिणाम दिसू लागतील. बाहेरून भरती करून उच्च अधिकारी लादण्यापेक्षा आम्ही आमच्याच उद्योगातील लोकांना प्रशिक्षण देऊन त्या जागी काम करायला उद्युक्त करत आहोत. स्वतःच्या अधिकारी श्रेणी निर्माण करत आहोत. बाहेरच्या कार्यक्रम अधिकाऱ्यांना मी दोन ते तीन कोटी रुपये देत होतो. मी काही सामाजिक संस्था चालवत नाही. मला नफा कमवायचा आहे. तेव्हा बाहेरच्यांना असा पैसा देण्यापेक्षा माझ्याच उद्योगातील योग्य व्यक्ती हेरून त्यांच्यावर जबाबदारी टाकली; तर त्यांना माझ्या उद्योगाची संस्कृती, त्यातील माणसे ठाऊक असल्याने सोपे जाईल. सर्व संबंधित यात रोखेधारकही आले; त्यांनाही हे रुचेल. कंपनीचा सीईओही कंपनीतूनच चढत-चढत वर यावा, असे मला वाटते. पुढील पाच-सहा वर्षांत झी टेलिफिल्म्समध्ये बाहेरून सीईओ आणला जाईल, असे मला वाटत नाही.

अजून आम्ही आमचे उद्दिष्ट गाठलेले नाही; पण त्या दिशेने वाटचाल नक्कीच सुरू आहे. मी स्वतः आंत्रप्रुनर असल्याने मी नेहमी क्रमांक एकवर असावे, असे म्हणणार नाही. मी जर सबल, समर्थ नंबर दोन असेन; तर तेही मला चालेल. त्याबाबत भावनेच्या आहारी जाणे मला मंजूर नाही.

माइंड जिम – सीईओ म्हणून स्वतःचे मूल्यांकन करा.

- तुम्ही ठरवलेल्या धोरणांबाबत तुम्हाला कितपत विश्वास वाटतो? कुणीतरी चांगली सूचना केली, तर लगेच तुमच्या योजना तपासून बदल करायचा विचार करता का?

- जेव्हा आणीबाणीची परिस्थिती उद्भवते, तेव्हा तुम्ही तिचा कसा सामना करता? मीटिंग बोलवता, एकमेकांवर दोषारोप करणे टाळता, खुले आश्वासक वातावरण निर्माण करता, समस्या नीट समजावून घेऊन त्यावर उपाय सुचतात; असे होते का?

- तुमच्या उद्योगात संकल्पना प्रत्यक्षात कशा आणल्या जातात?

- उद्योगामध्ये कामकाजाच्या सर्व स्तरांवर फीडबॅक म्हणजे केलेल्या कामाचे पुनरावलोकन करायची व्यवस्था आहे का? व्यवस्थापकाला कितीदा फीडबॅक दिला जातो? सर्वांत तळाच्या स्थानापासून तुमच्या स्वतःच्या उच्चतम स्थानापर्यंत ज्याला ३६० अंशांचा फीडबॅक म्हणतात, तसा राबवला जातो का?

- कामकाजाच्या सर्व स्तरांवर कर्मचाऱ्यांची थेट भरती होते का? गेल्या दहा वर्षांत तुमच्या उद्योगात किती वरिष्ठ अधिकारी बाहेरून आले आणि चांगली कामगिरी करून दाखवल्याने उद्योगातूनच बढती मिळून किती जण वरती आले? तुमच्या स्वतःच्या वारसाबद्दल विचार करताना तुम्हाला तो बाहेरून यावा असे वाटते की, तुम्ही तुमच्याच उद्योगातील कुणीतरी त्या जागेसाठी हेरलेले आहे?

१०

उद्योग महान बनताना...

एस. रामादुराई
सीईओ – टाटा कन्सल्टन्सी सर्व्हिसेस (टीसीएस)

माहिती तंत्रज्ञानाच्या क्षेत्रातील टाटांची ही कंपनी आज देशातील अग्रगण्य उद्योग आहे. आपल्या बत्तीस वर्षांच्या अनुभवांचे गाठोडे घेऊन श्री. रामादुराई १९७२ मध्ये टीसीएस या कंपनीत रुजू झाले आणि १९९६ मध्ये कंपनीचे सीईओ म्हणून त्यांनी पदभार स्वीकारला. तेव्हापासून ही भारतीय कंपनी खऱ्या अर्थाने जागतिक व्हावी, यासाठी त्यांनी यशस्वी प्रयत्न केले. आज टीसीएसमध्ये आठशे परदेशी कर्मचारी असून जगाच्या कानाकोपऱ्यात कंपनीने आपले हातपाय पसरले आहेत. सॉफ्टवेअर क्षेत्रातील ती देशातील एक मोठी कंपनी असून, तिचे नव्वद टक्के उत्पन्न परदेशी ग्राहकांकडून येते. २००३ मध्ये १०० कोटी डॉलर्सचा व्यवसाय करणारी ती पहिली भारतीय कंपनी ठरली. आज आयपीओच्या साह्याने कंपनीच्या व्यवसायाने २०० कोटी डॉलर्सचा (दहा हजार कोटी रुपये) आकडा ओलांडला आहे. ही वृद्धी साधण्यासाठी श्री. रामादुराई यांनी अनेक तऱ्हेने यशस्वी प्रयत्न केले. मोठमोठ्या उद्योगांशी निरोगी नातेसंबंध जोडले. नामांकित शिक्षणसंस्थांशी संबंध वाढवले, तंत्रज्ञानाचा योजनाबद्ध विकास केला, कंपनीचा संशोधन विकास विभाग बलवान केला, नव्या कंपन्या आपल्या छत्राखाली आणल्या. भारतीय उद्योगाला त्यांनी दिलेले त्यांचे महत्त्वाचे योगदान म्हणजे, त्यांनी मोठ्या परदेशी उद्योगांसाठी उच्च तंत्रज्ञानक्षेत्रात सॉफ्टवेअर उत्तरे विकसित करण्यासाठी देशात यंत्रणा उभी केली. या लेखात 'टीसीएस' कंपनीने अशी भरारी मारताना कोणती महत्त्वाची पावले उचलली, याबद्दल ते सांगतात.

> एखादे साधन वापरण्यापूर्वी त्यातून जास्तीत जास्त काय करता येईल, याची कल्पना हवी.

स्वप्न हे शंभर मीटर शर्यतीसारखे असते. जर तुम्ही ती अकरा सेकंदांत पार करू शकलात, तर पुढील वेळी दहा सेकंद हे लक्ष्य हवे आणि त्यानंतर त्याहून कमी वेळामध्ये साध्य होण्यासाठी प्रयत्न करायला हवेत.

– एस. रामादुराई

कार्यक्षम नेतृत्व

बौद्धिक संपत्ती, जागतिक स्तरावरील ग्राहक, आंतरराष्ट्रीय कंपनी आणि टाटांचा खंबीर आधार ही आमची बलस्थाने आहेत. आमचे स्वप्न साकारण्यासाठी पहिले आव्हान होते – ग्राहक आणि कर्मचारी, त्यांची कार्यक्षमता यांना केंद्रस्थानी ठेवणे. आम्ही त्यांच्यावरील लक्ष कधीही विचलित होऊ दिले नाही. दुसरे आव्हान स्वीकारले, ते म्हणजे वेग. चांगली कंपनी अधिक उत्तम करण्यासाठी, तिच्यात सतत सुधारणा करत राहायला हवी आणि त्या सुधारणा अचूक व वेगवान हव्यात.

वेगावर भर का हवा, तर माहिती तंत्रज्ञानक्षेत्रात तुमची कार्यक्षमता वेगावरच मोजली जाते. तुम्ही एखादा प्रकल्प आज काही ठरावीक कालावधीत पार पाडलात... तर उद्या त्याहून कमी वेळात तो पार पाडायला हवा. तुम्ही नवे ग्राहक मिळवायचा

वेगही सतत वाढता ठेवायला हवा. सर्व क्षेत्रांत उद्या काय घडू शकेल याची तुम्हाला आगाऊ कल्पना यायला हवी; मग ती कर्मचाऱ्यांसाठी कल्याणकारी योजना असो किंवा तुमच्या उद्योगाची मूलभूत बांधणी असो; विकासाच्या योजना आधी तयार हव्यात अन् त्या पुढे होऊन धडाक्याने राबवायला हव्यात. कर्मचाऱ्यांना पटवून द्यायला हव्यात. जैवतंत्रज्ञानासारख्या नव्या क्षेत्रात शिरकाव करणे असो, उत्पादनक्षेत्र असो वा प्रस्थापित प्रक्रियांमध्ये बदल करणे असो; तुम्ही बाजाराची उद्याची गरज ओळखून किती वेगाने हालचाली करता, धडाक्याने किती पुढे मुसंडी मारता, यावर तुमच्या कार्यक्षमतेचे मोजमाप केले जाते. अगदी सुरुवातीपासून आम्ही असेच करत आलो आणि आता ते अधिक वेगाने करायला हवे, हे आम्हाला ठाऊक आहे.

एखाद्या गोष्टीवर लक्ष केंद्रित करणे म्हणजे अपेक्षेइतकी कार्यक्षमता गाठणे, असा मी अर्थ लावतो. आज ग्राहक ज्या परिस्थितीत, अवकाशात काम करतो, ते आम्हाला कितपत उमजले आहे, हे त्याला जाणून घ्यायचे असते. हा ग्राहक एखादी वित्तीय सेवा देणारी कंपनी असेल, संपर्कमाध्यम सेवा देणारी असेल वा आरोग्यसेवा पुरवत असेल; ते आम्हाला सरळ प्रश्न विचारतात, ''तुम्ही माहिती तंत्रज्ञानक्षेत्रात इतकी वर्षे आहात; आमच्यासमोर कोणती आव्हाने आहेत, ती तुम्हाला उमगतात का? आम्ही ती कशी स्वीकारावीत, याबद्दल तुम्ही सल्ला देऊ शकता का?'' याचा अर्थ असा की, सर्व क्षेत्रांतील अद्ययावत माहिती असणे इथे महत्त्वाचे ठरते. मार्गदर्शन करण्याची क्षमता आणि प्रत्यक्ष कार्यवाही करायची कुवत, ही तुमची वैशिष्ट्ये ठरतात. इतरांपेक्षा तुम्हाला एक पायरी उंच जागी ठेवतात.

स्वप्न सत्यात उतरवायचे मार्ग हवेत

कृती योजनेशिवायची स्वप्ने केवळ कल्पना असतात. कंपनीची 'व्हिजन' हे सर्वांचे एकत्रित स्वप्न हवे. प्रत्येकाचे वैयक्तिक स्वतंत्र ध्येय हवेच आणि ते कंपनीच्या दृष्टीशी समांतर-समतल हवे. असे आदर्श उद्योग प्रशासन हे आमचे ईप्सित आहे. प्रत्येक कर्मचारी या दृष्टीशी एकरूप नसेल, ती मूठभर उच्च अधिकाऱ्यांची खासगी बाब असेल; तर जगातील दहा बलाढ्य आयटी कंपन्यांमधील एक या बिरुदाला काही अर्थ राहत नाही. कंपनीतील सर्व घटकांचे योग्य सुसूत्रीकरण व्हायला हवे. आपल्या कंपनीला कुठे पोहचायचे आहे, हे प्रत्येकाला ठाऊक हवे आणि त्याचबरोबर कंपनीत आपली जागा, आपल्या कामाचे महत्त्व, या साखळीत आपली नेमकी कडी कोणती, हेही ठाऊक हवे. जितक्या व्यापक प्रमाणात हे साध्य होईल, तेवढे उद्योगाच्या भवितव्याच्या दृष्टीने ते उपयुक्त ठरते.

असे सुसूत्रीकरण करण्यासाठी आम्हाला कार्यक्षमतेचे व्यवस्थापन करणे जरुरीचे होते. त्यासाठी आम्ही प्रत्येक कर्मचाऱ्याचे वैयक्तिक मूल्यमापन केले. प्रत्येकाने आपण पुढील वर्ष-दोन वर्षांत काय करणार आहोत, असा प्रश्न स्वत:ला विचारावा आणि कामासाठी ज्या गरजा आहेत, त्या कंपनीने पुरवाव्यात यासाठी वरिष्ठांना विचारावे. व्यवस्थापनपातळीवर आम्ही अधिकारी स्वत:ला विचारतो की माझ्या हाताखालच्या प्रत्येक कर्मचाऱ्याला मी विकासाची संधी उपलब्ध करून देतो आहे का? प्रत्येक जण आपल्याला दिलेल्या कामातील आव्हाने स्वीकारत पुढे जातो आहे का? अशा तऱ्हेने प्रत्येक कर्मचाऱ्याचे मूल्यमापन होणे त्याच्या वैयक्तिक विकासासाठी उपयुक्त ठरते, बढत्या देण्यासाठी त्याचा उपयोग केला जातोच; पण तो जिथे काम करतो, त्या विभागाची अन् व्यापक अर्थाने एकत्रितपणे सर्व उद्योगाची मूल्याधिष्ठित सुधारणा होते.

सर्व स्तरांवरील कर्मचाऱ्यांचे असे मूल्यमापन केले जाते. नव्याने भरती केलेल्या, तळातील कर्मचाऱ्यांच्या मूल्यमापनाचे निकष सोपे असतात. त्यांना किती तास प्रशिक्षण दिले, हा एक मुद्दा असतो. नव्या वा वर्ष-दोन वर्षे काम करणाऱ्या कर्मचाऱ्याला साधेसे पण वैयक्तिक ध्येय हवे. उदा. मी कंपनीच्या कामात नीट लक्ष घालतो आहे का? काम अधिकाधिक चांगले व्हावे म्हणून झटतो का? असे प्रश्न स्वत:ला विचारत राहून पुढे जात राहावे. कर्मचारी जसजसा वरच्या स्तरावर चढत जातो, तसे त्याचे ध्येय अधिक व्यापक अन् व्यामिश्र होत जाते. कारण आता तो एखाद्या प्रकल्पाची, मोठ्या प्रकल्पाच्या एखाद्या महत्त्वाच्या भागाची वा कंपनीच्या एखाद्या युनिटची जबाबदारी सांभाळत असतो.

संस्कृती

प्रत्येक उद्योगाची, उद्योगसमूहाची एक संस्कृती असते. कंपनीतील एखादे संसाधन वापरण्यापूर्वी ते जास्तीत जास्त उपयुक्तपणे कसे वापरता येईल, याचा विचार कर्मचाऱ्याने करायला हवा. हा आमच्या टीसीएसच्या संस्कृतीचा एक अविभाज्य भाग बनलेला आहे. आमच्या सुरुवातीला वाढीच्या काळात संगणकाच्या सुट्या भागांची म्हणजे हार्डवेअरची टंचाई होती. किती संगणक आयात करायचे, हे सरकार ठरवून देई. मी सॉफ्टवेअर इंजिनिअर म्हणून काम करू लागलो, तेव्हा अशा परिस्थितीमुळे असलेले संसाधन जास्तीत जास्त वापरून कमाल उपयोग करावा लागे. प्रत्येक इंजिनिअरला ठरावीक वेळ दिलेला असे अन् फक्त तीन प्रयत्नांत त्याने हाती घेतलेला प्रकल्प पूर्ण करावा, अशी अपेक्षा वरिष्ठ अधिकारी ठेवत. नाहीतर हजार चौकशा केल्या जात. तुम्ही आधीची तयारी नीट केली का? पहिला चाचणी प्रोग्राम चालवून पाहिला होता का? असल्या प्रश्नांची फैरी झडत

आणि त्या सर्वांची उत्तरे द्यावी लागत. क्वचित वरिष्ठतम अधिकाऱ्यांकडे जाऊन स्पष्टीकरण द्यावे लागे.

त्या काळात परदेशी चलन जपून वापरावे लागे. सरकारने त्यावर अनेक कृत्रिम बंधने घातली असल्याने मर्यादित प्रमाणात आयात करता येई. संगणक वापरण्यासाठी पाळ्या लावाव्या लागत. प्रत्येक संगणकाकडून कमाल काम करून घ्यावे लागे. त्यामुळे असलेली साधने शंभर टक्के वापरायची वृत्ती ही आमच्या कंपनीची संस्कृती बनली.

आज आर्थिक व्यवस्थापन राबवताना वस्तू वा मनुष्यबळ जास्तीत जास्त वापरले जावे, यावर एखाद्या कंपनीचे मूल्यांकन केले जाते. त्यामुळे प्रत्येक जण कमीत कमी संसाधनांत जास्तीत जास्त काम करायच्या प्रयत्नात राहतो. कोण किती 'वाया' घालवतो आहे, यावर लक्ष द्यायची गरजच उरत नाही. टीसीएसमध्ये हे आपोआप होत गेले. इथला प्रत्येक कर्मचारी स्वत:च स्वत:चा पोलीस बनून आपण आपला वेळ, ऊर्जा आणि श्रम कार्यक्षमतेने वापरतो का, याचा तपास घेत असतो. त्यातही नवीन मार्ग शोधत राहतो. स्वत:ला सुचले नाही, तर इतरांनी कोणते मार्ग शोधलेत याबद्दल विचारणा करतो. स्वयंशिस्त आणि स्वयंपरीक्षण हा आमच्या कंपनीच्या संस्कृतीचा एक भाग आहे. प्रत्येक जण यात पुढाकार घेतो.

शर्यतीतील धावणे

एखादे स्वप्न साकारणे म्हणजे शंभर मीटर शर्यतीत धावण्यासारखे असते. हे अंतर तुम्ही एकदा अकरा सेकंदांत पार पाडले, तर पुढील लक्ष्य दहा सेकंद ठेवून प्रयत्न करायला हवेत. त्यानंतर त्याहून कमी वेळ हे त्यापुढचे लक्ष्य असेल. या शर्यतीला अंत नाही. शेवटचा मुक्काम क्षितिजासारखा पुढे-पुढे जाणारा आहे. उद्योगामध्ये सतत नवनवी आव्हाने येत राहतात आणि त्यातील माणसे ती झेलतात. एखादे कठीण आव्हान समोर ठेवणे, ही चांगली 'व्हिजन' म्हणता येईल. थोडा अधिक प्रयत्न केला तर ते साध्य करता येईल. योग्य टीम, योग्य नेतृत्व आणि योग्य व्यवस्थापन राबवले; तर हे आव्हान पेलता येईल इतका आत्मविश्वास तुमच्याकडे हवा. ग्राहकांच्या गरजांशी या आव्हानांचा थेट संबंध असतो. आम्ही पहिल्यापासून अशी आव्हाने स्वीकारत, पेलत आलेलो आहोत.

फायद्याशिवाय विकासाला, प्रगतीला अर्थ नाही. सुरुवातीला कर्मचाऱ्यांची संख्या १००० पासून पाच हजारांपर्यंत वाढवायचे लक्ष्य डोळ्यांसमोर होते. संगणक, कामाच्या पद्धती, कर्मचाऱ्यांना प्रशिक्षण, उद्योगातील प्रक्रिया इत्यादी अनेक घटक डोळ्यांसमोर होते. ते सतत बदलत होते. नंतर पाच हजारांपासून दहा हजारांकडे जायचे होते. त्यासाठी कोणते बदल करावे लागतील याचा विचार करत,

त्याची अंमलबजावणी करत आम्ही पुढे जात राहिलो. आज आम्ही संख्येने बत्तीस हजार आहोत; याशिवाय आनुषंगिक, तात्पुरते घेतलेले कर्मचारी वेगळे. यापुढे हा आकडा पन्नास हजारांपर्यंत नेण्यासाठी काय करावे लागेल, यावर आता विचार सुरू आहे. विस्ताराची ही एक दिशा झाली. इथे आम्ही बलवान होत चाललो आहोत.

दुसरी महत्त्वाची दिशा म्हणजे, आर्थिक उलाढाल. तिचा आकडा १०० कोटी डॉलर्सपर्यंत वाढवणे, हे प्रारंभिक लक्ष्य होते. ते २००३ मध्ये साध्य झाले. आता पुढचे लक्ष्य १००० कोटी डॉलर्स आहे. पण फक्त उलाढाल वाढून चालणार नाही; फायद्याचे प्रमाणही वाढायला हवे. मग मी एक ठरावीक प्रमाण याबाबतीत ठरवू शकेन का? तो आकडा किती असावा? प्रत्येक कर्मचाऱ्याची उत्पादकता किती असावी? उलाढालीचा आकडा कोणता असावा? त्याबाबत एखादे 'लक्ष्य' ठरवता येईल का? ग्राहकांची संख्या, कोणत्या क्षेत्रातील ग्राहक, कोणत्या देशातील ग्राहक असावेत? कोणकोणत्या क्षेत्रासाठी आम्ही सॉफ्टवेअर विकसित करू शकतो? अशा अनेकविध विकासाच्या दिशा आमच्या डोळ्यांसमोर आहेत आणि अनेक क्षेत्रांत सॉफ्टवेअर विकसित करण्याच्या क्षमता आज आमच्या कर्मचाऱ्यांमध्ये आहेत.

या सर्व विचारमंथनातून आम्हाला आमची पुढील उद्दिष्टे गवसतात. माझ्या दृष्टीने आपले लक्ष्य असे पुढे-पुढे जात राहणे, हीच खरी 'व्हिजन' आहे आणि हे लक्ष्य आपणच ठरवायचे असते. ते थोडे असाध्य हवे; मग लोकांना विश्वास वाटतो की, हा उद्योग व यातील कर्मचारी हे लोक असाध्य ते साध्य करून दाखवतील.

नेते आणि प्रणेते

कामाच्या ठिकाणी नव्या कल्पना सांगायला कर्मचाऱ्यांना मोकळेपणा वाटेल, असे वातावरण व्यवस्थापनाने ठेवणे गरजेचे आहे. असे प्रयोगशील नेते आणि आंत्रप्रुनर वृत्तीचे प्रणेते या दोघांचीही विकासासाठी गरज असते. त्यांच्यामध्ये मतभेद येऊ न देता व्यवस्थापनाने दोघांनाही सांभाळायला हवे. अनेक तऱ्हेने असा सुसंवाद साधता येतो. नव्या कल्पनांचे उत्साहाने स्वागत करणे, त्यावर मते प्रदर्शित करायला उत्तेजन देणे, मोकळेपणाचे वातावरण ठेवून वरिष्ठ-कनिष्ठ कर्मचाऱ्यांमध्ये संवाद होईल असे व्यासपीठ उपलब्ध करून देणे – असे काही उपाय योजता येतात. टीसीएसमध्ये वर्चस्वाची उतरंड फार कडक नाही. एखाद्या कनिष्ठ, नव्याने लागलेल्या कर्मचाऱ्याला योग्य कारणासाठी सीईओ वा कंपनीच्या उपाध्यक्षाला भेटायचे असेल; तर दहा ठिकाणी आर्जवे करत फिरावे लागत नाही. एकमेकांसाठी उपलब्ध असणे, ही आमची अलिखित संस्कृती आहे.

आमच्याकडे अनेक छोटे फोरम म्हणजे गट केलेले आहेत. तिथे कोणताही

कर्मचारी कंपनीच्या हिताची वा विकासाची नवी कल्पना मांडू शकतो. कंपनीचे वरिष्ठ यातील व्यवहार्य, उपयुक्त कल्पनांना उत्तेजन देतात; त्याचबरोबर त्या कल्पनेची मालकी त्या कर्मचाऱ्यांचीच राहते. एखाद्या बीजाला खतपाणी घालावे त्याप्रमाणे ती कल्पना, तो नवा उपक्रम राबवायला पैसा उपलब्ध करून दिला जातो. वेळोवेळी आढावा घेऊन तो पुढे नेला जातो. साधारण वर्षभरानंतर त्याचे फलित तज्ज्ञांकडून तपासले जाते आणि योग्य वाटले, तर ती योजना पुढेही सुरू राहते.

एखाद्या प्रकल्पाअंतर्गतही असेच नावीन्य जोपासले जाते. काम करता-करता ते अधिक उत्तम, वेगाने कसे करता येईल, हे त्यातीलच एखाद्याला सुचते. ती कल्पना अजमावून पाहिली जाते. एखादी प्रक्रिया अधिक सोपी कशी होईल, एखादे साधन यंत्रणेची देखभाल अधिक उत्तम पद्धतीने करेल असे सर्जनशील उपाय सुचतात, ते योजले जातात. ग्राहक पटवण्यासाठी कुणाला कल्पना सुचते, तर कुणाला अधिक अर्थपूर्ण संवाद कसा साध्य होईल, नवा ग्राहक कसा आकर्षला जाईल याबद्दल नवे उपाय सुचतात. त्या उपयुक्त ठरल्या की, लगेच स्वीकारल्या जातात.

एखादा विशिष्ट उद्देश समोर ठेवून त्यात सुधारणा करण्यासाठी संबंधित विभागातील कर्मचाऱ्यांतील निवडक लोकांचे गटही आम्ही स्थापन केले आहेत. त्यामध्ये काही नवे सुचते का पाहा, अशी आम्ही त्यांना प्रेरणा देत राहतो. ती प्रकल्प व्यवस्थापक वा गुणवत्ता नियोजन करणाऱ्यांची टीम असेल वा एकत्रित असेल. आपल्या कामात कशामुळे सुधारणा झाल्या, हे एकमेकांना सांगणे; त्यावर चर्चा करणे अन् उत्तम ते प्रत्येकाने आपापल्या कामात समाविष्ट करणे, असे उपक्रम त्यातून साध्य होतात. आमचे एक अंतर्गत नियतकालिक आहे. त्यामध्ये अशा नव्या कल्पना, त्यांचा वापर, उपयुक्तता याबद्दल लेख छापले जातात. अनेक उच्च श्रेणीचे अधिकारी त्यात नियमित लिहितात, टिप्पण्या करतात. उदा. जैवतंत्रज्ञानात नवे काय येते आहे, आम्ही त्यात काय करतो आहोत यावर लिहून येते आणि नव्या कल्पना सुचत असल्या तर कळवाव्यात, असे आवाहन या नियतकालिकातून केले जाते. कोणतीही उपयुक्त माहिती कुणालाही चटकन उपलब्ध व्हावी, हा मूळ हेतू त्यामुळे साध्य होतो.

एकमत करण्यासाठी

कंपनीतील वातावरण खुले असले की, प्रत्येक जण आपापले मत निर्भीडपणे मांडू शकतो. अनेक उपदेश, सल्ले, सूचना येतात. त्यातील काही परस्परविरुद्ध असू शकतात. नेत्याने त्या सर्व ऐकून घेऊन वस्तुनिष्ठ विचारांची चाळणी लावायला हवी. वैयक्तिक हेवेदावे टाळून कंपनीचे हित, विकास यांना अग्रक्रम हवा. सत्य परिस्थिती डोळ्यांसमोर आणून तुम्ही निर्णय घ्यायला हवा. वरिष्ठांनी वा इतरांनी

विचारले, तर निर्णयाचे स्पष्टीकरण देता यायला हवे.

एकमत होण्यासाठी फार काळ वाट पाहणे परवडत नाही. प्रत्येकासाठी वेळेची मर्यादा आखून ती पाळणे जरुरीचे असते. ''पुढील दोन तासांत यावर चर्चा करून निर्णय घ्यायला हवा'', असे नेत्याला ठामपणे म्हणता यायला हवे. एखाद्या मुद्यांवर चर्चा झडू द्या, वाद घाला, पुन्हा बैठक बोलवा, संबंधित लोकांना स्वतंत्रपणे वा एकत्रितपणे पुन्हा भेटा; पण आता निर्णय घ्यायलाच हवा, अशी परिस्थिती उद्‌भवली, तर त्या वेळी योग्य वाटेल असा निर्णय घ्यायलाच हवा. नंतर तो निर्णय चुकीचा ठरला, तर ज्यांनी सल्ला दिला; त्यांना दोष देऊ नका.

केव्हा काळजी करावी...?

अपयशाची आम्ही काळजी करत नाही; पण अपयशाचे कारण आम्हाला नक्कीच कळायला हवे असते. एखाद्या अपयशामुळे पुढे संधी मिळणे वा न मिळणे अवलंबून नसते, असे मी मानतो. सर्वच नव्या, सर्जनशील कल्पना खात्रीने यशस्वी होतात, असेही नाही. एखादा नवा उद्योग सुरू करून तो अयशस्वी होणे आणि एखाद्या टीसीएससारख्या प्रस्थापित उद्योगात वाढीसाठी एखादी नवी कल्पना वापरून केलेला प्रयत्न अयशस्वी होणे, यात मला तत्त्वत: काही फरक वाटत नाही.

आपण वेळीच अपयशातून बाहेर पडतो की त्यातच गुंतत जातो, हे समजणे महत्त्वाचे आहे. नेतृत्वाला त्या प्रकल्पातील गुंतागुंत आणि आव्हाने नीट उमगली, तर फार नुकसान होण्यापूर्वी अपयश थांबवता येते. कोणत्याही उद्योगात, विशेषत: जिथे एकामागोमाग एक प्रकल्प सुरू करून तडीला न्यावे लागतात अशा माहिती तंत्रज्ञानासारख्या उद्योगात, सर्वच प्रकल्प यशस्वी होतील असे नाही. प्रकल्प अयशस्वी होण्याची अनेक कारणे असतात. व्यवस्थापनात त्रुटी राहिल्या, ग्राहकाला नेमके काय हवे हे आम्हाला समजले नाही, ग्राहकाच्या मागण्या सतत बदलत राहिल्या, आमच्या लोकांकडे त्यांच्या समस्या सोडवायचे कौशल्य नव्हते, त्यांना नीट आकलन झाले नाही, यापैकी किंवा अशी अनेक कारणे असू शकतात.

दहांपैकी दोन प्रकल्प यशस्वी झाले, तरी आम्हाला काळजी करायची गरज वाटत नाही. सर्जनशील कल्पना प्रत्येक वेळी वापरता येतातच, असे नाही. आमच्याकडे एका वेळेस २०-३०-४०-१०० प्रकल्प सुरू असतात. त्यांचे वर्गीकरण करून यशापयश मोजले, तर यशाचे प्रमाण साधारणपणे दहापैकी दोन असे असते.

माझा वैयक्तिक दृष्टिकोन याबाबतीत अगदी साधा आहे. अपयशाकडे मी चुका शिकायची संधी म्हणून पाहतो आणि पुढे जातो. एकदा अपयश आले म्हणजे सतत अपयश येत राहील, असे ते नसते. त्यामुळे ते विसरून पुढे जाणे श्रेयस्कर ठरते.

अपयशामुळे निराशा वाटणेही साहजिक आहे. त्यानंतर निर्णय घेताना चलबिचल होते. कधी सगळे प्रयत्न करूनही हातातील काम निसटते. काही वेळा नव्या क्षेत्रातील वाटचाल चुकीच्या मार्गावरून होते अन् नंतर लक्षात येते. मी एकदा एका कंपनीला आमच्या छत्राखाली आणायच्या प्रयत्नात कमी पडलो. मला हवे तसे विलीनीकरण पुढे गेले नाही. पण मी फार काळजी न करता माझे कुठे चुकले, याचा आढावा घेतला आणि पुन्हा तशा चुका करायच्या नाहीत, असे स्वत:शी ठरवून ती बाब मनाबाहेर टाकली.

तण उपटणे...

प्रत्येक संघटनेत काही कमी कुवतीची, अपेक्षेप्रमाणे कामगिरी न करणारी माणसे असतात; त्यांना स्वीकारावेच लागते. त्यांच्याशिवाय बहुसंख्य सर्वसामान्य कुवतीची, सामान्य काम करणारी माणसे असतात; तर काही अगदी बुद्धिमान, कार्यक्षम, या सर्वांत आपल्या चमकदार कामगिरीमुळे उठून दिसणारी असतात. पहिल्या प्रकारच्या कर्मचाऱ्यांसाठी आमचे कार्यक्षमता वाढवायचे प्रशिक्षण कार्यक्रम आहेत, सल्लागार आहेत. आम्ही त्यांना त्यांच्या त्रुटी दाखवतो, त्यावर मात कशी करता येईल याचे मार्गदर्शन करतो आणि त्यानंतर संधीही देतो.

कार्यक्षमतेची उणीव अनेक कारणांमुळे असू शकते. समस्यांचे आकलन करायची शक्ती कमी असणे, एकाग्रता कमी पडणे, वैयक्तिक समस्या असणे इत्यादींमुळे कार्यक्षमता उणावते; अपेक्षेइतक्या दर्जाचे काम होऊ शकत नाही. आम्ही अशा लोकांना पुन्हा प्रयत्न करायला सांगतो. कधी कधी वरिष्ठांशी वैयक्तिक हेवेदावे असतात. त्या वेळी आम्ही अशा कर्मचाऱ्यांची बदली दुसऱ्या विभागात करतो. अशा काही प्रयत्नांनंतरही काम सुधारले नाही, तर मात्र इतर ठिकाणी योग्य असे काम पाहायची सूचना करतो; पण असे क्वचित घडते.

आमचे कर्मचारी काम सोडून जातात, त्याचाही आम्ही मागोवा घेत राहतो. काहींना परदेशी जायचे असते, काहींना इतरत्र आपले करिअर सरस ठरेल असे वाटते. काही इतर ठिकाणी अधिक पगार, सुविधा दिल्या जातात म्हणून सोडून जातात. २००० मध्ये 'वायटुके'ची धूमधाम सुरू असताना आम्ही कर्मचाऱ्यांच्या सोडून जाण्याबद्दल नीट पाहणी, विश्लेषण केले. आमच्याकडे जास्त काम असते म्हणून ताण येतो अन् ते सोडतात का, हे अजमावून पाहिले. पण तसे नव्हते. एकूण मला वाटते की, आम्ही कर्मचाऱ्यांचे निघून जाणे नीट हाताळतो आहोत. जे उत्तम काम करतात, त्यांना आम्ही भराभर बढत्या देऊन पुढे नेतो आणि चुकणाऱ्यांना सुधारणा करण्याची संधी देतो. नियमित, निष्ठेने नेहमीचे काम करणाऱ्यांचीही काळजी घेतो; कारण ते आमच्या उद्योगाच्या बांधणीची मजबूत

चौकट आहेत. त्यांच्याकडे दुर्लक्ष करून चालणारच नाही. त्या दृष्टीने आम्ही सर्वांनाच न्याय देतो, असे मी म्हणेन.

नेतृत्व रुजवणे

एखाद्या नव्याने लागलेल्या कर्मचाऱ्यामध्ये नेतृत्वगुण आहेत का, हे ओळखणे सोपे नसते. 'माणसाच्या कुवतीप्रमाणे तो अनुभवाने वर चढत जातो, पण एका ठरावीक उंचीनंतर तो पुढे जाऊ शकत नाही; तीच त्याची मर्यादा असते. या कार्यक्षमता मापनपद्धतीच्या तत्त्वाला 'पीटर प्रिन्सिपल' म्हणतात.' पीटरचे हे तत्त्व इथे नेहमी खरे ठरते. व्यवस्थापक हा प्रकल्पाचे व्यवस्थापन पाहतो आणि हाताखालच्या लोकांना काम वाटून देऊन ते करून घेतो. नेता मात्र सर्वांच्या पुढे राहून दिशा ठरवतो आणि मार्ग दाखवतो. त्याच्या हातून नेहमी भरीव असे काहीतरी होत असते. प्रकल्प येतात, पार पाडले जातात; नेता त्याच्या पलीकडे पाहतो. त्याच्या दृष्टीला अनेक नव्या मिती खुणावत असतात. त्यांना दूरदृष्टी असते. अशी माणसे दुर्मीळ असतात. नव्या कल्पना राबवताना दहांपैकी दोन यशस्वी होतात; तेच प्रमाण नेता आणि व्यवस्थापकामध्ये साधारणतः असते. दहा उत्तम व्यवस्थापकांत चांगले नेतृत्व करू शकतील असे दोन आढळतात.

नेतृत्वगुणांची व्याख्या करणे अवघड आहे. एखाद्याच्या कामाच्या पद्धतीकडे पाहून हा उत्तम नेतृत्व करेल, असे खात्रीने सांगता येत नाही. अमुक माणसाकडे तमुक गुण आहेत म्हणजे हा उत्तम नेतृत्व करेल, असे कुणी वर्तवू शकत नाही. त्याची इतरांशी वागणूक, छोटी-मोठी आव्हाने स्वीकारून कामे पार पाडायची शैली, हे बघून तुम्हाला वाटते की, या माणसात चमक आहे, धमक आहे, नीट आकार दिला याच्या हातून उत्तम काम होईल. मग एखादे मोठे जबाबदारीचे काम त्याच्यावर सोपवून त्याने ते पार पाडल्यावर तुम्ही म्हणता, मी त्याचे गुण हेरून त्याच्यावर सोपवले. अनेकदा माझ्या हाताखालचे लोक मला विचारतात, "हे काम तुम्ही माझ्यावरच का सोपवले?" आणि या प्रश्नाचे खरे उत्तर द्यायचे तर "माझ्या मनात त्या कामासाठी दुसरे कुणी समोर आले नाही," हे आहे.

अनुभवानेच तुम्हाला कळते की, या कामासाठी या माणसाची केलेली निवड सपशेल चुकली. काम सोपवल्यावर काही काळाने त्याच्या मर्यादा तुमच्या लक्षात येतात. त्या वेळी सर्वप्रथम तुम्ही त्याला सांगायला हवे. एक व्यावसायिक म्हणून मित्र व्यावसायिकाला त्याच्या मर्यादा दाखवून देण्याइतके तुम्ही प्रामाणिक असायला हवे. वैयक्तिक नाती इथे बाजूला ठेवून कंपनीच्या हिताला प्रथम अग्रक्रम हवा. "मी तुमच्यावर हे काम सोपवले आहे; तुम्हाला ते जमले नाही, तर मी तसेच चालवून घ्यायला हवे, असा चुकीचा अर्थ काढू नये." इथे चर्चा हवी, खुला संवाद हवा

आणि त्यानेही मोकळेपणाने आपल्या मर्यादा स्वीकारायला हव्यात. आपली कुवत, कौशल्य, कार्यक्षमता यांच्या मर्यादांचे भान आणि स्वीकृती हवी. एखादी व्यक्ती आपल्यापेक्षा हे काम अधिक चांगले करते, हे स्वीकारायला हवे. इथे जर त्या व्यक्तीला अपमानास्पद वाटत असेल तर नंतर तिथे राहायचे की नाही, हा निर्णय त्याच्यावर सोपवावा आणि त्यानेही दोहोंपैकी एक निवडायचे धैर्य दाखवावे.

समस्यांचे निराकरण

सर्वांना एका न्यायाने वागवणे आणि विश्वास, ही टीसीएसमधील सर्वांत महत्त्वाची मूल्ये आहेत. संपूर्ण टाटा ग्रुपचीच ती विशेषता आहे. आपण या उद्योगावर, त्यातील लोकांवर विश्वास टाकू शकतो; ते आपली काळजी घेतील, न्यायाने वागतील, असा विश्वास इथल्या कर्मचाऱ्यांना वाटतो. माझ्या स्वत:च्या मनात एखादी नवी कल्पना येते, तेव्हा ती वरिष्ठ ऐकून घेतात, असा विश्वास मला नेहमीच वाटत आलेला आहे.

मला कॅलिफोर्नियात नवा उद्योग सुरू करायचा आहे किंवा एखाद्या शैक्षणिक संस्थेशी संलग्न व्हायचे आहे, एखाद्या विद्यापीठात वरिष्ठ व्यवस्थापकांसाठी असलेल्या प्रशिक्षण कार्यक्रमाला उपस्थित राहायचे आहे; असे मी म्हटले, तर मला विरोध होत नाही. हे तुमचे काम नाही, असे कुणी म्हणत नाही आणि सर्वांशी एका न्यायाने वागणे तर दोन स्तरांवर प्रगट होते. तुमचे वरिष्ठ तुम्हाला जसे वागवतात तसेच तुम्ही हाताखालच्या कर्मचाऱ्यांशी वागता. तुम्ही तुमच्या लोकांची काळजी घेता का? त्यांच्या पाठीशी उभे राहता का? या प्रश्नांची उत्तरे स्वत:च शोधायची असतात.

एखादा माणूस तुमच्याकडे समस्या घेऊन आला, तर 'मला वेळ नाही' हे त्यावरचे सर्वांत सोपे उत्तर आहे. अशाने समस्या नाहीशी होत नाही, फक्त तो माणूस नाहीसा होतो. तुम्ही त्याचे म्हणणे नीट ऐकून घेतले, तर अर्धा प्रश्न तिथेच सुटतो. त्याला वाटते की, या कंपनीला माझी काळजी आहे. तुम्हाला तुमची कामे आहेत; काळज्या, समस्या, ताण आहेत; पण तुमच्यापाशी इतरांचे ऐकून घेण्यासाठी वेळ आहे, हा अतिशय महत्त्वाचा गुण आहे. फार थोड्या वरिष्ठांना याची जाणीव असते.

लोकांना घडवणे

वरिष्ठांनी मार्गदर्शन करताना वडीलकीची भूमिका घेणे, ही पद्धत हळूहळू कालबाह्य होते आहे. भारतीय लोक वृत्तीने काळजी करणारे आहेत. कृती करताना ते इतरांचा विचार करतात. पण दुसऱ्यांसाठी काय चांगले ठरेल, हे आपल्यालाच नीट कळते, असे त्यांना वाटते. पालक असताना मुलांच्या बाबतीत त्यांची हीच

भूमिका असते. "मी तुझा बाप आहे. तुझ्यासाठी योग्य काय ठरेल, ते मलाच कळते. तू इंजिनिअर हो." असे घरोघरी बोलले जाते. आज ही वृत्ती चालत नाही. मुले सांगतात, "मी तुमचे ऐकून घेतले आहे; आता माझा निर्णय मला घेऊ दे." तुम्ही त्याचा निर्णय स्वीकारला, तर तुम्ही वडीलकीच्या भूमिकेतून व्यावसायिकाच्या भूमिकेत आलात, असा अर्थ होतो. इथे तुम्ही तुमच्या व्यक्तिमत्त्वाला एक मानवी पैलू पाडता. सल्ला मागितला तर तुम्ही देता, गरज पडेल तेव्हा पाठीशी उभे राहता आणि त्याचे ऐकून घेता; असा विश्वास त्याला वाटतो. त्यातून नवे लोक घडत जातात.

हाताखालच्या लोकांना कार्यक्षम करणे, त्यांचा सतत विकास होईल अशी कामे करवून घेणे; म्हणजे त्यांना घडवणे होय. माझ्याकडे ही वृत्ती उपजतच आहे. मी एखादी संस्था वा उद्योग उभा करतो आणि भविष्यात तिची नीट देखभाल होईल, काळजी घेतली जाईल असे हाताखालच्या लोकांना तयार करतो. नंतर ती त्यांच्यावर सोपवतो. असे मी करू शकलो, तर ते माझे महत्त्वाचे योगदान ठरते. हे करायचा एकमेव मार्ग म्हणजे मी लोकांच्या हातात सत्ता देतो; त्यांना ती नीट वापरायला शिकवतो, त्यांचा व्यक्ती म्हणून विकास होत जातो. असे झाले, तरच मी त्यांना 'घडवले' असे म्हणून शकेन.

माझ्या बाबतीत असेच घडत आले. इतकी वर्षे इथे काम करताना माझे वरिष्ठ माझ्याबद्दल काय म्हणतील? रागवतील का? कामाबद्दल वाईट शेरा मारतील का? याचा विचार न करता मी माझ्या क्षमता वापरून काम करत गेलो. मला तसे स्वातंत्र्य मिळाले. या कंपनीची तशी संस्कृती आहे. नाहीतर मी केव्हाच टाटा ग्रुप सोडून गेलो असतो. टाटामध्ये मोठमोठे लोक यामुळेच घडू शकले आणि इतरांना घडवूही शकले.

जोपर्यंत तुमच्यासमोर नवनवी आव्हाने येत आहेत, जोपर्यंत लोकांना वाटते की तुम्ही कंपनीचा सतत विकास करत आहात; तोपर्यंत मला जो काही मोबदला मिळतो, त्यात मी संतुष्ट राहतो. त्यात माझ्यासारख्या वरिष्ठतम पदावरील अधिकाऱ्याला भविष्याकडे बघूनच व्यवहार करावे लागतात. उद्योग वाढण्याला माझा अग्रक्रम हवा; माझा वैयक्तिक फायदा काय, याला नसावा. मग तुम्ही दूरवरचा भरीव पल्ला गाठता. हातून घडते, ते बराच काळ टिकून राहते. तुम्हाला कामाचा आनंद मिळतो. तुमचे काम कनिष्ठांना, सहकाऱ्यांना, वरिष्ठांना स्पष्ट दिसते; कळते.

माझे वडील श्री. व्ही. सुब्रमणियम यांनी भारतीय सरकारच्या ऑडिट आणि अकाउंट्स विभागात (आय. ए. ॲन्ड ए. एस.) काम केले. आम्ही सर्व त्यामुळे दिल्लीत वाढलो. वडिलांनी आम्हाला उत्तम शिक्षण दिले. मी फिजिक्स या विषयाचे शिक्षण घेऊन बंगलोरच्या इंडियन इन्स्टिट्यूट ऑफ सायन्समध्ये गेलो आणि नंतर संगणक शास्त्रात पुढील शिक्षण घेण्यासाठी परदेशी गेलो. तिथे मला टाटामध्ये

येण्याचे निमंत्रण मिळाले. मी परत यावे आणि ही देऊ केलेली नोकरी स्वीकारावी, अशी वडिलांची इच्छा होती. त्या काळात टाटामध्ये नोकरी म्हणजे जगभरात उत्तम करिअर करायची संधी मानली जात होती. मला अमेरिकेतही चांगल्या नोकऱ्या उपलब्ध होत्या; पण वडिलांना माझ्यासाठी सर्वोत्तम ते हवे होते. त्यांनी माझ्यावर परतायची सक्ती केली. त्यानंतर मी पुन्हा मागे वळून पाहिले नाही. इथे माझ्यासाठी नवनवी आव्हाने सतत समोर येत आहेत ना, हा प्रश्न स्वत:ला विचारत, पुढे जात, यश मिळवले.

कुणाही कार्यक्षम माणसासाठी या प्रश्नाचे उत्तर 'नाही' असे असेल, तर त्याने दुसरीकडे संधी शोधावी, असे मला वाटते. पण उत्तर 'हो' असेल, तर पुढे होऊन ती आव्हाने खेचून आणायला हवीत. मी जेव्हा इथे कामाला सुरुवात केली, तेव्हा माझे वरिष्ठ श्री. एफ. सी. कोहली यांनी मला टीसीएसचे 'हार्डवेअर' सांभाळायला सांगितले. त्यानुसार मी सर्व संगणकीय विभागातील यंत्रसामग्री सांभाळली. त्यांची नीट देखभाल केली. पण तंत्रज्ञान आयात करायचे ठरले, तेव्हा त्यांनी मला अमेरिकेत प्रशिक्षण घ्यायला सांगितले. मी ती संधी साधली. परतल्यावर आम्ही आयात करत असलेले संगणक विकायची जबाबदारी माझ्यावर टाकली. तेव्हाही मी 'हो' म्हटले अन् विक्री कशी करावी, हे शिकलो. पुढे अमेरिकेत टीसीएसचे काम सुरू करायची विचारणा झाली, तेव्हा मी तेही केले.

आव्हाने स्वीकारणे

समोर आव्हान उभे राहते, ते झडप घालून पकडा. मला घडवणारे श्री. कोहली यांनी मला असेच करायला लावले. काही अनुभव नसताना त्यांना वाटले की, मी हे आव्हान स्वीकारू शकेन, माझ्यात तशी धडाडी आहे. अनेक जण म्हणतील की, इतक्या प्रकारची कामे करत कशाला माथेफोड करून घ्या; आहे ते काम नीट करून मी सुरक्षित राहू शकतो. उदा. प्रोग्रामर म्हणून माझ्या समोर जी आव्हाने येतील, ती मी माझ्या क्षमतेने सोडवू शकतो. हा ज्याच्या-त्याच्या आवडीचा प्रश्न आहे. मला मात्र नवनवी आव्हाने अंगावर ओढवून घ्यायला आवडतात. एखादे नवे काम समोर आले की, ते आपल्याला कसे पार पाडता येईल याबद्दल विचार सुरू होतो. यश मिळवायचे, याशिवाय दुसरा विचार समोर उरत नाही. त्याशिवाय गत्यंतर नाही, अशी स्थिती होते आणि मग नवनवे मार्ग सुचत जातात. तुम्ही आंत्रप्रुनर, प्रणेते म्हणून स्वत:ला सिद्ध करून दाखवता; कारण तुमच्यासाठी यशाला दुसरा पर्याय नसतो.

अशी संधी समोर येते, तेव्हा ती गमवू नका. मी तरुण मुलांना हेच सांगत असतो. तुमची 'व्हिजन' आधी ठरवा. स्वत:ला नेमके कुठे पोहचायचे आहे, ते

नक्की करा. मला या उद्योगाचा सीईओ व्हायचे आहे, असे तुम्ही कदाचित स्पष्ट म्हणणार नाही; पण तिथे नजर ठेवण्यात काहीही चुकीचे नाही. माझ्या मते, स्वतंत्र उद्योगाचे प्रणेते असणे आणि एखाद्या मोठ्या उद्योगसमूहातील एका शाखेचा प्रमुख म्हणून आंत्रप्रुनर वृत्तीने काम करणे, यात फार फरक नाही. तुम्ही कसे विकसित होता, आव्हाने पेलत धडाक्याने पुढे जात कसे यशस्वी होता; यातून आंत्रप्रुनर वृत्ती दिसून येते. आंत्रप्रुनर व्यक्ती नवी आव्हाने शोधत राहतात आणि प्रत्येक कामातून शिकत पुढे जातात.

आपले काम उत्तमोत्तम होत जावे, यामागे पैसा मिळावा, ही प्रमुख प्रेरणा नसते. सिलिकॉन व्हॅली अस्तित्वात आली, तेव्हा ते लोक म्हणत – आम्ही जग बदलायला निघालो आहोत. याचा अर्थ, त्यांच्याकडे अशा कल्पना आहेत की, ज्या जगाचा कायापालट करतील. कार्यक्षमता सतत वाढवू इच्छिणाऱ्या माणसाची वृत्ती अशी असते. सुरुवातीच्या काळात पैशाचे महत्त्व प्रत्येकाला वाटते, त्यासाठी कार्यक्षमता वाढवायचे प्रयत्न होतात; पण एका टप्प्यावर पैसा दुय्यम होतो अन् विकासाला अग्रक्रम मिळतो. सिलिकॉन व्हॅलीत पाठोपाठ पैसा आला अन् नवनवे लोक त्यामागे आले. त्यामुळे ती आजच्या समृद्ध अवस्थेला आलेली आहे.

अग्निशमन

कोणत्याही व्यवहाराबाबत गंभीर वाद उद्भवला, तर त्याचे पटकन निराकरण व्हायला हवे. मी आधी म्हटल्याप्रमाणे इथेही वेग महत्त्वाचा आहे. तुम्हाला त्याबद्दल काय म्हणायचे आहे, ते संबंधितांना स्पष्टपणे आणि चटकन कळायला हवे. समर्थन करून चुका झाकणे इथे टाळायला हवे. कारण वादावर पांघरूण घालून प्रश्न संपत नाहीत; वाद सोडवायची गरज असते.

काही वेळा अशी परिस्थिती उद्भवते की, तुम्हाला समर्थकांची गरज भासते. अशा वेळी वादाचे स्वरूप जाणून घेऊन उद्योगाचा नेमका कसा अन् कुठे संबंध येतो, हे पहिल्यांदा समजून घ्यावे. उद्योगातील अन्य वरिष्ठ अधिकाऱ्यांना या वादाची जितक्या लवकर माहिती द्याल, तितके चांगले. "इथे काहीतरी विपरीत घडलेले आहे आणि आपल्यापासून लपवण्यात येत आहे," असा समज कंपनीतील लोकांतच पसरणे चुकीचे ठरते.

अशा वेळी सीईओने सर्व जबाबदारी आणि नियंत्रण आपल्या हातात घेऊन त्यातून मार्ग काढायला हवा. वादाचे स्वरूप पाहून त्याप्रमाणे टीम निवडायला हवी. ही टीम जबाबदार अन् कार्यक्षम अशीच हवी. अर्थात, अशा वादांची वा कंपनीवर केलेल्या गंभीर आरोपांची जबाबदारी अंतिमत: कंपनीच्या सीईओवर येते, हे विसरून चालणार नाही. प्रत्येक सीईओला त्या खुर्चीवर बसण्यापूर्वी याचे भान हवे.

कारण बाहेरच्या उद्योगजगतात व्यवहार त्याच्या नावावर केले जातात.

असा एखादा छोटा वा गंभीर आरोप कंपनीवर होतो आणि वाद उद्भवतो, तेव्हा नंतर खंत करण्यात फारसा अर्थ नसतो. मुळात वाद का उद्भवला, त्यात आपला उद्योग कसा गुंतला, लोक काय म्हणतात, प्रसारमाध्यमे आवाज का उठवतात आणि वर्तमानपत्रांतून नकारात्मक लिखाण का होते आहे, याचा ताण घेण्यापेक्षा त्यातून पुढे जाऊन मार्ग काढायचा विचार प्रधान हवा. काळजी केली, ताण घेतला; तर प्रकृतीवर परिणाम होतो आणि त्याचा परिणाम उद्योगावर होतो. असे खंबीर अन् तटस्थ राहता येत नसेल, तर सीईओच्या खुर्चीसाठी तुम्ही लायक नाही; सबब ती स्वीकारू नये.

एकीचे बळ

जेव्हा उद्योग तुमच्या पाठीशी उभा राहतो, तेव्हा नवनवी आव्हाने स्वीकारणे सोपे होते. टाटा ग्रुप आणि वैयक्तिक श्री. रतन टाटा हे सर्व समूहामागच्या प्रेरणेचा स्रोत आहेत. मी जेव्हा टीसीएसचे सीईओपद स्वीकारले, तेव्हा ते टीसीएसच्या अध्यक्षपदी आले. गेल्या आठ-नऊ वर्षांत आमचा संपर्क वाढत गेला. टीसीएसची वृद्धी होण्यास, आकार देण्यास माझ्याबरोबरीने त्यांचा हात लागला आहे. २००१ मध्ये सीएमसी या कंपनीचे विलनीकरण करून आम्ही चीन आणि दक्षिण अमेरिकेत आमचे बस्तान बसवले; त्यामागे तेच होते. १९९६ ते २००४ या कालावधीत टीसीएसची सर्वांगांनी अन् वेगाने वाढ झाली. नोकरभरती, उलाढाल, उत्पन्न, जगाच्या कानाकोपऱ्यात प्रवेश, परदेशी कर्मचारी – सर्व क्षेत्रांत वेगाने विकास झाला.

याचा प्रभाव टाटा ग्रुपच्या इतर कंपन्यांवर अपरिहार्यपणे पडला. टाटांचा संपर्कमाध्यम, दूरसंचार विभाग आणि टीसीएस यांची युती हा एक सुयोग ठरला आहे. इतर कोणत्याही माहिती तंत्रज्ञान कंपनीपेक्षा आम्ही एक पाऊल पुढे राहू शकलो ते या एकत्रित बळामुळेच. त्याचप्रमाणे वाहन उद्योग आणि आयटी, रसायन उद्योग आणि आयटी अशी, अनेक सशक्त समीकरणे बनू शकली. टाटांच्या इतर उद्योगांतील उत्कृष्टतेचा ध्यास टीसीएसमध्ये आपोआप उतरत गेला. मूलभूत बांधणी आणि प्रशासकीय चौकट बलिष्ठ असण्यावर कोणत्याही टाटा उद्योगाचा भर असतो. टीसीएसची बांधणीही सुरुवातीपासून अशी बलिष्ठ राहिली. टीसीएसने २००४ मध्ये 'जेआरडी' गुणवत्ता पुरस्कार मिळवला, ही त्याचीच परिणती आहे. टाटा समूहातील सर्व उद्योग आपापले उत्कृष्ट ते दुसऱ्यांना देत राहतात अन् एकत्रितपणे सर्व शाखा विकासाच्या वाटेवर चालत राहतात. टीसीएसने अनेक चांगल्या गोष्टी, उपक्रम टाटा समूहाकडून उचलले आणि आपल्या काही चांगल्या बाबी इतर टाटा कंपन्यांत रुजवल्या.

जागतिक दर्जा

जागतिक दर्जा गाठण्यासाठी विकासात सातत्य राखताना गुणवत्तेची पातळी घसरू न देण्याची गरज असते. कारण जागतिक दर्जा गाठणे पहिल्या उत्साहाच्या भरात जमते; पण तो टिकवण्यासाठी विशेष प्रयत्न करावे लागतात. उद्योगाने प्रत्येक नवा प्रकल्प आधीच्या तसल्याच प्रकल्पापेक्षा कमी वेळात पार पाडायला हवा. उदाहरणार्थ – शेअरचे सुसूत्रीकरण, बिले बनवण्याची पद्धत वा एखादा नवा उपक्रम जर कंपनी बारा महिन्यांत राबवत असेल तर तो दहा, आठ वा सहा महिन्यांत पूर्ण करता येईल का, असा प्रश्न स्वत:ला विचारायला हवा. हे करताना गुणवत्तेशी तडजोड करणे मंजूर नाही, कारण कामाची गुणवत्ता हा आजच्या जागतिकीकरणाच्या युगात महत्त्वाचा निकष मानला जातो. माझ्या कामाची गुणवत्ता मी जागतिक मापदंड वापरून आधी स्वत:च मोजायला हवी. ती दोन-तीन वा चार सिग्मांवर असेल; तर 'सिक्स-सिग्मा' हे बिरूद कधी मिळेल, कसे मिळेल यावर सीईओने विचार करायला हवा. कारण आता हे गुणवत्तेचे मानक ठरले आहे. कार्यक्षमतेची ती एक कसोटी आहे.

प्रत्येक कर्मचाऱ्याची उत्पादकता आणि काम करण्याची क्षमता किती आहे, हाही एक निकष जागतिक दर्जासाठी जरुरीचा आहे. कर्मचाऱ्यांमुळे कंपनीला मिळणारे दरडोई उत्पन्न आणि खर्च यांचे प्रमाण हा तिसरा निकष आहे. आज या तीनही आघाड्यांवर टीसीएसचे मूल्यांकन केले, तर २००४ मध्ये जगभरातील माहिती तंत्रज्ञान क्षेत्रातील मोठ्या कंपन्यांच्या तुलनेत टीसीएसची उलाढाल चौदाव्या क्रमांकावर, फायद्यामध्ये पाचव्या क्रमांकावर, तर कर्मचारीसंख्येत नवव्या क्रमांकावर आहे.

हे जागतिक स्तरावरचे सगळे मापदंड एकमेकांत गुंतलेले आहेत. शेवटी ग्राहक आणि कर्मचारी समाधानी राहणे, हा आमच्यासाठी सर्वांत महत्त्वाचा मापदंड आहे; बाकी सर्व व्यवहाराचा भाग असतो. ९० टक्के, १०० टक्के वा 'क्ष' टक्के ग्राहकांना आपल्याशी व्यवहार करणे आवडते का? आपले काम सर्व तऱ्हेने उत्कृष्ट आहे, गुणवत्तापूर्ण आहे, म्हणून ते आपल्याकडे येतात का? ग्राहकांशी आपण न्यायाने वागतो का? चार पावले पुढे जाऊन त्यांना मूल्यवर्धित सेवा देतो का? ग्राहकांची काळजी करताना कर्मचाऱ्यांनाही न्याय देतो का? या सर्व प्रश्नांची उत्तरे होकारार्थी असतील, तर आपण आपला दर्जा टिकवत आहोत, असे समजता येईल.

कर्मचाऱ्यांना आपल्याकडे काम करणे आवडायला हवे. इथे काम करताना आपण शिकत आहोत, विकसत आहोत, वैयक्तिकदृष्ट्या पुढे जातो आहोत, असे त्यांना वाटायला हवे. कंपनीची प्रगती होते आहे, ती प्रगती मूल्यवर्धितही आहे आणि आपला त्याला हातभार लागला आहे, अशी भावना त्यांच्या मनात यायला हवी.

माइंड जिम – सीईओ म्हणून स्वतःचे मूल्यांकन करा.

- तुमच्या उद्योगातील सर्व व्यवस्थापकांना एकत्र आणून त्यांचे वैयक्तिक ध्येय आणि कंपनीची विकासदृष्टी, नीतिमूल्ये, उद्दिष्टे यांची एकत्रित सांगड घालायचे उपक्रम मनुष्यबळ (एचआर) विभागातर्फे केले जातात का?

- एकूण खर्चामध्ये अवांतर (ओव्हरहेड) खर्चाचे प्रमाण किती आहे? किती व्यवस्थापकांना या प्रमाणाची स्पष्ट कल्पना आहे? अवांतर खर्च नियंत्रणात ठेवण्यासाठी तुम्ही कोणती पावले उचलता? खर्च कमी करण्यासाठी सध्या कोणते उपक्रम राबवले जातात?

- कंपनीचे व्यवहार करण्यासाठी तुम्ही अद्ययावत प्रक्रिया वापरता का? ईव्हीए (इकॉनॉमिक व्हॅल्यू ॲडेड) म्हणजे खर्च आणि उत्पादन यातील आर्थिक गणित, संपूर्ण गुणवत्ता व्यवस्थापन म्हणजे टीक्यूएम (टोटल क्वालिटी मॅनेजमेंट) सारखी जागतिक स्तरावर वापरली जाणारी साधने तुम्ही वापरता का?

- कंपनीचा विकास आणि अंतर्गत व्यवहाराची कार्यक्षमता यामध्ये तुमचा अग्रक्रम कशाला आहे? तुमच्या उद्योगात सध्या विक्री आणि फायदा यामध्ये कशाला जास्त महत्त्व दिले जाते?

- एखाद्या धोरणावर एकमत व्हावे, म्हणून तुम्ही किती काळ प्रयत्न करत राहता? तुमच्या सहकाऱ्यांशी चर्चा करता की, एकमताचे प्रयत्न सोडून तुमच्या कल्पना पुढे रेटता?

११

कामात सतत सुधारणा....

एन. आर. नारायण मूर्ती
अध्यक्ष - इन्फोसिस

'पटणी कम्प्युटर्स' ही कंपनी सोडून काही समविचारी व्यक्तींसोबत श्री. नारायण मूर्ती यांनी स्वतःचा सॉफ्टवेअर उद्योग सुरू केला. श्री. मूर्ती यांच्या पुण्यातील छोट्या घरात इन्फोसिसचा जन्म झाला. आज पाव शतकापेक्षा कमी अवधीत इन्फोसिस एक प्रचंड विस्ताराची सॉफ्टवेअर कंपनी गणली जाते. त्यापेक्षा महत्त्वाचे म्हणजे, अनेक मध्यमवर्गीय महत्त्वाकांक्षी लोकांच्या स्वप्नांना त्यांच्या यशामुळे धुमारे फुटले. 'इन्फोसिस हे नाव नीतिमत्ता, मूल्ये, दृष्टी आणि उत्तम नेतृत्व' या गुणांशी निगडित झालेले आहे.

१९८१ मध्ये सुरुवात झाल्यापासून व्यवस्थापनाने पायाभूत मानलेल्या नीतिमूल्यांपासून कधी फारकत घेतली नाही आणि त्याच वेळी हाताखालच्या लोकांकडून उत्तम, अधिक उत्तम काम करून घेण्याची क्षमता दाखवली. या यशाचे विश्लेषण करताना श्री. मूर्ती पुढील लेखात म्हणतात की, सभ्यपणा आणि समन्याय यातील समतोल साधत गुणवत्तेनुसार बढती, यावर त्यांनी विशेष भर दिला.

तुम्ही मोजमाप करू शकत नाही, असे काहीही नसते.

तुम्ही कोणत्या खुर्चीवर बसता, त्यावर 'स्टार' बनणे अवलंबून नसते. जेव्हा तुम्ही तुमच्या कामाने उद्योगाला 'स्टार' प्रतीचे मूल्य मिळवून देता, तेव्हा तुम्ही 'स्टार' बनता.

– श्री. एन. आर. नारायण मूर्ती

गुणवत्तेवर आधारित व्यवस्थापन

आम्ही विद्यार्थी असताना पहिल्या आलेल्या विद्यार्थ्याची गुणवत्ता सर्वोत्तम आहे, हे सहज स्वीकारत होतो. मला साठ टक्के पडले अन् दुसऱ्या कुणाला ऐंशी टक्के पडले, तर त्याबद्दल आम्ही वाद घालत नव्हतो. कारण विद्यार्थीदणेतगुणवत्ता तपासणीचे, टक्केवारी ठरवण्याचे वस्तुनिष्ठ, न्यायी, खुले निकष होते. त्याच धर्तीवर इन्फोसिसमध्ये आम्ही गुणवत्ता तपासणीचे निकष ठरवले आहेत, उद्दिष्टे ठरवली आहेत. आमच्या उद्योगातील सर्व प्रकारच्या कामांचे असे मापदंड ठरवलेले आहेत.

उदाहरणार्थ – सर्व संचालकांनी बजेट ठरवलेले आहे. आपापल्या जबाबदारीच्या क्षेत्रात कामाची गुणवत्ता (परफॉर्मन्स) तपासण्यासाठी पद्धती ठरवल्या आहेत. माझ्या स्वत:च्या कामासाठीही मी असे मापदंड निश्चित केलेले आहेत. ते म्हणजे, गेल्या तिमाहीत मी किती नवे ग्राहक कंपनीसाठी मिळवू शकलो. मी मनाशी पाच

हा आकडा ठरवला असेल, तर मी सहा ग्राहक आणेन वा चार. पण सर्वांसमोर उभे राहून मला ते सांगावे लागेल, ''पाहा. मी पाच आकडा ठरवला होता, पण चार किंवा सहा आणू शकलो.'' अशा तऱ्हेने उत्पादनक्षमता, गुणवत्ता, कर्मचारी टिकवणे, आंतरराष्ट्रीय नियतकालिकात शोधनिबंध प्रकाशित करणे इत्यादी क्षेत्रांत टार्गेट ठरवून कामाचे मोजमाप करता येते.

एखाद्या व्यक्तीची कार्यक्षमता मोजताना त्याच्या हातून कमी काम झाले, तर त्याची कारणे विश्लेषण करून शोधता येतात. वैयक्तिक प्रयत्न कमी पडले, प्रशासन कमी पडले; गुणवत्ता, धडाडी कमी पडली, असा निष्कर्ष निघाला तर त्या व्यक्तीला आणखी एक वा दोन संधी दिल्या जातात. तरीही त्यांचे काम सुधारले नाही, तर आम्ही अलगद त्याला त्याचे गुण पूर्णांशाने वापरता येतील अशा विभागात हलवतो. हे आम्ही हळुवारपणे, त्याला न दुखवता करतो; कारण प्रत्येकातील उत्तम ते फुलवण्याचा आमचा प्रयत्न असतो.

समान न्यायाचे तत्त्व

प्रत्येकाला अधूनमधून अपयश येतच असते. याचा अर्थ, आपण कुचकामी आहोत, असा होत नाही. आपणा सर्वांची काही बलस्थाने असतात अन् एखाददुसरी कमतरता असते. एखाद्याची आशा जिवंत ठेवायची असेल, त्याला उत्साही, ऊर्जापूर्ण ठेवायचे असेल; तर त्याची मानहानी होईल असे कधीही करू नका. त्याच वेळी त्याच्या कामाचे स्वरूप बदलून त्याला दुसरीकडे हलवणे गरजेचे असते; ते टाळू नका.

गुणवत्तेचे चीज होणे (मेरिटोक्रसी) अत्यंत महत्त्वाचे आहे. आमच्याकडे आम्ही कर्मचाऱ्यांच्या कामाचे स्वरूप आणि गुणवत्ता पाहून तळाचे अडीच टक्के कर्मचारी बाजूला काढतो. कामात सुधारणा करण्यासाठी आमचे काही प्रशिक्षण कार्यक्रम आहेत, ते त्यांना घ्यायला लावतो. त्यानंतर त्यांना कामाबद्दल दक्षता घ्यायच्या सूचना देतो, काम कसे सुधारता येईल याबद्दल सल्ला देतो. त्यांची विशिष्ट बलस्थाने हेरून ती जास्तीत जास्त वापरता यावीत, याकरिता कामात बदल करून पाहतो. ही आमची पहिली पायरी असते. तरीही उपयोग झाला नाही, तर आम्ही स्पष्ट सांगतो, ''मित्रा, आम्हाला तुझ्या भविष्यातील वाटचालीत अडथळा उत्पन्न करायचा नाही. आमच्याकडे राहून तुझ्या हातून दुय्यम दर्जाचे काम होत राहणे आम्हाला मंजूर नाही. प्रत्यक्षात हे बोलणे तुला दुखावणारे आहे, पण तुझे भविष्य तू दुसरीकडे शोधावेस, हे तुझ्यासाठी चांगले होईल.''

अनेक जण मला विचारतात, ''तुमच्यामागे तुम्हाला लोकांनी कसे आठवावे, असे तुम्हाला वाटते?''

"खूप चांगला माणूस होता, असे लोकांनी मला म्हणावे, असे मी नक्कीच म्हणणार नाही. कारण भारतीय लोक इतरांनी चांगले म्हणावे म्हणून कामचुकार लोकांना चालवून घेतात, नीतिमूल्ये न पाळणाऱ्यांना स्वीकारतात. माझा यावर विश्वास नाही. मला लोकांनी 'सर्वांना समान न्याय लावणारा, प्रत्येकाला उन्नतीची संधी देणारा' असे आठवावे. एखादी व्यक्ती माझ्यापेक्षा चांगली असेल, तर मी जरूर उभा राहून त्याच्यासाठी टाळ्या वाजवेन; पण एखादा काम करत नसेल, तर मी तसे स्पष्ट बोलेन आणि गरज भासल्यास इतरांनाही सांगेन."

धाडसाची जरुरी आहे

चांगल्या कामाला बक्षीस हवे अन् चुकले तर शिक्षाही हवी, पण भीतीला थारा असू नये. कारण भीतीमुळे माणसाची ऊर्जा हरवते आणि उत्साह मावळतो. भीतीमुळे माणसे स्पष्ट बोलायला कचरतात, पारदर्शकता हरवते आणि परिणामी न्याय मिळत नाही. मी अशा वेळी म्हणेन, "मित्रा, तू हे काम करायला हवे आहेस. मी तुझे काम दर आठवड्याला वा महिन्याला तपासेन आणि ते जर अपेक्षेइतके नसेल, तर आम्ही तुला सुधारण्यासाठी मदत करू किंवा दुसऱ्या जागी तुला साजेसे काम देऊ. पण तरीही जमले नाही, तर आपले रस्ते वेगळे झालेले बरे." असे स्पष्ट बोलायला मला भीती वाटता कामा नये. तेवढा खुलेपणा हवा.

आम्ही प्रत्येक निर्णय घेतला की, तो राबवण्यासाठी वेळेची मर्यादा ठरवतो. नकारात्मक प्रतिक्रियांसाठीही वेळेची मर्यादा आम्ही ठरवलेली आहे. 'नंतर काय ते कळवतो', असे म्हणणाऱ्या ग्राहकाने दोन वा तीन दिवसांत होकार दिला नाही, क्वचित परिस्थितीनुसार आठवडाभराचा वेळ घेतला, तर तो नकार समजून आम्ही सरळ पुढे जातो. कारण माझ्या कर्मचाऱ्यांची वेळ हे माझे महत्त्वाचे साधन आहे. तो फुकट घालवणे, मला परवडत नाही. आमच्या कंपनीतील विभागनेत्यांना निर्णय घेताना वेळेची चौकट आखून घ्यावीच लागते. सर्वांचे ऐकून घेण्यासाठी इतका वेळ, मग त्यातून निष्कर्ष काढून निर्णय घ्यायला हवा.

एकमत होणे महत्त्वाचे आहेच; पण त्यापेक्षा नेत्याने जी स्वप्ने पाहिलीत, जी उद्दिष्टे ठरवलीत, ती जास्त महत्त्वाची आहेत. अनुयायांना प्रेरणा देत त्यांच्या आकांक्षा, त्यांचे मनोधैर्य नेत्याने उंचावले; तर एकमत होणे सोपे जाते. एका क्षणी सर्व चर्चा थांबवून नेत्याने नेटाने म्हणायला हवे, "मी तुम्हा सर्वांचे म्हणणे ऐकले आहे. तुम्ही मला तुमचा नेता निवडले आहे, तेव्हा आता मी हा निर्णय घेणार आहे." असे करणे जरुरीचे असते, कारण कोणताही निर्णय घेतला तरी काही जण दुखावले जाणार असतात. काहींचे नुकसान होणार असते. त्यांची संख्या कमीत कमी असायला हवी, असा निर्णय घेणे चांगले असते. इन्फोसिसमध्ये ९८ टक्के

लोकांना मदत होणार असेल, तर आम्ही पुढे होऊन निर्णय घेतो; राबवतो. उरलेल्या दोन टक्क्यांच्या हिताला दुसऱ्या कोणत्यातरी निर्णयप्रक्रियेत नक्कीच स्थान मिळते.

खेळाचे नियम

एखाद्या उद्योगाचे, संस्थेचे स्वत:चे असे नीतिनियम असतात. त्यातून त्या उद्योगाची संस्कृती बनते. ही नीतिमूल्ये उद्योग चालवणाऱ्या व्यक्तींसाठी आचार-संहिता असते, त्यातून एकमेकांबद्दलचा विश्वास जपला जातो. विश्वासापोटी आदर आणि आत्मविश्वास येतो. मग एकमेकांशी होणारे व्यवहार खुलेपणाने, मनावर कोणताही ताण न घेता होतात. मुळात विश्वास ही गोष्ट अत्यंत आकर्षक आहे.

मी एक साधे तत्त्व पाळतो. यशस्वी उद्योगातील कोणत्याही व्यक्तीला गरज असेल, तेव्हा कंपनीच्या कोणत्याही विभागातील माहिती मिळायला हवी आणि ती त्या दिवसापर्यंत अचूक हवी. कारण आमच्याकडे कामे नेहमी टीमवर्कने पार पडतात. टीममधील प्रत्येकाला कंपनीच्या व्यवहाराबद्दल, कामे कशी पार पाडावीत याबद्दल, एकूण स्थितीबद्दल माहिती हवी; मग टीममध्ये गोंधळाची परिस्थिती उद्भवत नाही. माहिती तंत्रज्ञानाच्या क्षेत्रात अंतर्गत कारभारासाठी माहितीची देवघेव महत्त्वाची आहे.

त्याचबरोबर आम्ही आमच्या कर्मचाऱ्यांना माहिती सुरक्षित ठेवण्याबद्दल खास प्रशिक्षण देतो. उदाहरणार्थ, आमच्यातील काही जणांकडे ताळेबंदाची, पुढील योजनांची, राबवलेल्या योजनांच्या यशस्वितेची, उच्चतम अन् नीचतम पातळीची माहिती असते. प्रत्येक आठवड्याला अशी माहिती एकत्र करून तिचे विश्लेषण होऊन कंपनीच्या एकंदर कामगिरीबद्दल अहवाल तयार होतात. त्यावर कंपनीच्या शेअरचे भाव चढत, उतरत असतात. ही माहिती जर इतरांपर्यंत पोचली, तर आतल्याआत शेअरची उलाढाल सुरू होईल अन् ते योग्य नाही. त्यामुळे आम्ही एकंदरीत नियमांबद्दल फार काटेकोर राहू नका, असे सांगतानाच नियमांना चिकटून राहण्याचे फायदे आमच्या कर्मचाऱ्यांना सांगतो. विश्वास आणि कंपनीची अंतर्गत माहिती आपल्या स्पर्धकांच्या हाती पडणे, यातील एक निवडायची वेळ माझ्यावर आली, तर मी कंपनीच्या हिताला प्राधान्य देईन. विश्वास गमावला तरी चालेल, अशा नाजुक परिस्थितीला मला तोंड द्यावे लागलेले आहे. माझ्यावरील विश्वासाला तडा गेला तरी चालेल; पण माझी कंपनी धोक्यात येणे कोणत्याही परिस्थितीत मी इष्ट समजत नाही.

इन्फोसिसची स्थापना काही ठोस मूल्यांवर झालेली आहे.

१. जेव्हा तुम्ही समाजाच्या हिताला तुमच्या हितापेक्षा प्राधान्यक्रम

देता, तेव्हा दीर्घकालान विचारांनी अंतिम फायदा तुमचाच होतो.

२. जेव्हा तुम्ही टीममध्ये सहकार्याने काम करता, तेव्हा १+१ = ३ होतात.

३. टीममध्ये यशस्वी होण्यासाठी मतभेद जरूर व्हावेत, पण मतपरिवर्तनाला वाव हवा.

४. तुम्ही वेग, कल्पनाशक्ती आणि उत्कृष्टतेचा ध्यास घेऊन काम केले, तर यश नक्कीच मिळते.

५. नेत्याकडे 'बोले तैसा चाले' हा गुण हवाच.

६. तुम्ही उत्कृष्ट गुणांची माणसे नेमलीत, तर तीसुद्धा पुढे तेच करतात.

मी एक जाणलेले आहे – एकदा चोख नियम घालून दिलेत, तर लोक ते पाळतात.

इतक्या वर्षांची इन्फोसिसची वाटचाल पाहतो तेव्हा वाटते की, समान न्याय आणि संधी, खुलेपणा आणि गुणवत्तेनुसार कदर करणे, ही आम्ही मूलतत्त्वे मानली. कुणीही नवी कल्पना घेऊन आले, तर ती इथे ऐकली जाते. त्या व्यक्तीचे स्थान, वय, हुद्दा सर्व गौण मानला जातो. याचा अर्थ असा की, प्रत्येकाला इथे 'स्टार' बनायची संधी दिली जाते. 'स्टार' बनणे हे तुमच्या खुर्चीवर अवलंबून नसते; जेव्हा तुम्ही तुमच्या कामाने उद्योगाला 'स्टार' प्रतीचे मूल्य मिळवून देता, तेव्हा तुम्ही स्टार बनता.

माइंड जिम – सीईओ म्हणून स्वतःचे मूल्यांकन करा.

- दर वर्षी कंपनीमध्ये किती लोक भरती केले जातात? एकूण कर्मचाऱ्यांची संख्या आणि कंपनी सोडून जाणाऱ्यांची संख्या यांचे गुणोत्तर किती आहे? स्वतःहून कंपनी सोडून जाणाऱ्या कर्मचाऱ्यांचे प्रमाण किती आहे?

- उद्योगात विश्वासाचे वातावरण कितपत आहे? तुम्ही टाकलेल्या विश्वासाला तडा गेला, असे अनुभव तुम्हाला आले आहेत का? त्यामुळे तुमचे विचार, वागणूक वा कंपनीबद्दलच्या वृत्ती बदलल्या का?

- तुमच्या टीममधील मतभेद तुम्ही कसे हाताळता?

- तुमच्या टीममध्ये 'मी करतो' असे म्हणणाऱ्या किती कर्मचाऱ्यांवर तुम्ही पूर्णपणे विसंबून राहू शकता?

- योग्य तऱ्हेने काम न करणाऱ्या कर्मचाऱ्यांना काढून टाकण्याची रीत तुमच्या कंपनीत पाळली जाते का? असल्यास, ती उघडपणे राबवली जाते की आडवळणाने तसे संबंधितांना सुचवले जाते? अशी पद्धत राबवणे, हा तुमच्या वैयक्तिक व्यवस्थापनाचा भाग आहे का?

१२

विलीनीकरण, कंपनी ताब्यात घेणे.

अजय पिरामल

अध्यक्ष – निकोलस पिरामल

श्री. अजय पिरामल यांनी सारा ली यांच्याकडून निकोलस लॅबोरेटरीज कंपनी १९८७ मध्ये ताब्यात घेतली. त्या वेळी ते एका पूर्ण नव्या क्षेत्रात पाऊल टाकत होते. कुटुंबात पिढ्यान्‌पिढ्या चालत आलेल्या कापड उद्योगाचा नव्या साहसाशी काहीच संबंध नव्हता. या रसायनक्षेत्रात केलेल्या पदार्पणानंतर त्यांनी अनेक रसायन प्रयोगशाळा आपल्या अखत्यारीखाली आणल्या. रोश फार्मास्युटिकल्स, ऱ्होम पोलँक, आयसीआय फार्मास्युटिकल्स ही आणखी काही नावे मग पिरामल ग्रुपशी जोडली गेली. आज फक्त पंधरा वर्षांच्या कालावधीत निकोलस पिरामल हा भारतातील एक अग्रगण्य औषधनिर्मिती उद्योग गणला जातो. ताब्यात घेतलेल्या उद्योगाला आपल्यामध्ये सामावून घेणे, हे आव्हान त्यांनी स्वीकारले आणि यशस्वी करून दाखवले. इतर छोटे-मोठे उद्योग तुमच्यामध्ये सामील करून, ताब्यात घेऊन, विकत घेऊन आपल्या उद्योगाचा यशस्वी विकास अन् विस्तार करता येतो, हे श्री. पिरामल यांनी सिद्ध करून दाखवले. दुसऱ्या कंपन्यांशी योग्य वाटाघाटी करण्याचे श्री. अजय पिरामल यांचे कौशल्य आणि नंतर त्या कंपन्यांना आपल्यामध्ये सामावून घ्यायची पद्धत, ही या यशस्वी विस्तारामागची प्रमुख कारणे आहेत. या लेखामध्ये यशस्वी विलीनीकरण कसे करावे, त्यासाठी आपण कोणते मार्ग अनुसरले, याबद्दल ते सांगतात. 'कंपनी विकणाऱ्या समोरच्या माणसाचा हेतू जाणून घेऊन वाटाघाटी करणे, ही यशाची पहिली पायरी आहे', असे ते म्हणतात.

एखादी कंपनी विकत घेताना समोरच्या विक्रेत्याचे मन आधी जाणून घ्या.

वाटाघाटी सुरू असताना हा सौदा केल्याने तुमचे भविष्यात काय फायदे होणार आहेत, यावर समोरचा विक्रेता भर देत असतो. पण हे भविष्यातले चित्र आहे. तुमच्याच श्रमाने उभ्या राहणाऱ्या या भविष्यासाठी तुम्हीच पैसे का मोजावेत?

– श्री. अजय पिरामल

ताब्यात घेतलेल्या कंपन्या सामावून घेणे

आम्ही १९८७ मध्ये निकोलस लॅबोरेटरीज ताब्यात घेतली, तेव्हा आमचा उद्योगसमूह प्रामुख्याने कापड उद्योगाशी संबंधित होता. विकास साधायचा असेल, तर आता इतर उद्योगांकडे वळायला हवे; कापड उद्योगात विकासाच्या संधी कमी होत आहेत याची आम्हाला जाणीव होती. आम्ही भविष्यात कोणते उद्योग जोमाने वाढू शकतील याचा अभ्यास केला अन् औषधनिर्मिती हा पर्याय आम्हाला योग्य वाटला. हा उद्योग नजीकच्या काळात झपाट्याने विस्तारणार, असे आम्हाला कळून चुकले. निकोलस कंपनी ताब्यात घ्यायच्या विचाराचे बीज इथे रुजले.

खेळाची योजना

खरेदीदार म्हणून एकदा भूमिका ठरवल्यावर सर्वप्रथम धोरण ठरवून त्याचे

सगळे पैलू समजून घेणे महत्त्वाचे होते. मग ती धोरणे पुढे ठेवून, योजना आखून त्यांची कार्यवाही करता आली असती. निकोलस लॅबोरेटरीज ही कंपनी घ्यायची ठरवली, तेव्हा ही बहुराष्ट्रीय कंपनी होती, तिचे स्वत:चे ब्रँडनेम प्रस्थापित झाले होते आणि तिची बांधणीही योग्य प्रकारे झालेली आहे, हे प्रमुख मुद्दे समोर ठेवले होते; पण तिची कामगिरी खालावत चाललेली होती. त्याचे एक प्रमुख कारण होते. ते म्हणजे, या लॅबोरेटरीजची मूळ कंपनी सारा ली या उद्योगाला औषधनिर्मितीत रस नव्हता. त्याशिवाय सारा ली या कंपनीच्या एकूण अर्थव्यवहाराच्या तुलनेत निकोलस लॅबोरेटरीजचा वाटा तसा नगण्य होता, म्हणून तिच्याकडे जास्त लक्ष दिले जात नव्हते. हे सर्व आमच्या पथ्यावर पडणारे होते. या उद्योगात संधी होती आणि आम्ही तिचे सोने करू शकतो, या हेतूने आम्ही विस्तारासाठी या रसायन उद्योगाची निवड केली.

निकोलसनंतर १९९३ मध्ये आम्ही रोश प्रॉडक्ट्स ही महत्त्वाची कंपनी ताब्यात घेतली. तोपर्यंत भविष्यात नवे तंत्रज्ञान आणि नवे ब्रँड्स यांची कितपत गरज पडेल, याचा आम्हाला अंदाज आला होता. रोश प्रॉडक्ट्सची स्थावर मालमत्ता आणि यंत्रणा सक्षम होती, पण ती पूर्णपणे उद्योगात आणून उलाढाल केली जात नव्हती. आम्ही त्यांच्याशी १९९० पासून संपर्क साधून होतो, अभ्यास करत होतो. म्हणूनच कंपनीने जेव्हा बाजारात विलीनीकरणाचा विचार सुरू केला, तेव्हा आम्ही सर्वप्रथम पुढे झालो. त्याचप्रमाणे आम्ही स्वत:चा संशोधन-विकास विभाग सुरू करायच्या प्रयत्नात होतो. त्याच सुमारास हेक्स्ट कंपनीने आपली मुंबईतील प्रयोगशाळा विकायची चाचपणी केल्यामुळे इथेही आम्ही त्यांच्याकडे इतरांपेक्षा आधी पोहोचलो.

अशी झडप मारून संधी साधणे आम्हाला भाग होते; कारण अशा संधीचा लाभ घेण्याकरिता उत्सुक असलेल्या बहुराष्ट्रीय आणि भारतीय औषध कंपन्या, आमच्याआधी कमीत कमी पंधरा ते वीस वर्षे या क्षेत्रात पाय रोवून उभ्या होत्या. पण फक्त इतर कंपनी विकत वा ताब्यात घेऊन तुमचा उद्योग विस्तारत नाही; ताब्यात घेतल्यानंतर त्या कंपनीचा स्वतंत्रपणे विकास करणे गरजेचे असते. नाहीतर ताबा घेणे फायद्यात पडत नाही. आता जागतिकीकरणाच्या प्रक्रियेमध्ये तुमचा विस्तार प्रचंड असणे गरजेचे आहे, संशोधन-विकास यंत्रणा उभी करून बौद्धिक संपदा वाढवणे महत्त्वाचे आहे, त्याचप्रमाणे धडाकेबाज विक्री आणि त्यासाठी विक्रेत्यांचे मोठे जाळे असणेही जरुरीचे आहे.

विरोधकाला समजून घेणे

एखादी कंपनी ताब्यात घेण्यासाठी वाटाघाटी करताना तुमच्यासमोर बसणारा

माणूस आपली कंपनी का विकतो आहे, ते आधी समजून घ्यायला हवे. त्याच्या भूमिकेत स्वत:ला कल्पून त्याच्या प्रेरणा, गरजा ओळखायला हव्यात. मग दोघांसाठीही 'जिंकलो आहे', अशी अवस्था निर्माण होऊ शकते. त्याला योग्य किंमत मिळाली अन् तुम्ही वाजवी किमतीत कंपनी विकत घेतली, असा समाधान देणारा सौदा करता येतो.

इथे रोशचे उदाहरण देणे योग्य होईल. रोश कंपनीच्या जगभरातील एकूण उद्योगापैकी फक्त ०.५ टक्के विक्री भारतातील शाखेतर्फे केली जात होती आणि ०.३ टक्के फायदा त्यातून होत होता. त्यांना वाटत होते की, व्यवस्थापनाचा जितका वेळ इथल्या शाखेसाठी खर्च करावा लागत होता, त्याच्या तुलनेत होणारा फायदा अगदीच नगण्य आहे; पण त्यांना भारतातून पूर्णपणे गाशा गुंडाळायचा नव्हता. भारतात त्यांचे निर्मितीचे एक मोठे युनिट होते आणि दुसऱ्या एका कंपनीच्या तसल्याच उत्पादनकेंद्रात नुकताच एक अपघात झाला होता. त्याचीही त्यांना काळजी वाटत होती. इथून जाताना नुकसान होणे त्यांना टाळायचे होते.

त्याशिवाय त्यांना कंपनीच्या ब्रँडनेमने तयार होणाऱ्या औषधाला कोणत्याही प्रकारे हानी पोहचवायची नव्हती. आपल्या ब्रँडनेमची काळजी घेणे त्यांना जरुरीचे वाटत होते. त्याचबरोबर त्याच ब्रँडनेमखाली कुणी औषधे निर्यात करणे त्यांना आर्थिकदृष्ट्या नुकसानीत नेणारे ठरले असते. कारण इतर देशांच्या तुलनेने भारतातील त्यांच्या औषधांची किंमत वीसपटींनी कमी होती. काही वेळा त्याहून कमी किमतीत ती औषधे इथे विकली जात. रोश कंपनीला आपला ब्रँड ठेवायचा होता, त्याची गुणवत्ता टिकून राहायला हवी होती; पण त्याचबरोबर निर्यात करणार नाही, अशी हमीही हवी होती. त्यांच्यासाठी विक्रीचे हे प्रमुख मुद्दे होते.

बहुराष्ट्रीय औषध कंपनीसाठी एखाद्या युनिटची किंमत हा महत्त्वाचा मुद्दा नसतो; विकत घेणाऱ्याची पत आणि विश्वास त्यापेक्षा महत्त्वाचा ठरतो. रोशसाठी वाटाघाटी करताना पैशाची बोलणी दुय्यम होती. प्रत्यक्षात किमतीबद्दलची चर्चा सर्वांत शेवटी केली गेली. ब्रँडनेमची सुरक्षा आणि निर्यातीवर बंदी यावरच प्रथम चर्चा झाली आणि आम्ही उभयपक्षांना मान्य होईल, अशा करारापर्यंत पोहचलो. त्या वेळीदेखील आमच्यापेक्षा अधिक किंमत देऊ शकणारे इतर ग्राहक त्यांना उपलब्ध होते.

सशक्त खेळी करणे

विकत घेताना किंमतसुद्धा महत्त्वाची असते. ऱ्होन पोलँकचे उदाहरण पाहा. त्यांनी भारतातील आपली शाखा विकायची ठरवली, तेव्हा त्यांनी जाहिरात देऊन निविदा मागवल्या. त्यांच्यासाठी चांगली किंमत मिळवणे, हा प्रमुख हेतू होता.

जेव्हा जाहीरपणे एखाद्या कंपनीचा लिलाव पुकारला जातो, तेव्हा मिळणारी किंमत सर्वांत महत्त्वाचा मुद्दा असतो. तरीसुद्धा विक्रेत्याचे मन समजून घेणे जरुरीचे असते.

व्होन पोलँकचे अनेक छोटे भागधारक होते. कंपनी विकताना या भागधारकांचे हित जपणे त्यांच्यासाठी महत्त्वाचे होते. त्यांना योग्य परतावा मिळायला हवा, असे त्यांना वाटत होते. विकत घेणारा त्यांचे हित पाहील का, त्यांना योग्य किंमत देईल का, सेबीकडून ताबा मिळवण्याची प्रक्रिया नीटपणे पार पाडली जाईल का, सर्व विक्रीव्यवहार पारदर्शक होईल का; असे अनेक प्रश्न विकताना त्यांच्या मनात होते. आम्ही त्यांची व्यवस्थित अन् त्यांना हवी तशी उत्तरे देऊ शकलो. आम्ही प्रत्येक वेळी ताबा घेताना दिलेले शब्द पाळतो, याचे पुरावे आमच्याकडे होते. तसा आमचा उद्योगजगतात लौकिक होता.

व्होन पोलँक ही अॅव्हेंटिस या उद्योगाचा एक भाग होती आणि मूळ अॅव्हेंटिस कंपनीने आपले संशोधन केंद्र आम्हाला विकले होते. आम्ही तेव्हा केलेल्या करारातील प्रत्येक अट पाळली होती. इतकेच नव्हे, तर करार करताना ज्या खेळीमेळीच्या वातावरणात बोलणी झाली, तो मोकळेपणा नंतरही टिकवला होता. त्यामुळे जरी निविदा मागवून अनेक कंपन्यांना त्यांनी बोलावले, तरी सर्वांत जास्त किमतीच्या निविदेपेक्षा आमची निविदा कमी किमतीची असूनही त्यांनी आम्हाला संधी दिली. अनेक भारतीय अन् बहुराष्ट्रीय कंपन्या यात आमच्याबरोबर होत्या; पण आम्हीच खरेदी करू शकलो. किंमत महत्त्वाची आहेच, पण विकणाऱ्याचा हेतूदेखील तेवढाच महत्त्वाचा असतो.

चेंडूवर नजर ठेवा

खरेदी करणाऱ्याने आपले लक्ष विचलित होऊ न देता मूळ उद्देशावर ते केंद्रित ठेवणे महत्त्वाचे ठरते. वाटाघाटी करताना हा सौदा तुम्हाला भविष्यात कसा फायदा करून देऊ शकेल यावर विक्रेता भर देत असतो. पण हे भविष्यातील चित्र झाले. तुमच्याच श्रमाने उभ्या राहणाऱ्या या भविष्यासाठी तुम्हीच पैसे का मोजावेत? वाटाघाटी करताना किंमत वाढू लागली की, एक पाऊल मागे येणे कधी कधी महत्त्वाचे ठरते. इतर दबावांना बळी न पडता आपल्या म्हणण्यावर ठाम राहावे लागते. कधी कधी किंमत इतकी वाढवली जाते की, सौदा तुम्हाला चांगलाच महागात पडू शकतो. कित्येक कंपन्यांची खरेदी अशा दबावाला बळी पडल्याने, स्वतःचा अहंकार सुखावण्यासाठी दिलेल्या अवाजवी किमतीमुळे शेवटी तोट्याची ठरलेली आहे. सर्वोच्च स्थानावर असलेल्या माणसाचा अहंकार कित्येकदा त्याला ‘आणखी किंमत वाढवू या’ अशा मोहाला बळी पाडतो. विशेषतः लिलावात असा वैयक्तिक अहंकार चुकीची पावले उचलायला प्रवृत्त करतो.

आपल्या विरोधकाच्या पुढे दोन पावले राहायला हवे; मी त्याच्यापेक्षा वरचढ आहे, हा इगो अनेकदा खर्चिक ठरतो. इथे मी एक उदाहरण सांगतो. आम्ही एका विशिष्ट कंपनीशी वाटाघाटी करून एक व्यवहार पूर्ण करत आणला होता. एका मोठ्या औषधनिर्मिती करणाऱ्या कंपनीला या व्यवहाराचा सुगावा लागला. कंपनीचा, व्यवहाराचा विचार न करता त्या मोठ्या कंपनीने आमच्या दीडपट-दुप्पट रक्कम देऊ केली. पुढे त्या कंपनीला फायद्यात आणणे शक्य आहे, हे मला ठाऊक होते. अधिक पैसे मिळतील म्हणून आम्हाला नकार मिळाला; पण नंतर कुठे फिसकटले ठाऊक नाही. कालांतराने पुन्हा ते लोक माझ्याकडे आले, पण आम्ही त्यांना ठामपणे नकार दिला.

पहिली खेळी

जेव्हा आम्ही एखादी कंपनी विकत घेतो, तेव्हा आधी नीट अभ्यास केलेला असतो. ही कंपनी का घ्यायची, तिचा कसा फायदा करून घेता येईल, याचा विचार मनामध्ये आधी केलेला असतो. एकदा ताब्यात आली की प्रथम कंपनीला आमच्या उद्योगात विलीन करून घेतले जाते. त्यातील बलस्थाने बळकट कशी करावीत, त्रुटी कशा नाहीशा कराव्यात यावर विचार होतो. कंपनी नुकसानीत का गेली, त्याची कारणे तपासली जातात आणि फायद्यात आणण्याची योजना ठरते.

प्रथम आम्ही त्या कंपनीच्या कर्मचाऱ्यांशी संवाद साधतो. आम्ही ती का विकत घेतली, याबद्दल त्यांना सांगतो. सर्वसाधारपणे कंपनी का विकावी लागली त्याची कारणे तिथे काम करणाऱ्या लोकांना ठाऊक असतात आणि सुदैवाने आम्ही आजारी कंपन्या ताब्यात घेऊन त्या फायद्यात आणलेल्या आहेत, हे लोकांना ठाऊक झालेले आहे. आम्ही हे इतर कंपन्यांत कसे केले, हे त्यांना मोकळेपणाने सांगतो. इथे कोणती पावले उचलायची ठरवले आहे, तेही सांगतो. सर्व व्यवहार न्यायी, पारदर्शक असतील आणि त्यामुळे कंपनीचा विकास होईल, हे पटवून देतो. याचा अर्थ असा होत नाही की, आम्ही कंपनी आहे तशीच चालवतो. काही लोकांना कामावरून काढून टाकावे लागते. कारण अनेकदा अनावश्यक भरती केलेली असते, म्हणून खर्च वाढून कंपनी तोट्यात जाते. पण जे करणार, ते त्यांना स्पष्ट कल्पना देऊन करतो आणि ते कंपनीच्या अंतिम हिताचे असते, हे त्यांनाही पटते.

कंपनीमध्ये आपली माणसे मोक्याच्या जागी नेमावीत; मग व्यवहार सुधारतील, यावर माझा तितकासा विश्वास नाही. कारण एकदा कंपनी ताब्यात घेतल्यावर त्यातील माणसेही आपलीच होतात. शिवाय कंपनी घेतल्यावर तिचा झपाट्याने विकास करायचा, हा आमच्या धोरणाचा भागच असल्याने आम्हाला माणसांची गरजही असते. दोन माणसे एकच काम करत असतील, तर एकाचे काम बदलणे

भाग पडते. अशा वेळी काही जण सोडून जातात; काही राहतात. पण आजवर कुणालाही ताबडतोब 'तुम्ही सोडून जा' असे सांगायची वेळ आमच्यावर आलेली नाही. आम्ही त्यांना नेहमीच सामावून घेण्याचा प्रयत्न केला आहे. दुसरी संधी दिली आहे अन् कामातील बदल पचवण्यासाठी पुरेसा वेळदेखील दिलेला आहे. त्यांची दृष्टी बदलण्याचा प्रयत्न केलेला आहे. बहुतेकांनी आम्हाला सहकार्य केलेले आहे.

पुढील खेळी

एकदा कंपनी ताब्यात घेतल्यावर काही बदल वेगाने होतात, तर काही सावकाश होतात. आम्ही आजवर मिळवलेल्या कंपन्यांचे व्यवहार पाहिले, तर त्यांचे विलीनीकरण चटकन झालेले दिसून येईल. उदाहरणार्थ, १ एप्रिल २००१ला आम्ही आयसीआय फार्मास्युटिकल्स कंपनी ताब्यात घेतली आणि अवघ्या पाच महिन्यांच्या अल्प कालावधीत विलीनीकरणाची प्रक्रिया पूर्ण झाली. ऱ्होन पोलँकही ताब्यात आल्यावर नऊ महिन्यांत विलीनीकरण पूर्ण झाले.

ऱ्होन पोलँकचे उदाहरण अगदी सांगण्यासारखे, वैशिष्ट्यपूर्ण आहे. नऊ महिन्यांनंतर मूळ कंपनीची एकही स्थावर मालमत्ता त्या कंपनीच्या नावावर शिल्लक उरलेली नव्हती. यावरून कंपनीने अतिरिक्त मालमत्ता घेऊन अनाठायी खर्च किती वाढवला होता, हे कळते. कंपनीच्या कार्यालयाची इमारत इतकी मोठी होती की, तेवढ्या जागेची मुळीच गरज नव्हती. आम्ही ती विकून टाकली. त्यांच्या दोन उत्पादन केंद्रांतून होणाऱ्या निर्मितीचा खर्च मिळणाऱ्या फायद्यापेक्षा जास्त होता. निकोलस कंपनीमध्ये तेच उत्पादन फायदा करून देत होते. आम्ही दोन्ही केंद्रे बंद केली. उत्पादनांची साठवण व वितरणासाठी जे डेपो होते, त्यांचीही गरज नाही, हे आमच्या लक्षात आले. आम्ही निकोलस कंपनीचे डेपो त्यांच्यासाठी वापरले अन् एकत्रितपणे माल ठेवल्याने इतर वरकड खर्चही झपाट्याने कमी झाला. कंपनीत कर्मचाऱ्यांची संख्याही अतिरिक्त होती. आम्ही निकोलस आणि ऱ्होन पोलँक या दोन्ही कंपन्यांत स्वेच्छानिवृत्ती योजना राबवली आणि या समस्येवर तोडगा काढला. मात्र, लोकांना असे अकाली निवृत्त करणे, ही विलीनीकरणाची एक दुःखद बाजू आहे; ती आम्हाला नेहमीच जड जाते.

विजयी फटका...

कंपनी फायद्यात आणणेही महत्त्वाचे असते. शेवटी कंपनी घेताना फायदा मिळवणे, हा आमचादेखील प्रमुख हेतू असतो. विक्री आणि जाहिरात विभाग आम्ही नेहमी आमच्या मूळ कंपनीकडे ठेवतो, कारण पैसा या दोन विभागांच्या कार्यक्षमतेमुळे येतो. तिथे नेहमीच आम्ही अधिक संख्येने, अधिक चांगले लोक

घेतले, नवी विकसित उत्पादने निर्माण करण्यासाठी पैसे गुंतवले. माहिती तंत्रज्ञान, खरेदी आणि हिशेबाची कामे आमच्या देखरेखीखाली विलीन केली. निकोलसमधील काही प्रक्रियाव्यवस्था व्होन पोलँकपेक्षा उजव्या होत्या, तर काही व्होन पोलँकमध्ये चांगल्या होत्या. दोन्ही कंपन्यांतील उत्तम ते एकत्रित करून आम्ही कंपनीचा विकास करत गेलो.

आमचे व्यवहार चांगलेच पारदर्शक आहेत. कंपनी फायद्यात चालायची असेल तर काही लोकांना जावे लागेल, हे इतरांनाही कळते. भारतातच नव्हे, तर जगभर असे चालते, हे सर्वांना ठाऊक आहे. पूर्वी अशा बाबतीत मी भावनाशील होतो; पण आता आम्हाला कोणते निर्णय बरोबर आहेत, कोणते चुकीचे आहेत हे कळते व कोणते निर्णय घ्यायला हवेत, हेही कळते. ते आम्ही घेतो आणि अमलातही आणतो.

माइंड जिम – सीईओ म्हणून स्वतःचे मूल्यांकन करा.

- तुम्ही एखादी कंपनी ताब्यात घ्यायचे ठरवले आहे. ती कंपनी ताब्यात घ्यायची कारणे तुमच्या उद्योगाच्या धोरणांशी, उद्दिष्टांशी सुसंगत आहेत का?

- आपला उद्योग विकायला निघालेल्या माणसाची तुम्हाला नीट माहिती आहे का? विकण्यामागचा त्याचा खरा हेतू तुम्हाला ठाऊक आहे का?

- विकणाऱ्याने किंमत पक्की ठरवलेली आहे. इतर कोणते घटक किमतीवर परिणाम करू शकतील, त्यांची तुम्हाला कल्पना आहे का?

- वाटाघाटी करायला गेलेल्या तुमच्या टीममधील प्रत्येकाला खरेदीच्या कमाल अन् किमान किमतीची कल्पना आहे का? सौदा कोणत्या किमतीखाली घाट्याचा ठरेल? कमीत कमी किती रकमेपासून सुरुवात केली, तर समोरच्या विकणाऱ्या माणसाला पटेल? सुरुवातीला चटकन समजून येणार नाही इतकी योग्य तऱ्हेने ती किंमत लपवलेली आहे का?

- ताबा घेतल्यावर आधीच्या कंपनीतील गुणवंत माणसे सोडून जाऊ नयेत, म्हणून तुम्ही कोणते मार्ग अनुसराल?

- 'ए' कंपनीने 'बी' कंपनी विकत घेतल्यावर 'ए' कंपनीतील व्यवस्थापक 'बी'मध्ये हलवावेत, असे तुम्हाला वाटते का?

१३

सहकारी संस्था चालवताना....

ज्योती नाईक

अध्यक्ष – श्री महिला गृहउद्योग लिज्जत पापड

आज 'लिज्जत' हे नाव घराघरांत फक्त पापड यापेक्षा अधिक काही पोहचवणारे ठरले आहे. फक्त ८० रुपयांत सुरू झालेल्या या सहकारी उद्योगाची आजची वार्षिक विक्रीची उलाढाल ३१० कोटींवर पोचलेली आहे. ठरवलेल्या नीतिमूल्यांपासून जराही विचलित न होता गेली चाळीस वर्षे ही वाटचाल सुरू आहे. उद्योगातील प्रत्येक प्रक्रिया सुरळीत पार पाडत हे यश उद्योगाने आज गाठलेले आहे. या सहकारी संस्थेच्या सदस्यांना चांगला मोबदला मिळतो, मधल्या एजंटांना त्यांचा वाटा मिळतो आणि ग्राहकांना वाजवी किमतीत उत्तम माल मिळतो. प्रत्येकाच्या योगदानाचे महत्त्व जाणल्यामुळेच हा उद्योग सुरळीत चाललेला आहे. आपला या यशात सहभाग आहे, आपण या उद्योगाचे मालक आहोत, असे प्रत्येक सदस्याला वाटते. बहुसंख्य सदस्य इथे वर्षानुवर्षे टिकलेले आहेत. वयाच्या दहाव्या वर्षी पापड लाटायला सुरुवात केलेल्या ज्योती नाईक आज या संस्थेच्या अध्यक्षा आहेत. या लेखामध्ये सहकारी संस्था चालवण्यातील सहजता, सुलभता अन् त्यायोगे एवढा मोठा वाढता उद्योग सुरळीत कसा सुरू आहे, याबद्दल त्या विशेषत्वाने सांगत आहेत.

> प्रत्येकाची गुणवत्ता आणि बांधिलकी ओळखून योग्य दाद देणे जरुरीचे आहे.

आमचा उद्योग इतर कोणत्याही उद्योगासारखाच आहे; फक्त त्याची वीण वेगळी आहे. दया, सहानुभूती वा उपकृत केल्याच्या भावनेला इथे स्थान नाही.

– ज्योती नाईक

पापड विकणारे अनेक उद्योग आले आणि गेले, पण मी त्यांची दखल घेत नाही. आम्ही लिज्जतमध्ये स्वतंत्र वाट चोखाळली आहे. उदाहरणार्थ, लिज्जत पापड उद्योगामध्ये फक्त महिलाच सदस्य होऊ शकतात. एकदा सदस्यत्व स्वीकारल्यावर पापड लाटणे, पापडाचे पॅकिंग करणे किंवा पीठ भिजवणे यातील कोणतेही काम निवडायचे तिला स्वातंत्र्य आहे. तीनही कामांना आम्ही सारखेच महत्त्व देतो.

आमच्या संस्थेचे सदस्य होणे अगदी सोपे आहे. संस्थेची मूल्यव्यवस्था समजून, गुणवत्तेचा आदर करणारी कोणतीही स्त्री ही व्यवस्था पाळण्याची शपथ घेऊन सदस्य होऊ शकते. त्याच वेळी ती संस्थेची अंशतः मालकही होते. त्याशिवाय लाटणाऱ्या स्त्रीजवळ रोज पापड लाटण्यासाठी, सुकवण्यासाठी स्वच्छ जागा हवी. ज्यांच्याकडे जागा नाही, त्या पीठ भिजवणे, पापडांची जुडी बांधून पॅक करणे, गुणवत्ता तपासणे यांसारखी इतर कामे अन् जबाबदारी स्वीकारू शकतात.

नवी शाखा उघडण्यापूर्वी आम्ही वर्तमानपत्रात जाहिरात देतो. इथे नव्याने येणाऱ्या स्त्रियांना आमच्या नेमक्या गरजांची माहिती नसते. त्यांना आम्ही संस्थेचा इतिहास सांगतो, माहिती पुस्तिका देतो. शाखा चालवणाऱ्या अनुभवी सदस्या नवी शाखा सुरू करण्यासाठी जातात आणि स्त्रियांना पापड कसे लाटावेत, ते शिकवतात. आपापल्या कुवतीप्रमाणे एक-दोन दिवसांत बायका हे काम लीलया शिकतात.

एका नियतीचे भागीदार

मध्य मुंबईतील मध्यमवर्गीय वसाहतीतील एका इमारतीच्या गच्चीवर सात स्त्रियांनी एकत्र येऊन या उद्योगाची मुहूर्तमेढ रोवली. आज त्यातील फक्त एकच हयात आहे. तरीसुद्धा त्यांनी ठरवून दिलेले नीतिनियम आणि मूल्यव्यवस्था आजही तितक्याच काटेकोरपणे पाळण्यात येते. आपल्या कामाचा इथल्या प्रत्येक सदस्याला अभिमान वाटतो. त्याचे कारण फक्त उत्तम गुणवत्तेच्या पापडाची निर्मिती एवढेच नसून, नीतिमूल्यांची बांधिलकी त्यांनी अखंड ठेवलेली आहे. आपणा सर्वांचे भवितव्य एकमेकींशी निगडित आहे, आपण एकाच नियतीचे भागीदार आहोत, हे सर्व जणी जाणतात.

मुंबईत आमच्या संस्थेचे बाराशे सदस्य आहेत. उर्वरित महाराष्ट्रात बावीस हजार सदस्य आहेत. गुजरातेत पाच ते सात हजार आहेत. होणारी प्रत्येक सदस्य स्त्री प्रथम शपथ घेते, 'आम्ही सर्व सदस्य भगिनी, सर्वांना आपल्या कष्टाचे फळ मिळावे म्हणून परिश्रम करू, संस्थेचे आर्थिक नुकसान होईल अशी कोणतीही गोष्ट कळत-नकळत, प्रत्यक्ष वा अप्रत्यक्षरीत्या होऊ देणार नाही. येथील सदस्य भगिनी वा नोकर, पैसे किंवा वस्तूच्या स्वरूपात कोणताही अपहार करणार नाहीत. संस्थेमधील पैशांचा वा वस्तूंचा अपहार करणे, म्हणजे आपल्याच सहकारी भगिनींकडून भीक घेण्यासारखे आहे किंवा एखाद्या ठगाने आपल्याच भगिनीच्या तोंडचा घास काढून घेण्यासारखे आहे.'

स्वाभिमान आणि स्वत:चा आदर करणे, ही आमच्या संस्थेच्या मूल्यव्यवस्थेतील गाभ्याची कलमे आहेत. इथे आम्ही कोणत्याही प्रकारची उच्चनीचता मानत नाही. तसेच ही काही गरीब, गरजू स्त्रियांसाठी चालवलेली संस्था आहे, असेही आम्ही समजत नाही. इतर कोणत्याही उद्योगाप्रमाणे हाही एक उद्योग आहे, फक्त त्याची बांधणी वेगळी आहे. दया, सहानुभूती किंवा दानापोटी येणारी लाचारी यांना इथे जागा नाही. आम्ही कधीही, कोणत्याही स्वरूपात देणगी स्वीकारत नाही. कुणी स्वत:हून देऊ केली, तरी आम्ही घेत नाही.

संस्थेने आपले स्वत्व आणि स्वातंत्र्य टिकवले आहे. त्यामुळे संस्थेचा विकास झपाट्याने झाला आहे, असे आम्ही मानतो. स्वाभिमान बाळगल्याने प्रगतीचा रस्ता

आम्हाला स्पष्ट दिसू शकला. इतर विकसनशील उद्योगांप्रमाणे आम्ही नवे तंत्रज्ञान आणून झपाट्याने पुढे जावे, अशी साऱ्यांची स्वाभाविक अपेक्षा असेल; पण आम्ही तसे करू इच्छित नाही. त्यामुळे संस्थेच्या मूळ उद्देशाचा, म्हणजे स्त्रियांनी काम करून स्वाभिमानाने स्वत:ची रोजीरोटी कमवावी, या संकल्पनेचा पराभव होईल, असे आम्हाला वाटते.

माणसांची किंमत असणे

प्रत्येक व्यक्तीची अंगभूत गुणवत्ता आणि संस्थेशी असलेली बांधिलकी याचा आम्ही आदर करतो; त्याची बूज राखतो, म्हणूनच आज आम्ही इथे पोचलो आहोत. स्त्रियांवरील काळाचा दबाव, कुटुंब अन् समाजरचनेमुळे असलेला दबाव, त्यातून उद्भवणाऱ्या समस्या आम्ही समजू शकतो. हा अडथळा न मानता आम्ही त्याचा उपयोग संस्थेच्या हितासाठी केलेला आहे. आमच्या संस्थेच्या बहुसंख्य सदस्यांच्या कुटुंबीयांना स्त्रीने अर्थार्जनासाठी घराबाहेर पडावे, असे वाटत नाही. म्हणून त्यांनी पीठ घरी न्यावे आणि संसार सांभाळून फावल्या वेळेत पापड लाटावेत, अशी मुभा आम्ही त्यांना दिली आहे. यामध्ये संस्थेचाही फायदा आहे. जागेसाठी मोठ्या प्रमाणात पैसा गुंतवणे संस्थेला शक्य नाही. ही गुंतवणूक आणि मालकीची जागा असली तर होणारा वरखर्च असा दुप्पट खर्च संस्था टाळू शकते. माणसांची किंमत असणे आणि त्यांच्या समस्या समजून घेणे, या दोन गुणांच्या बळावर आमच्या उद्योगाची मजबूत, टिकाऊ उभारणी झालेली आहे.

व्यावहारिक बाबी

पापड लाटून, सुकवून, त्यांची पाकिटे करून खोकी भरली जातात. प्रत्येक खोक्यात १३.६ किलो वजनाचे पापड असतात. प्रत्येक शाखेत तयार झालेले उत्पादन त्या विभागातील साठवणी केंद्रात नेले जात. फक्त मुंबईत आमच्या सोळा शाखा आणि सहा साठवणी केंद्रे आहेत. तीन-चार जागी तयार झालेली पापडाची सुमारे चारशे खोकी या केंद्रांत दररोज साठवली जातात. मुंबईत आमचे बत्तीस वितरक आहेत. ते सरासरी शंभर खोकी या केंद्रांतून रोज उचलतात आणि विक्रीसाठी नेतात. छोट्या शहरात, गावात हे साठवणी केंद्रच पापडांचे वितरण करते.

आमच्या या साठवणी केंद्रातच (डेपो) माल साठवण्याचे अन् वितरकांना पुरवण्याचे काम केले जाते. रोज रोख पैसे देऊन वितरक तयार माल उचलतात. माल उचलतानाच त्यांना रोख पैसे देणे बंधनकारक आहे, कारण आम्ही आमच्या सदस्यांनाही रोज रोख पैसे देतो. वितरक रोज किती माल उचलतात, हे आम्हाला

ठाऊक असल्याने रोज साधारणत: तेवढ्याच मालाचे उत्पादन केले जाते. माल साठवून ठेवणे आणि त्याची रोज नोंद ठेवणे, तपासणी करणे, यासाठी लागणारा खर्च आम्ही त्यामुळे वाचवू शकतो.

आमच्याकडे घरोघरी, प्रत्यक्ष जाऊन माल विकणारे विक्रेते नाहीत. तसेच सदस्य स्त्रिया माल घरी ठेवून स्वतंत्रपणे विक्री करत नाहीत. आम्ही वितरकांना साधारण विभागवार क्षेत्रफळ ठरवून देतो. त्या-त्या जागी त्यांनी माल वितरीत करावा. आमच्या इतर उत्पादनांच्या बाबतीतही आम्ही हीच पद्धत अवलंबली आहे. पण वेगवेगळ्या मालासाठी वेगळे विभाग अन् साठवणी केंद्रे आहेत. एखाद्या भागात आमच्या मालाला मागणी आहे, असे कळले की, आम्ही तिथे शाखा सुरू करतो. काही विभागांत आमच्या शाखा नसल्या तरी वितरकांमार्फत आमचा माल तिथे व्यवस्थित पोहचवला जातो. उदाहरणार्थ, गोव्याला आमची शाखा नसली तरी आम्ही नेमलेल्या वितरकांमार्फत लिज्जत पापड तिथे मुबलक प्रमाणात पोहचवले जातात.

वितरक निवडण्यापूर्वी आम्ही त्या विभागातील वृत्तपत्रातून त्यासाठी जाहिरात देतो. आमच्या विक्री विभागातील अनुभवी, तज्ज्ञ व्यक्ती स्वत: जाऊन वितरण करायची जागा, माल साठवण्याच्या सोई काटेकोरपणे तपासतात. त्यांनी मंजुरी दिल्यानंतरच आम्ही वितरकाची नेमणूक पक्की करतो. वितरकाला आमच्याकडे दीड लाख रुपये अनामत रक्कम ठेवावी लागते. आमची उत्पादने विकायची असतील, तर त्यांनी रोख पैसे देऊनच माल उचलावा, हे त्यांना आधीच स्पष्ट सांगितले जाते. माल घेतल्यावर आमची जबाबदारी संपते याची त्यांना कल्पना दिली जाते. ते कसे आणि कुठे माल विकतात यामध्ये आम्ही ढवळाढवळ करत नाही; फक्त नेमून दिलेल्या क्षेत्रफळाबाहेर त्यांनी जाऊ नये, एवढेच आम्ही पाहतो.

प्रत्यक्ष वितरकाकडे एक तीनचाकी वाहन अन् आठ ते दहा विक्रेते असतात. ते त्या विभागातल्या किरकोळ विक्री करणाऱ्या दुकानांत माल पोहचवतात. सर्व देशभरात हीच पद्धत अवलंबली जाते. दरमहा आम्ही अन् आमचे वितरक यांची बैठक होते. त्यामध्ये त्यांच्या समस्यांवर चर्चा केली जाते. मालाचा दर्जा, किंमत, विक्रीचा विस्तार इत्यादी बाबींवर सविस्तर देवघेव होते.

निर्यात

आमच्या मालाच्या निर्यातीने दहा कोटींचा आकडा गाठला आहे. इथेही आम्ही स्वत: पापड निर्यात करत नाही, तर एजंटमार्फत निर्यात व्यवहार पार पाडले जातात. तो एजंट आमचे पापड गुटख्यासोबत विकत असला तरी ती आमची समस्या आहे, असे आम्ही मानत नाही. एजंट मालाची मागणी नोंदवतो आणि पूर्ण

पैसे चेकने आगाऊ भरतो. त्यांच्या मागणीप्रमाणे आम्ही उत्पादन करतो. आमची सर्व निर्यात मुंबईहून होत असल्याने निर्यात होणाऱ्या मालाचे उत्पादन तिथेच केले जाते. गुणवत्तेच्या संदर्भात निर्यात उत्पादने देशांतर्गत उत्पादनासारखीच आहेत.

इथेही निर्यातदाराच्या ताब्यात माल दिला की, आमची जबाबदारी संपते. माल ताब्यात घेतानाच त्यांनी तपासून, पारखून घ्यायचा आहे. पुढे त्यांनी तो कुठे पाठवावा, कसा पाठवावा, हे पूर्णपणे तेच ठरवतात. एकूण उत्पादनापैकी साधारण तीस ते पस्तीस टक्के माल निर्यात होतो. इंग्लंड, अमेरिका, मध्य-पूर्वेतील देश, सिंगापूर, हाँगकाँग, जपान आदी देशांत मुख्यत्वेकरून आमची उत्पादने निर्यात केली जातात.

नवे मार्ग

विकेंद्रीकरण हा आमच्या उद्योगाच्या यशाचा मूलमंत्र आहे. आमची प्रत्येक प्रक्रिया आम्ही योग्य तऱ्हेने विकेंद्रित केलेली आहे. त्यामुळे मोठ्या प्रमाणावर उलाढाल होताना व्यवस्थापनाला येणारे कटू अनुभव आम्ही टाळू शकलो. कल्पना करून पाहा – "भारतभर होणारे उत्पादन एकाच जागी आणले जाते. तिथे गुणवत्ता तपासणी, मालाचे पॅकिंग, ने-आण, वितरण इत्यादी होते. सगळे पैसे एका जागी जमा होतात आणि हिशेब करून मजुरी आणि नफा वाटला जातो." या सर्वांचे व्यवस्थापन हे एका दु:स्वप्नासारखे कठीण काम होईल, हे तुमच्या सहज लक्षात येईल.

या समस्येवर आम्ही अगदी सोपे उत्तर शोधले आहे. आमचे उत्पादन एखाद्या मध्यवर्ती ठिकाणी न होता शेकडो-हजारो घरांत होते. प्रत्येक शाखेत उत्पादनावर देखरेख केली जाते. गुणवत्तेची तपासणी, पॅकिंग आदी सोपस्कार स्थानिक स्तरावर पार पाडतात. एवढेच नव्हे, तर वितरण आणि मालाचे पैसेही तिथेच वसूल होतात. मजुरी आणि नफा वाटण्याची जबाबदारी त्या-त्या शाखेवरच आहे. शाखेचे कामकाज त्या-त्या विभागात नीट आरेखित केल्याने कामाच्या जागेचा परीघ मर्यादित राहतो. त्यामुळे आमच्या उद्योगाचे व्यवहार सुरळीत पार पडतात. प्रश्न सोडवण्यापेक्षा ते निर्माणच होऊ नयेत, याकडे लक्ष दिल्याने आमचे व्यवस्थापन अगदी साधे-सोपे झालेले आहे.

अर्थात, काही महत्त्वाची कामे आमच्या मुख्यालयात पार पडतात. त्याची कारणे योग्यच आहेत. उदाहरणार्थ, पापडासाठी लागणारा सर्व कच्चा माल मुंबईत विकत घेतला जातो आणि सर्व बासष्ट शाखांना पोहचवला जातो. लिज्जत पापडाची गुणवत्ता अन् चव देशभरात एकच आहे, त्याचे हेच कारण आहे. आपल्या देशाचा विस्तार इतका मोठा आहे की, प्रत्येक भागात पिकणाऱ्या

उडदाची, तांदळाची, मसाल्यांची आणि इतर पदार्थांची चव वेगवेगळी आहे. खरेदी जर विभागवार केली, तर चव एकसारखी राहणार नाही. गुणवत्तेत फरक पडेल. लिज्जत पापडाच्या विक्रीचे बलस्थान म्हणजे देशभर असणारी त्याची एकसारखी चव, या आमच्या बलस्थानाला बाधा पोहोचेल.

दुसरी प्रक्रिया – पीठ दळणे. आमच्या संस्थेच्या स्वत:च्या मालकीच्या पिठाच्या चक्क्या आहेत. एक वाशीला अन् दुसरी नाशिकला आहे. मुंबईत कच्चा माल विकत घेत असल्याने इथे पीठ दळणे सुलभ होते अन् खर्च कमी होतो. मालाची किंमतही मुख्य कचेरीत ठरवली जाते. पापडाच्या एका पाकिटाची किंमत देशभर १६.२५ रुपये आहे. ही किंमत ठरवताना कच्च्या मालाची किंमत, मालाची ने-आण याचा खर्च, कर, वितरकाचे सहा टक्के कमिशन, नफ्याची टक्केवारी आदी सर्व बाबींचा अंतर्भाव केला जातो.

निर्णय घेण्याच्या अधिकाराचेही आम्ही मोठ्या प्रमाणावर विकेंद्रीकरण केले आहे. एकवीस सदस्यांची एक शिखर समिती संस्थेचे सर्व प्रशासन सांभाळते. प्रत्येक शाखेसाठी एक संचालिका नियुक्त केलेली आहे. ती त्या शाखेचे दैनंदिन व्यवहार सांभाळते. संस्थेमध्ये नावीन्यता आणण्यासाठी प्रयोग करायचा निर्णय घेण्याची मुभा प्रत्येक सभासदाला दिलेली आहे. त्याचप्रमाणे शिखर समितीतील प्रत्येकाला निर्णायक मताचा अधिकार आहे. संस्थेच्या कामकाजाचे लहान-मोठे सर्व निर्णय सर्वांच्या मंजुरीने, एकमताने घेतले जातात. एकाने जरी विरोध केला तरी निर्णय रद्द होतो.

फायद्याची वाटणी

लिज्जतच्या सर्व व्यवहारासाठी सर्वोदय तत्त्वज्ञान आदर्श म्हणून समोर ठेवलेले आहे. संस्थेचे सर्व सदस्य हेच तिचे मालक असल्याने नफा आणि तोट्यामध्ये प्रत्येकाची समान भागीदारी गृहीत धरलेली आहे. प्रत्येक शाखेत हिशेब ठेवणारा कर्मचारी त्या शाखेत येणाऱ्या पैशाचा आणि खर्चाचा काटेकोर हिशेब ठेवतो. दररोज त्या-त्या दिवसाचा ताळेबंद पूर्ण केला जातो. शेवटी होणारा फायदा वा तोटा त्या-त्या शाखेच्या सदस्यांमध्ये समान वाटला जातो.

एकवीस सदस्यांची शिखर समिती फायद्याची टक्केवारी आणि त्यांचे वितरण कसे करावे, याबद्दल निर्णय घेते. बहुसंख्य वेळा आम्ही पाच ग्रॅम वा दहा ग्रॅम सोन्याची नाणी फायद्याच्या पैशातून घेऊन वाटतो. सदस्य स्त्री कोणते काम करते, किती वर्षे संस्थेची सदस्य, कोणती जबाबदारी सांभाळते आहे याचा विचार न करता सर्वांना सारखाच वाटा मिळतो. अगदी थोड्या काळापूर्वी सदस्य झालेल्या स्त्रीलाही वर्षानुवर्षे काम करणाऱ्या स्त्रीइतकाच वाटा मिळतो. प्रत्येक शाखा आपल्या

व्यवहाराचा हिशेब मांडून फायदा बाजूला काढते आणि त्या शाखेच्या सदस्यांत त्याचे समान वाटप होते. तोटा झाला तरी समान जबाबदारी उचलली जाते.

परिपूर्ण वर्तुळ

विक्रीच्या संदर्भात आमचे सर्वांत महत्त्वाचे बलस्थान आहे, ते आमच्या मालाची उच्च गुणवत्ता. आधुनिक यंत्रांचा वापर न करता बनवलेले लिज्जत पापड कुठेही विकत घेतले तरी त्याच चवीचा आनंद देतात. कारण निर्माण होणारा पापडाचा प्रत्येक खोका दर्जाबाबत काटेकोर तपासला जातो. नवी सदस्य होताना गुणवत्ता हा मंत्र प्रत्येक स्त्रीला नीट पढवला जातो. प्रशिक्षण देताना परिपूर्ण लिज्जत पापड कसा बनतो, हे तिला शिकवले जाते आणि गुणवत्ता हा मंत्र प्रत्येकाने आत्मसात केलेला असतो. हे एक आश्चर्यच म्हणावे लागेल.

एखाद्या सदस्य स्त्रीने गुणवत्ता सांभाळण्यात टाळाटाळ केली, दुर्लक्ष केले; तर सहन केले जात नाही. अशा वेळी एक-दोनदा ताकीद देऊन आम्ही तिला सरळ काढून टाकतो. एक किलो भिजवलेल्या पिठापासून कमीत कमी ८०० ग्रॅम वजनाचे पापड मिळायला हवेत, नाहीतर तेवढी रक्कम मजुरीतून कापून घेतली जाते. चवीच्या बाबतीत प्रत्येक शाखेतील पापडांचे काटेकोर परीक्षण होते. आमच्या चवीपासून फारकत घेतलेला माल बाजारात उतरवला जात नाही. उदाहरणार्थ, मीठ कमी वा जास्त झाले तर ताबडतोब त्या शाखेला कळवून संपूर्ण बॅच नष्ट केली जाते. सर्व शाखांतून आमच्याकडे पापड येत असतात. अशा वेळी लाखो रुपयांचे नुकसान झाले तरी चालेल. आम्ही फक्त एकाच गुणवत्तेवर विश्वास ठेवतो. ती म्हणजे, 'उत्तम गुणवत्ता'. मालाचा दर्जा चांगला असेल, त्यात सातत्य असेल; तर ग्राहक तो नक्की विकत घेतो.

माइंड जिम – सीईओ म्हणून स्वतःचे मूल्यांकन करा.

- तुमच्या उद्योगातील प्रत्येक व्यवस्थापकाला संस्थेची 'दृष्टी' आणि 'ध्येय' शब्दशः तसेच अर्थासह तपशिलाने ठाऊक आहे का? ते इतरांना त्याबद्दल समजावू शकतात का?
- तुमच्या उद्योगाचे आर्थिक व्यवहार पारदर्शक आहेत का? शाखा, उत्पादन केंद्रे, मुख्यालय, विभागीय कचेऱ्या इत्यादी ठिकाणी असलेल्या व्यवस्थापकांना रोजचे रोखीचे व्यवहार माहीत आहेत का?
- रोज कामावर जाताना तुम्ही उत्सुक असता का?
- तुमच्या वितरणसाखळीतील मूल्याधिष्ठित वैशिष्ट्ये तुम्ही सांगू शकाल का?
- तुमच्या उद्योगात किती दिवसांचे उत्पादन साठवले जाते? तुमच्या समकक्ष उद्योगातील सरासरीपेक्षा ते कितपत कमी वा अधिक आहे? तुमच्या उद्योगातील काही शाखांत ते इतर शाखांपेक्षा कमी वा जास्त आहे का?
- तुमच्या उत्पादनाच्या गुणवत्ता तपासणीत विशेष प्रक्रिया कोणत्या आहेत? प्रत्येक शाखेमधील प्रत्येक विभागात त्यातील सातत्य जपले जाते का?
- तुमच्या उद्योगाचे विकेंद्रीकरण केले, तर अधिक चांगले होईल, असे तुम्हाला वाटते का?

१४

वेचक – वेधक

भाग - पाँच

सीईओंसाठी महत्त्वाचे...

दूरदृष्टी, चारित्र्य, करिष्मा आणि व्यक्तिमत्त्वाच्या आकर्षक छटा या सर्वांचे एक मनोज्ञ मिश्रण यशस्वी नेत्यामध्ये असते; म्हणून लोक त्याच्या मागून जातात. प्रत्येक नेत्याची शैली वेगळी असू शकते, पण गाभ्यातील काही नेतृत्वगुण समान असतात. हे गुण हेरून आपल्यामध्ये रुजवले, तर सीईओंसाठी ते फायदेशीर ठरू शकते. रोजच्या व्यवहारात त्यांनाही नेतेपद निभवावे लागते. खालील टिपणे त्यासाठी उपयुक्त ठरतील. सर्व लेखांमधून ही निवडलेली आहेत.

१) 'व्हिजन' अथवा दूरदृष्टीने कामाला सुरुवात करा. एखादे कठीण वा सामान्यांना अप्राप्य वाटणारे ध्येय समोर असले की, 'चांगली दृष्टी आहे' असे मानले जाते. अप्राप्य दिसले तरी तुमचा त्यावर विश्वास हवा. योग्य नेतृत्व, योग्य टीम आणि योग्य व्यवस्थापन राबवले, तर ते प्राप्त होऊ शकते याची तुम्हाला खात्री हवी. ध्येय हे नेत्यासाठी नेहमी पुढे-पुढे जाणारे हवे आणि त्याने ते धडाक्याने झेप घेऊन पकडायचे असते. लोकांना ते असाध्य वाटते; पण तुम्हाला विश्वास असतो की, ते गाठता येईल.

२) योजना... नुसते ध्येय म्हणजे संकल्पना राहते. ते गाठायची साधने तुमच्यापाशी हवीत. योजना नीट आखून कामाची विभागणी करा, माणसे तयार करा. त्यातील प्रत्येकाला स्वतंत्र ध्येय द्यायला हवे अन् सर्वांची मिळून एकूण उद्योगाची दृष्टी बनायला हवी. रोजचे काम झाल्यावर प्रत्येकाला आपल्या कंपनीला काय ध्येय गाठायचे आहे, हे दिसायला हवे अन् त्या साखळीत आपली नेमकी

भूमिका कोणती आहे, हे उमगायला हवे. अशी दृष्टी प्रत्येकाजवळ असली की, उद्योग भरभराटीला येतात.

३) प्रत्येक स्तरावर नेतृत्व निर्माण व्हायला हवे. नेतृत्वामुळे सकारात्मक बदल घडतात. ते फक्त उच्च स्तरावर सीमित ठेवू नका. नेतृत्वगुण प्रत्येक स्तरावर अगदी तळापर्यंत विकसित होऊ द्या. नेत्याने आपल्यामागे फक्त अनुयायी आहेत, असे न पाहता, उद्याचे नेते आहेत, अशी भावना बाळगून काम करून घ्यायला हवे. लोकांच्या हातात सत्ता देऊन त्यांच्यातील नेतृत्वगुणाची वाढ करा. मग जेव्हा गरज भासेल, तेव्हा तुमच्या कर्मचाऱ्यांतूनच नेतृत्व उपलब्ध होईल. बाहेरून प्रशिक्षित माणसे आणायची गरज भासणार नाही.

४) नव्या भरतीतून नेतृत्वगुण असलेले उमेदवार हेरता येणे, हे नेत्यापुढचे एक आव्हान असते. नेतृत्वगुण ओळखण्याच्या पद्धती विकसित करा. नव्या भरतीतील योग्य उमेदवार पारखून, हेरून ठेवा. त्यांच्यावर छोटी-मोठी कामे सोपवून जोखत राहा. मग तुमच्या उद्योगात नेते सतत तयार होत राहतील. कामात बदल करणे, एकाच्या जागी दुसरा नेमणे, ऐनवेळी नेमका माणूस उपलब्ध असणे, अशा समस्या त्यामुळे सुटतात.

५) नेतृत्वाची व्याप्ती पसरवत राहायला हवी. प्रत्येक उद्योगाची संस्कृती त्याच्या नेत्याला ठाऊक असते. त्याने ती उद्योगाच्या सर्व विभागांत तळापर्यंत पसरवायला हवी. त्यासाठी नेत्याने सतत प्रवास करत, विभागांना भेटी देत राहावे. हा त्याच्या कामाचा एक भागच व्हायला हवा. रोजच्या रोज वीस ते चाळीस लोकांशी कामाबद्दल बोला. दरमहा बजेटसाठी बैठका घ्या. तीन महिन्यांनी कामकाजाचा आढावा घ्या आणि कंपनीच्या शाखांना वरचेवर भेटी द्या. कंपनीची संस्कृती, कामकाजाची पद्धत रुजवायची अंतिम जबाबदारी सीईओची असते. मग तुमचा प्रत्येक व्यवस्थापक नेता बनून इतरांना आत्मविश्वास, प्रेरणा देऊ शकतो.

६) प्रत्येक सीईओला आपल्या कंपनीत नीतिमूल्ये रुजवायची असतात. त्यासाठी सीईओने ती नीतिमूल्ये प्रथम आपल्या वागणुकीतून इतरांसमोर ठेवायला हवीत. बाहेरच्या लोकांपर्यंत कंपनीची वैशिष्ट्ये सीईओने पोहचवायची असतात. आपली कंपनी इतरांपेक्षा का आणि कशी वेगळी आहे, याचे चालतेबोलते उदाहरण तो स्वत: असतो. नीतिमूल्ये सर्वांत वरच्या माणसांपासून सुरू होतात आणि तिथेच थांबतात. इतर सर्व अनुकरण करत असल्याने ती सर्वदूर पसरतात.

७) कंपनीची संपूर्ण माहिती असणे, घेत राहणे, हे सीईओचे कर्तव्य आहे. यशस्वी लोकांना आपल्या उद्योगात कुठे काय घडते आहे, हे सर्व ठाऊक असते. कोण कसे आहे, कशासाठी उपयुक्त ठरेल, कुणाला काय चांगले जमेल, ही माहितीही हवी. फक्त हाताखालचे वरिष्ठच नव्हेत, तर कंपनीतील प्रत्येकाची

बलस्थाने आणि मर्यादा उत्तम सीईओला ठाऊक असतात. डोळे अन् कान उघडे ठेवून संचार केला, तर सीईओला सर्व समजू शकते.

८) आंत्रप्रुनर वृत्तीने स्वतंत्र उद्योग उभा करणे अन् प्रस्थापित उद्योगात राहून काम करणे, यात फार थोडा फरक आहे. प्रयोगशील वृत्तीने लोकांमध्ये नेतृत्व विकसित करण्यासाठी आव्हान देणाऱ्या जबाबदाऱ्या त्यांच्यावर टाकत राहा. मग आंत्रप्रुनर वृत्तीला खतपाणी मिळते अन् माणसे तयार होत जातात. कारण आव्हान समोर आले की, अशा वृत्तीच्या लोकांसमोर त्यावर मात करून यश मिळवणे, हा एकच पर्याय उरतो.

९) नव्या उपक्रमांना उत्तेजन द्या. तुमच्या उद्योगात काम करणाऱ्या सर्व कर्मचाऱ्यांना नवे उपक्रम सुरू करण्यासाठी पोषक वातावरण ठेवा. कोणत्याही विभागाचे काम अधिक चांगले व्हावे म्हणून जर एखाद्या कर्मचाऱ्याला कल्पना सुचली, तर ती संबंधितांना सांगण्याइतपत खुलेपणा हवा. एकत्रित चर्चा करता येईल, असे व्यासपीठ सर्वांना उपलब्ध करून द्या. एखादी समिती नेमून तिच्याकडे अशा नव्या प्रयोगशील कल्पना कुणीही जाऊन सांगू शकेल, अशी योजना करता येईल. कंपनीच्या कामकाजात सुधारणा करणाऱ्या कोणत्याही कल्पनेचे स्वागत होईल, असा संदेश कर्मचाऱ्यांमध्ये पोचायला हवा. एकत्रित चर्चा होईल, असे उपक्रम राबवून हे साध्य करता येईल.

१०) बक्षीस देऊन प्रयोगशीलतेचे कौतुक करा. सर्जनशीलता म्हणजे फक्त नव्या गोष्टी करणे इतकेच नव्हे, तर आहेत त्या गोष्टी नव्या पद्धतीने करणे, हेही त्यात अंतर्भूत आहे. जे कर्मचारी अशा नव्या, व्यवहार्य कल्पना सुचवतात; त्यांचे बक्षीस देऊन कौतुक करा, म्हणजे त्यांच्या सर्जनशीलतेचे चीज होते, असे त्यांना वाटते. त्यामुळे इतरांनाही प्रेरणा मिळते.

११) कोणत्याही उद्योगासाठी स्थानिक कौशल्याचा, संसाधनांचा वापर करणे फायद्याचे ठरते. तिथे जर संसाधन उपलब्ध नसेल, तरच ते बाहेरून आणायचा प्रयत्न करावा. स्थानिक कौशल्यातून अपेक्षित परिणाम मिळत नसेल, तरच ते बदलावे. एकूण, सीईओने विचार करताना संपूर्ण विभागाचा करावा, पण शक्यतो वापर करताना स्थानिक गोष्टी प्रथम लक्षात घ्याव्यात.

१२) आज्ञा देऊन त्यानुसार काम करून घेणे, हा भारतीय उद्योगाचा स्थायिभाव आहे. मग हाताखालचे लोकही स्वतंत्र विचार न करता कामाच्या पाट्या टाकत राहतात आणि कामात सुधारणा करायचा विचार फक्त वरिष्ठांनी करावा, अशी पद्धत रूढ होते. तसे न करता प्रत्येकाला आपापले काम अधिक चांगले कसे करता येईल याबद्दल विचार करायला उद्युक्त करा. कंपनीची कामगिरी सुधारणे, हे सर्वांचे समान उद्दिष्ट असायला हवे. आपापल्या चौकटीबाहेर येऊन विचार करायला वरिष्ठ

अधिकाऱ्याने प्रेरणा दिली, तर अनेक नव्या कल्पना सुचवल्या जातात.

१३) कोणत्याही उद्योगाची भरभराट गुणवंत लोकांमुळे होत असते. हुशार, बुद्धिमान, विशेष गुणवत्तेच्या लोकांना तुम्ही कामावर घेतले; तर पुढे तेदेखील तसेच लोक घेतील. गुणवंत लोक पहिल्या, उत्तम दर्जाचे काम करतात आणि त्यामुळे त्यांच्यावर तुम्ही बरीच कामे सोपवू शकता. अशा लोकांना सांभाळून घेणे, टिकवून ठेवणे कठीण असते. त्यांचे फाजील लाड झाले, तर कर्मचाऱ्यांमध्ये फूट पडते आणि सहकारी भावना उणावते. त्यांना योग्य तऱ्हेने हाताळले, तर उद्योगाचा फायदा होतो. यातील समतोल सीईओला साधता यायला हवा.

१४) 'वादे वादे जायते बोध:' हे संस्कृत वचन आहे. प्रत्येक कर्मचाऱ्याला आपल्या मनातले बोलायला प्रेरणा द्यावी. चूक दिसली की गुणवंत माणसे बोलतात आणि त्यामुळे अस्वस्थता उत्पन्न होऊ शकते. नेत्याला वाद होताना त्यातून उद्भवलेला कटूपणा नीट हाताळता यायला हवा. वाद जरूर व्हावा, पण त्याला वैयक्तिक स्वरूप येऊ नये. वाद, चर्चा होऊनच विचार वा पद्धती परिपूर्ण होत जातात.

१५) वेगळा विचार करणाऱ्यांचे स्वागत करा. अशा स्वतंत्र प्रज्ञेने काम करणाऱ्यांचे उद्योगधंद्यात फारसे स्वागत होत नाही. पण प्रत्येक संस्थेत असे लोक असायला हवेत. कारण ते काहीतरी अफलातून कल्पना लढवतात आणि नवी वाट फुटते. अशा लोकांना उत्तेजन द्या.

१६) काही लोक वाढण्याचेच नाकारतात. पाट्या टाकणेच पसंत करतात. अशांनाही हाताळता यायला हवे. आपल्या उद्योगाची बांधणी लवचिक, वाहती हवी. अशा बांधणीत पाट्या टाकणारे लोक पाणी साचवून ठेवणाऱ्या बोळ्यासारखे अडकून राहतात. त्यामुळे गती कुंठित होते. जिथे वर्षानुवर्षे एकच काम करावे लागते, अशा जागी त्यांची नेमणूक करा; म्हणजे बोळा काढून टाकल्यासारखे पाणी वाहते होईल.

१७) गुणवत्तेला उत्तेजन द्यायलाच हवे. हुशारीची कदर करा, नाहीतर वर्षभरात माणसे नाउमेद होऊन गंजू लागतात. तळातले, सामान्यापेक्षा कमी कार्यक्षमता असणारे अडीच टक्के कर्मचारी शोधून वेगळे करा. त्यांना कार्यक्षमता वाढीसाठी प्रशिक्षण द्या. त्यांच्या त्रुटी त्यांना स्पष्ट दाखवून सुधारायची संधी द्या. तरीही सुधारणा झाली नाही, तर त्यांना दुसरे सुयोग्य काम शोधायचा सल्ला द्या.

१८) एकदा का गुणवत्तेप्रमाणे बढत्या देण्याचे धोरण – म्हणजे मेरिटोक्रॅसी – स्वीकारली की कर्मचाऱ्यांमध्ये कंपनी सोडून जायचे प्रमाणही वाढते. आपल्यानंतर आलेली व्यक्ती गुणवत्तेनुसार पुढे जाणे अनेकांना नामंजूर असते. पण त्यामुळे तुमच्या कंपनीत गुणवत्तेची कदर होते, असा प्रसार होतो. तुम्ही सर्वांना न्यायाने

वागवता, हे एकदा लोकांना समजले की, ते सहजतेने स्वीकारले जाते.

१९) उद्योगाच्या बांधणीत वा व्यवहारात मोठे बदल करायचे असतील, तेव्हा सहकाऱ्यांना समोर बसवून घेऊन त्याची कल्पना द्यावी. आपण ते बदल कसे आणि का करतो आहोत, हे त्यांना पटवून द्यावे. छोटे ग्रुप करून जबाबदारी वाटून दिली, तर ठरवलेली टार्गेट्स गाठणे सोपे होते.

२०) जेव्हा दुसरी कंपनी मोबदला देऊन तुम्ही ताब्यात घ्यायची ठरवता, तेव्हा वाटाघाटी करताना किंमत हा अग्रक्रम नसतो. समोरचा मालक कंपनी का विकतो आहे, हे समजून घेणे महत्त्वाचे आहे. त्याच्या जागी स्वतःला ठेवून विचार करा. एकदा कारणे समजली की, दोघांसाठी समाधानी ठरेल असा सौदा करता येतो.

२१) वृथा अभिमान वा अधीरता, तसेच दुसऱ्यावर कुरघोडी करायची वृत्ती कधी कधी महागात पडते. दुसरी कंपनी ताब्यात घेताना वा लिलावात बोली लावून कंपनी विकत घेताना आपल्या हेतूवर लक्ष केंद्रित करा. वाटाघाटी करताना किंमत वाढू लागली, तर एक पाऊल मागे येऊन अधिक बोली लावायचा मोह टाळायला हवा. अशा वेळी उच्चतम जागी असलेल्या व्यक्तीचा वृथा अभिमान, घाट्याचा सौदा करायला भाग पाडतो आणि तोट्याचा व्यवहार पदरात पडतो.

२२) एखादी कंपनी तुमच्या ताब्यात घेतली, तर त्यामध्ये काम करणाऱ्या लोकांना लगेच नोकरी सोडावी लागेल, अशी परिस्थिती व्यवस्थापनाने आणू नये. त्यांना वेळ द्या आणि वेगवेगळे पर्यायही द्या. नव्या परिस्थितीशी त्यांनाही जुळवून घ्यायचे असते आणि बहुतांश कर्मचारी तुमच्या कंपनीच्या संस्कृतीशी, व्हिजनशी जुळवून घेतात.

२३) कंपनीचा ताबा घेतल्यावर पहिले भाषण भावनात्मक आवाहन करणारे असावे. तुमचा सहकार्याचा हात तुम्ही पुढे करा आणि कंपनीचा विकास, ग्राहकसेवा चांगली देणे यासाठी त्यांची तुम्हाला गरज आहे, असे त्यांना पटवून द्या.

२४) सर्वसाधारणपणे मूळ मालकावर कंपनी विकायची वेळ का आली, हे त्या कंपनीतील कर्मचाऱ्यांना ठाऊक असते. कंपनी यशस्वीरीत्या चालवायची असेल, तर काही जणांना जावेच लागणार याची त्यातील लोकांना कल्पना असते. ताब्यात घेतलेल्या उद्योगाचे व्यवहार सुरळीत होण्यासाठी नव्या व्यवस्थापनाने पारदर्शक पद्धती वापराव्यात. आपण कंपनीची गाडी रुळावर आणण्यासाठी काय करणार आहोत, याबद्दल त्यांना विश्वासात घ्यावे. आकसाने वागत नाही, हे त्यांना कळावे.

२५) कंपनी ताब्यात घेऊन तुमच्या व्यवहाराच्या पद्धती त्यांच्यावर ताबडतोब लादणे योग्य ठरत नाही. याबाबतीत संवेदनशील वृत्तीने कंपनीच्या ब्रँडनेमची,

वेगवेगळ्या शाखांची आणि लोकांची ओळख जतन करायला हवी. बदल सावकाश आणि त्यांना विश्वासात घेऊन करावेत.

२६) लोकांना प्रशिक्षण देणे, एकमेकांची कौशल्ये एकमेकांना शिकवणे यासाठी बराच प्रवास करावा लागतो. त्यामुळे खर्च वाढतो; पण तिथे कंजूषपणा करू नये. थोडे सहनशील राहावे. विक्रीच्या बाबतीत धडक मारून वा इतर काटकसरीचे उपाय योजून त्याची भरपाई करता येते.

२७) ताब्यात घेतलेल्या कंपनीत आणि तुमच्या उद्योगामध्ये माहितीची देवघेव मुक्तपणे होऊ द्यावी. दोन कंपन्या एकत्र आल्यामुळे झालेले फायदे दोघांनाही दिसावेत. त्यामुळे तंत्रज्ञानाची देवघेव होऊ शकते. एका उद्योगातील बलस्थाने दुसऱ्यात वापरतात येतात आणि काही जणांच्या कौशल्याचा, तज्ज्ञतेचा फायदा सर्वांना होतो.

२८) किंमत कमी ठेवून वाईट दर्जाचा माल तुम्ही विकू शकत नाही. इथे मोठ्या प्रमाणावर माल तयार करताना गुणवत्ता टिकवायची आहे. आज उत्तम दर्जाचा मालही जाहिरात केल्याशिवाय खपणार नाही, अशी परिस्थिती आहे. त्याच वेळी उत्कृष्ट जाहिरातबाजी करून खराब माल विकणेही शक्य नाही. आधी उत्पादन उत्तम हवे आणि मग विक्रीसाठी जाहिरात हवी. वितरक चांगले हवेत आणि त्यांना प्रेरणा मिळेल अशी तुमची वर्तणूक, व्यवहार हवा.

२९) वेळेची मर्यादा पाळणे आणि व्यवस्थापन करणे गरजेचे आहे. तसेच कोणत्याही निर्णयासाठी किती वेळ द्यायचा, हेही ठरवून त्याप्रमाणे व्यवहार करावेत. दोन-तीन दिवसांत होकार आला (काही अपवादात्मक परिस्थितीत सात दिवस), तर ठीक आहे; नाहीतर नकार समजावा. तुमच्या कर्मचाऱ्यांचा वेळ हे तुमचे महत्त्वाचे संसाधन आहे, ते फुकट घालवणे तुम्हाला परवडणार नाही.

३०) कृती करण्यासाठी टपून बसायला हवे. संधी समोर दिसताच ती साधण्यात अजिबात हयगय करू नका. लगेच झडप घालून कृती सुरू करा. त्यामुळे तुम्ही तुमच्या स्पर्धकांच्या पुढे जाऊन बाजारातील ग्राहक काबीज करू शकता. बाजाराचा अंदाज घेऊन, विश्लेषण करून चटकन निर्णय घ्यावा. शेवटी तुमच्या अंगात धमक असेल, नीट अभ्यास असेल तरच निर्णय घेता येतो. कोणताही निर्णय घ्यायला थोड्या दिवसांपेक्षा जास्त वेळ घेऊ नये.

३१) जागतिक स्तरावर पोचण्यासाठी सतत विकास करत कार्यक्षमता वाढवत जायला हवी. आज तुमची कामगिरी मोजताना वेगाला महत्त्व दिले जाते. एखादा प्रकल्प तुम्ही ठरावीक कालावधीत पूर्ण केलेला असेल, तर त्यापुढील साधारण त्याच पद्धतीचा प्रकल्प त्याहून कमी वेळात पूर्ण व्हायला हवा. तुमच्या उद्योगाची तशी कुवत असणे गरजेचे आहे.

३२) भविष्याचा अंदाज येणे, उद्या काय होईल हे आधीच ओळखून तयारीत असणे महत्त्वाचे असते. मग ते एखाद्या कर्मचाऱ्याबद्दल असेल, अपेक्षित विकासासाठी तयारी करायची असेल किंवा नव्या क्षेत्रात कौशल्य प्राप्त करायचे असेल. तुम्ही किती वेगाने हालचाल करून ते अवकाश काबीज करता, बाजाराच्या गरजा ओळखून पुढे धडाक्याने जाता; यावर यश अवलंबून राहते.

३३) तयारी अगदी परिपूर्ण होईपर्यंत सुरुवात करायची नाही, हे धोरण वापरू नका. कारण मग तुम्ही कधीच सुरुवात करू शकणार नाही. तुम्हाला योग्य व्हिजन हवी. कुठे जायचे आहे, ते नेमके ठाऊक हवे. मग सुरुवात करून पुढे जाता-जाता तुम्ही कामात परिपूर्णता आणू शकता. ६० ते ७० टक्के तयारी झाली की प्रकल्पाचा शुभारंभ करायला हरकत नाही. व्यवस्थापकाची धोका पत्करायची तयारी आणि कामातील लवचिकता यावर हे प्रमाण अवलंबून राहते. उद्योग उभा राहताना तुम्ही व्यवहारात लवचिक धोरण ठेवलेत, तर पुढे जाता-जाता परिपूर्णता आणणे तुलनेने सोपे जाते. छोटे मुक्काम गाठले की त्यातून इतरांना प्रेरणा मिळते.

३४) उद्योगात जेव्हा आमूलाग्र बदल घडत असतो– विशेषत: तोटा होणारी कंपनी फायद्यात आणायची असेल – तेव्हा अगदी तळाच्या कर्मचाऱ्यांपासून अधिकाऱ्यापर्यंत सर्वांनी एकाच दिशेने काम करायला हवे. जेव्हा काम सुरू होऊन त्याला दिशा मिळते, तेव्हा प्रत्येक जण उत्साहाने, प्रेरित होऊन काम करतो. या ऊर्जेला योग्य दिशा द्यायला हवी. कारण उत्साहाच्या भरात चुकाही जास्त होऊ शकतात. अशा वेळी आपण कामाची शिस्त आणि पद्धती घालून दिल्या, की प्रत्येक जण त्याप्रमाणे काम करतो. फक्त कामाचा उपसा न होता गुणवत्ताही टिकून राहते.

३५) हाताखालच्या कर्मचाऱ्यांमध्ये महत्त्वाकांक्षा रुजवणे उद्योगाच्या दृष्टीने फायद्याचे ठरते. मग दोन पावले पुढे जाऊन, स्वत:ची क्षमता ताणून काम करावे, असे लोकांना वाटते. त्यांचा आत्मविश्वास वाढतो आणि स्वत:मधील कौशल्य उमजते. जेव्हा गरज पडते, तेव्हा ते आव्हान पेलू शकतात.

३६) बदल प्रथम मनोवृत्तीत घडायला हवा; मग उद्योगात अन् व्यवहारात बदल करणे सोपे जाते. बदल होण्यासाठी लोकांना तयार करताना त्यांच्या हृदयाला आणि मनाला बोलण्यातून स्पर्श करा. सर्वत्र बदल घडत आहेत, हे हाताखालच्या लोकांनी समजून घ्यायला हवेत. धोरणेही पूर्वीसारखी कडक ठेवून चालत नाहीत. कामामध्ये लवचिकता असली अन् लोकांना आपल्या अवकाशात आपल्या मनाप्रमाणे विहरता आले, वेळेची बंधनेही सैल केली; तर काम उत्तम होते.

३७) चुका होतील तेव्हा सौम्य शिक्षाही करायला हवी. पैसे पुरवणे वा मोजके पैसे देणेही शिक्षेच्या स्वरूपात वापरता येते. सरकारी संस्थांमध्ये शिक्षा करणे

कठीण असते. पैसे मंजूर न करणे, हे शस्त्र वापरून लोकांना कामाला लावता येते. जितके उत्तम काम तितका अधिक पैसा प्रकल्पांना पुरवून चांगल्या कामाला उत्तेजन देता येते. तुमच्या कल्पना वास्तवाशी जुळून आल्या नाहीत, तर तुमच्या प्रकल्पाला अर्थसाह्य मिळणार नाही. संशोधनक्षेत्रात असे करून कार्यक्षमता वाढवता येते.

३८) तुम्हाला नेहमी उलटसुलट सल्ले मिळत असतात. अशा वेळी वैयक्तिक हेव्यादाव्यांमध्ये न गुंतता तत्त्वनिष्ठ विचार करून निर्णय घ्यायला हवेत. जेव्हा मतभेदाची परिस्थिती उद्‌भवते तेव्हा त्यातून योग्य मार्ग काढणे, हे काम नेत्याने करायला हवे. चर्चा वा वादविवाद होत असताना एखाद्याला बाजूला टाकून इतर सर्वांनी त्याच्यावर हल्ला करणे योग्य नव्हे. नेत्याने प्रत्येकाला आपला दृष्टिकोन समजावून सांगायला हवा. तुमचे बरोबर असेल, त्याबद्दल उद्या बोलू, अशा शब्दांत त्यांना न दुखवता आपले म्हणणे पटवून देता येते. अशाने लोक पुनर्विचार करायला तयार होतात आणि तुमच्याबरोबर येतात.

३९) जेव्हा तुमचा उद्योग वादाच्या भोवऱ्यात सापडतो, आरोप केले जातात; तेव्हा परिस्थिती नीट समजावून घ्यावी. आपला उद्योग त्या विवादास्पद परिस्थितीत नेमका कुठे आहे, ते जाणून घ्यावे आणि आपल्या अधिकाऱ्यांना त्याची लवकरात लवकर कल्पना द्यावी. त्यांना बाहेरून कळले तर व्यवस्थापनाने लपवून ठेवले, विश्वासात घेतले नाही, असे त्यांना वाटते.

४०) एक व्यक्ती जितके काम करते, त्याच्या कित्येक पटींनी कामे टीमद्वारा करता येतात. अशा टीम बनवून कामे करून घ्या आणि जेव्हा उत्कृष्ट काम होते, तेव्हा बक्षीस देऊन टीमचा गौरव करा. टीमने एखादा प्रकल्प सादर केला, तर त्याला अर्थसाह्य द्या. वैयक्तिक प्रकल्पापेक्षा अशा प्रयत्नांना अधिक उत्तेजन द्या.

४१) आपल्या क्षमतेच्या एक पाऊल पुढे काम करायचा प्रयत्न करा. स्वत:च्या क्षमता अशा ताणत गेलात, तर लोक तुमच्यामागून येतात. एखादे टार्गेट ठरवून ते गाठले की, ते टार्गेट आणखी पुढे न्यावे. लोकांना असे सतत पुढे जाण्यासाठी उद्युक्त करा.

४२) सर्वांना समान न्यायाची वागणूक देणे आणि कर्मचाऱ्यांवर विश्वास टाकणे, या कोणत्याही उद्योगात वा संस्थेत महत्त्वाच्या गोष्टी आहेत. आपला उद्योग आपल्या पाठीशी आहे, त्याला आपली काळजी आहे, ही भावना विश्वास उत्पन्न करते. ज्याच्यावर लोक विश्वास ठेवतात, प्रेम करतात आणि ज्याच्याबद्दल अनुयायांना आदर वाटतो; त्याला उत्तम नेता म्हणावे. कर्मचाऱ्यांचा असा विश्वास अन् आदर मिळाला की नेत्यालाही पुढे जाणे सुलभ होते. तुम्ही फक्त प्रेमाने वागलात, तर इतरांना दुखवता येत नाही अन् तडजोडी कराव्या लागतात. आपल्या कामाने आदर कमावला की अशा तडजोडी कराव्या लागत नाहीत.

४३) तुम्ही जेव्हा धोका पत्करून धाडसाने पुढे जाता, तेव्हा लोक चटकन तुम्हाला पाठिंबा देत नाहीत. अशा वेळी त्यांच्या बोलण्याकडे दुर्लक्ष करून तुमच्या आतल्या आवाजावर विश्वास ठेवून पुढे जा. तुम्हाला विश्वास असेल की, हे आव्हान आपण पेलू शकतो; तर धैर्याने पुढे जा. उज्ज्वल यश तुमची वाट पाहत असेल.

४४) लोकांनी आपल्या क्षमता कमाल मर्यादेपर्यंत वापरून उत्तम काम करावे, असे वाटत असेल; तर त्यांना वैयक्तिक पुरस्कार देऊन त्यांचा गौरव करा. टीमने चांगले काम केले, तर त्यांनाही बक्षीस म्हणून रक्कम मिळेल याची तजवीज करा. मग इतरांनाही आपण उत्तम काम केले, तर त्याचे चीज होईल असे वाटते अन् त्यांना प्रेरणा मिळते. त्याचबरोबर चांगल्या कामाचे मापदंडही निश्चित होतात.

४५) एखाद्या वादळी चर्चेनंतर रागाने उठून गेले तरी दुसऱ्या दिवशी त्याचा कडवटपणा मनात न ठेवता त्याच बैठकीत सहजतेने येऊन सामील होता येईल, असे वातावरण वरिष्ठ अधिकाऱ्यांमध्ये हवे. वादविवादानंतर तुम्हाला तुमचे मत इतरांना पटवावे लागेल वा इतरांचे पटवून घ्यावे लागेल. असे घडू शकले नाही, तर दोन्ही मतांच्या दिशेने काम सुरू करावे; तीनेक महिन्यांनी त्यातील कोणते उपयुक्त ठरते आहे, कोणते नाही, हे तुम्हाला उमजेल अन् पुढची दिशा स्पष्ट होईल.

४६) तुमच्या हाताखाली हजारो माण्से काम करत असली, तर त्यातील प्रत्येकाशी तुम्ही संपर्कात राहू शकत नाही. रोजच्या रोज त्यावरील अधिकाऱ्यांशी बोलणेही जमेल, असे नाही. अशा वेळी कामाच्या पूर्ततेचे निकष (की-पर्फॉर्मन्स इंडिकेटर्स – केपीआय) ठरवून द्यावेत; म्हणजे प्रत्येकाला आपण नेमके काय करायला हवे, कोणत्या दिशेने जायला हवे, हे समजेल. त्याशिवाय प्रत्येकाचे स्वतंत्रपणे मूल्यांकन करा. पुढील वर्ष-दोन वर्षांत त्यांना काय करायचे आहे, हे जाणून घ्या. त्यांची टार्गेट्स कळली की ती गाठण्यासाठी ते प्रयत्न करत आहेत, कितपत यशस्वी होत आहेत याचा तुम्हाला अंदाज येऊ शकेल.

४७) अपयशाला घाबरू नका वा त्याची फार काळजीही करू नका. पण अपयश का आले, याची कारणे जरूर जाणून घ्या. त्यांची व्यामिश्रता, आव्हाने का पेलली नाहीत, यावर विचार करा. असे अपयशी प्रकल्प फार नुकसानीत जायच्या पूर्वी सोडावेत. तुम्ही वेळेवर मागे फिरलात का? अपयशाची खंत बाळगण्यापेक्षा त्यापासून धडा घेऊन पुढे जाणे श्रेयस्कर ठरते.

४८) एखादा माणूस समस्या घेऊन तुमच्यापाशी आला तर 'मला वेळ नाही', हे उत्तर सर्वांत सोपे आहे. अशाने समस्या नाहीशा होत नाहीत, तर ती व्यक्ती मात्र नाहीशी होते. पण तुम्ही समस्या ऐकून घेतली, तर अर्धा प्रश्न सुटतो. कारण त्या व्यक्तीला वाटते की, उद्योगाला माझी काळजी आहे. हाताखालच्या लोकांच्या

समस्या ऐकून घेण्यासाठी वेळ काढणे, हा उत्तम गुण आहे.

४९) आज सीईओला आपल्या हाताखालच्या लोकांवर कामे नुसती थोपता येत नाहीत. तुम्ही बॉस आहात; तेव्हा सर्व काही तुमच्या मनासारखे व्हायलाच हवे, असे आता कुणी मानत नाही. सीईओला संचालकांमध्ये एकमत व्हावे म्हणून भरपूर काम करावे लागते. सुसंवाद असणे, माहितीची देवघेव करणे, तुमच्या कामामुळे तुम्ही विश्वास मिळवला असणे आणि चिकाटीने इतरांना पटवून देत राहणे, अशा काही गुणांमुळे संचालकांना एकमताने काम करण्यासाठी उद्युक्त करता येते. ही खरी लोकशाहीची पद्धत झाली. तुमचा दृष्टिकोन इतरांना पटवून देऊन त्यांना न दिसलेले पैलू दाखवणे, हे सीईओचे कर्तव्य आहे.

५०) जागतिक स्तरावर सिद्ध झालेले निकष महत्त्वाचे मानायला हवेत. ग्राहकाचे समाधान आणि सुखी-समाधानी कर्मचारी हा सर्वांत महत्त्वाचा निकष आहे. त्यावर लक्ष केंद्रित करा. असे मापदंड नेहमीच महत्त्वाचे ठरतात. विशेषत: कामाच्या दर्जाबाबत निकष ठरवले, तर आपले मूल्यांकन कोणत्या बाबींवर होणार आहे, हे सर्वांना कळते आणि त्यानुसार काम करायला ते उद्युक्त होतात.

www.ingramcontent.com/pod-product-compliance
Lightning Source LLC
LaVergne TN
LVHW031611060526
838201LV00065B/4818
* 9 7 8 8 1 8 4 9 8 2 7 4 9 *